தமிழ் மக்கள் வரலாறு

தமிழ்நாட்டில் காலனியக்கால வண்ணஓவியங்களும் அய்ரோப்பியர்களும் உள்ளூர்க் கலைஞர்களும்

எஸ்.ஜெயசீல ஸ்டீபன்

தமிழில்:

புதுவை சீனு. தமிழ்மணி

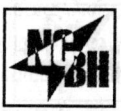

நியூ செஞ்சுரி புக் ஹவுஸ் (பி) லிட்.,

41-பி, சிட்கோ இண்டஸ்டிரியல் எஸ்டேட்,

அம்பத்தூர், சென்னை - 600 050.

☎: 044 - 26251968, 26258410, 48601884

Language: Tamil
Thamizhnaattil Kaalaniyakaala Vannaoviyangalum Europiyargalum Ulloor Kalaignargalum

Author : **S.Jeyaseela Stephen**
Tamil Translator : **Puthuvai Seenu. Thamizhmani**
First Edition: November, 2022
Copyright: Author
No.of Pages: 190 + 8 color pages + 2 = 200
Publisher:
New Century Book House Pvt. Ltd.,
41-B, SIDCO Industrial Estate,
Ambattur, Chennai - 600 050.
Tamilnadu State, India.
Email: info@ncbh.in | Online: www.ncbhpublisher.in

ISBN. 978-81-2344-362-1

Code No. A4716

₹ 275/-

English Title:
Colonial Paintings under the Portuguese, Danes,
French and British in Tamil Country: The Illustrated History

Branches

Ambattur (H.O.) 044 - 26359906 **Spenzer Plaza (Chennai)** 044-28490027
Trichy 0431-2700885 **Pudukkottai** 04322-227773 **Thanjavur** 04362-231371
Tirunelveli 0462-4210990, 2323990 **Madurai** 0452-2344106, 4374106
Dindigul 0451-2432172 **Coimbatore** 0422-2380554 **Erode** 0424-2256667
Salem 0427-2450817 **Hosur** 04344-245726 **Krishnagiri** 04343-234387
Ooty 0423-2441743 **Vellore** 0416-2234495 **Villupuram** 04146-227800
Pondicherry 0413-2280101 **Nagercoil** 04652-234990

தமிழ்நாட்டில் காலனியக்கால
வண்ணஓவியங்களும் அய்ரோப்பியர்களும்
உள்ளூர்க் கலைஞர்களும்
ஆசிரியர் : எஸ்.ஜெயசீல ஸ்டீபன்
தமிழில்: புதுவை சீனு. தமிழ்மணி
முதல் பதிப்பு: நவம்பர், 2022

அச்சிட்டோர்: **பாவை பிரிண்டர்ஸ் (பி) லிட்.,**
16 (142), ஜானி ஜான் கான் சாலை, இராயப்பேட்டை, சென்னை - 14
☎: 044-28482441

All rights reserved. No part of this book may be reprinted or reproduced or utilised in any form or by any electronic, mechanical, or other means, now known or hereafter invented, including photocopying and recording, or in any information storage or retrieval system, without permission in writing from the publishers.

பொருளடக்கம்

தமிழாக்க அறிமுகவுரை — 5
சொற்குறுக்கங்கள் — 7

1. முன்னுரை: அய்ரோப்பியர்களின் வருகைக்கு முந்தைய தமிழ்நாட்டின் ஓவியங்கள் — 9

2. தமிழ்நாட்டில் வண்ணஓவியங்கள் வடிவமைப்புகளும் காலனிய ஆசையும் — 32

3. தமிழகக் கடற்கரையில் போர்த்துக்கீசியர்கள்: தமிழ்க் கத்தோலிக்கப் பார்வையாளருக்கான ஓவியங்கள் மற்றும் மேலைநாட்டுத் தாக்கம், 1507-1821 — 42

4. காலனியத் தரங்கம்பாடியைத் தொலைதூரத்திலிருந்து வண்ணஓவியங்கள் மூலம் அறிந்து கொள்வது, 1734-1838 — 57

5. பாரீசுக்கு வண்ணஓவியங்களின் தொகுப்புகள்: புதுச்சேரி மற்றும் காரைக்காலில் பிரஞ்சுக்காரர்களின் துணிச்சலான முயற்சிகள் மற்றும் செயல்கள், 1688-1835 — 66

6. தமிழ்நாட்டில் ஆங்கிலேயர்களின் வண்ணஓவியங்கள் மற்றும் உள்ளூர்க் கலைஞர்களால் வரையப்பட்ட ஓவியத்தொகுப்புகள், 1701-1850 — 85

7. தமிழ்நாட்டில் உள்ளூர் ஆட்சியாளர்களின் அய்ரோப்பிய ஓவியத்திற்கான எதிர்வினை, பதில் மற்றும் தாக்கம் — 143

8. முடிவுரை — 164

ஆய்வடங்கல் — 176

படங்கள் — 191

தமிழாக்க அறிமுகவுரை

தமிழ்நாட்டில் காலனியக்கால ஓவியங்களும் கலைஞர்களும் என்ற எனது ஆங்கில நூல் (192 வண்ணஓவியங்களுடன்) வெளியானது. இது தமிழில் வெளிவர வேண்டும் என்று விரும்பி, திரு. புதுவை சீனு. தமிழ்மணி அவர்கள் சிறப்பாய் மொழிபெயர்ப்பு செய்துள்ளார். எனவே அவர்களுக்கு எனது மனமார்ந்த வாழ்த்துக்களும் நன்றிகளும். இந்நூலை அச்சிட முன்வந்த திரு. சண்முகம் சரவணன், மேலாண் இயக்குநர், நியூ செஞ்சுரி புத்தக நிறுவனம் அவர்களுக்கும் எனது நன்றி. இந்த நூலில் வெளியிடப்பட்டுள்ள படங்கள் காப்புரிமைக்கு உட்பட்டவை.

- எஸ்.ஜெயசீல ஸ்டீபன்

சொற்குறுக்கங்கள்

AAAM	Archives of the Arch-diocese of Madras-Mylapore, Santhome, Chennai
ACL	Academia das Ciencias, Lisboa
AFSt	Archiv der Franckeshen Stiftungen, Halle
ARSI	Archivum Romanum Societatis Iesu, Roma
BAV	Biblioteca Apostolica Vaticana, Città del Vaticano
BL	British Library, London
BM	British Museum, London
BNF	Bibliothèque Nationale de France, Paris
BNMV	Biblioteca Nazionale Marciana, Venice
CC	Corpo Cronologico
DI	Documenta Indica
DWAH	Duke of Wellington, Apsley House, London
IANTT	Instituto Arquivo Nacionais/ Torre do Tombo, Lisboa
NAI	National Archives of India, New Delhi
NAM	National Army Museum, London
NGI	National Gallery of Ireland, Dublin
NGMA	National Gallery of Modern Art, New Delhi
NMK	National Museet, København
NPG	National Portrait Gallery, Edinburgh
NTP	National Trust, Powis, Wales
OIOC	Oriental and India Office Collection

RAA	Royal Academy of Arts Archive, London
SII	South Indian Inscriptions
SMLT	Sarasvathi Mahal Library, Thanjavur
TDR	Tanjore District Records
TNSA	Tamil Nadu State Archives, Chennai
UOKHM	Universitetet i Oslo, Kulturhistorik Museum
V & A	Victoria & Albert Museum, London
YCBA	Yale Center for British Art, New Haven

இயல் 1

முன்னுரை: அய்ரோப்பியர்களின் வருகைக்கு முந்தைய தமிழ்நாட்டின் ஓவியங்கள்

1819இல் ஜான் ஸ்மித் அவர்கள் அஜந்தா ஓவியங்களை தற்செயலாகக் கண்டுபிடித்ததிலிருந்து, இந்திய ஓவிய வரலாற்று ஆய்வுகள் மீது கவனம் செலுத்தப்பட்டது. இது பின்னர் ஒளிப்பட ஆவணமாக்கல், பொருள் அடையாளம் காண்பது, நுட்பம் மற்றும் அலங்காரத்தின் சிக்கல்கள் மற்றும் ஓவியக் கலையின் வளர்ச்சிக்கான காலவரிசைக் கட்டமைப்பை உருவாக்குவதற்கான ஓர் ஒருங்கிணைந்த முயற்சி ஆகியனவற்றை உள்ளடக்கியது. அதைத் தொடர்ந்து தொடக்கத்தில் இந்த ஓவியங்களின் அழகியல் குணங்கள், அவற்றை சிறப்பாக வேறுபடுத்திக் காட்டும் குறிப்பிட்ட நடையுள்ள இயல்புகள், சித்திர மரபுகள் மற்றும் பரந்த ஆர்வத்தைத் தூண்டிய உள்ளடக்கம் பற்றிய ஆய்வுகள் நடத்தப்பட்டன. பெரும்பாலான வெளியீடுகள் அஜந்தா ஓவியங்களில் காட்சிப்படுத்தப்பட்ட பொருள் பண்பாட்டின் மீது கவனம் செலுத்தியது. இந்த ஆராய்ச்சியானது அடையாளத்தில் திருத்தத்திற்கு வழிவகுத்தது. மேலும் பல ஜாதகக் கதைகளின் விளக்கம் மற்றும் இதுவரை அடையாளம் காணப்படாத தேர்ந்த பெரும் பட்டியல்களின் அடையாளம் மற்றும் கதை சொல்லும் முறைகள் பற்றிய கலந்துரையாடல் மற்றும் அஜந்தாக் கலையைப் புரிந்துகொள்ள பட்டு-வழி பயணப் பாதையின் சில மத்திய ஆசிய ஓவியங்களின் விளக்கம் வரை நீட்டிக்கப்பட்டது.

தென்னிந்தியாவின் ஓவியங்கள் பற்றிய ஆய்வுகள் சமண, புத்த மற்றும் இந்து மதக்கலைகளை மாற்றத்துடன் புரிந்துகொள்ளும் நோக்கிலும், பகுதிசார்ந்த ஆய்வுகளின் உட்கருத்தை அடிக்கோடிட்டுக் காட்ட விரும்பும், ஒரு வட்டார கவனத்தேர்விலும் வெளிவரத் தொடங்கின. ஒப்பீட்டளவில் இந்தியா முழுமைக்கும் மற்றும் குறுக்கு நிலை பண்பாட்டுச் சக்திகள் கலை வரலாற்றில் குறிப்பிடத்தக்கப் பங்கினைக் கொண்டிருந்ததால், அத்தகைய முயற்சியின் வழி நடத்தப்பட்டது. இந்த எழுத்துகள் உள்ளூர் கட்டமைப்பிற்குள் அமைக்கப்பட்ட ஆழமான மற்றும் அடிப்படைப் பட்டறிவு வழி ஆராய்ச்சியுடன் கைகோத்து நகரவில்லை.

எந்த மதத்துடனும் இணைந்த கலை தனிமையில் இருந்ததில்லை என்பதைப் புரிந்துகொள்ள வேண்டும். மேலும் கலை என்பது ஒரு பெரிய வரலாற்று மற்றும் பண்பாட்டுச் சூழலின் ஒரு பகுதியாக இருந்தது. இருப்பினும், மதத்தின் குறிப்பிட்ட நம்பிக்கைகள் மற்றும் நடைமுறைகள், வழங்கப்பட்ட ஆதரவு, தொடர்புடைய நூல்கள் மற்றும் உருவப்படம் வரைதல், கட்டடக்கலை மற்றும் சடங்குத் தேவைகள் தொடர்பான இடத்தை இணைத்தல் ஆகியன தேவை. வரலாறு, மெய்யியல், மதம் மற்றும் கலை ஆகியவற்றில், ஆய்வுகளை ஒன்றிணைக்கும் பல வகைப்பட்ட அணுகுமுறை இல்லாமல், இன்றும் ஒரு குறைபாடு உள்ளது. எனவே, அய்ரோப்பியர்களின் வருகைக்கு முந்தைய ஓவியத்தின் நீண்ட மற்றும் வளமான வரலாறும் அவற்றின் தாக்கமும் இங்கே காத்திருக்கிறது. தமிழ்நாட்டில் கலைகள்பற்றிய ஆய்வு வரலாற்றாசிரியர்களால் மேற்கொள்ளப்பட்டது. அவர்கள் பெரும்பாலும் இந்துக் கோயில் கட்டடக்கலை மற்றும் கண்டுபிடிக்கப்பட்ட சிலைகளுக்கு முதன்மை அளித்துக் கவனம் செலுத்தினர். தமிழ்நாட்டில் வடக்கே மகேந்திரவாடி முதல், தெற்கே திருச்சிராப்பள்ளி வரை உள்ள, பல்லவ நினைவுச்சின்னங்கள் குடவரை மற்றும் கட்டமைப்புசார்ந்த இரண்டு பரந்த குழுக்களின் கீழ் கொண்டு வரப்பட்டுள்ளன. பாறையில் வெட்டப்பட்ட கோயில்கள் மூன்று வகைகளாகப் பிரிக்கப்பட்டுள்ளன. முதல் வகை குகைக்கோயில்கள் (மண்டகம் அல்லது மண்டபம்) என்று அழைக்கப்படுகின்றன. அடுத்ததாக ஒற்றைக் கல் கோயில்கள் என்று அழைக்கப்படும் தேர்கள் மற்றும் இறுதியாகப் புடைப்புச் சிற்பம் (பெருந்தவம்) என்பன அடங்கும். பல்லவ மன்னர்கள் ஓரளவுக்கு இந்து மதம் மற்றும் புத்த மதத்தில் இருந்தனர். சோழ மன்னர்கள் சிவனைப் பின்பற்றுபவர்கள். அவர்கள் பல சிவன் கோயில்களை எழுப்பினர். அவர்கள் புத்தம் மற்றும் சமணம் போன்ற பிற மதங்களையும் ஏற்றுக் கொண்டனர். மதத்தின் மீதான இந்தச் சகிப்புத் தன்மை இந்து மதத்திற்கு வழிவகுத்தது. இதன் வழியே அரசியல் நிர்வாகம், பொருளாதாரக் கொள்கை மற்றும் இராணுவம் ஆகியவைகள் செயல்பட ஆரம்பித்தது.

தமிழ்நாட்டில் பொறியாளர்கள் மற்றும் கல்தச்சர்கள் பணியமர்த்தப் பட்டபோது கற்கோயில்களுடன் கலை மற்றும் கட்டடக்கலை செழித்தது. தச்சர்கள் கதவுகளையும், சன்னல்களையும் மிக உன்னிப்பாகச் செய்ததோடு, பிற மர வேலைகளான தேர்களையும் செய்தனர். புத்தர், சிவன், நடராஜர்-பார்வதி, கிருஷ்ணன் கலியா பாம்பின்மேல் ஆடும் நடனம், இராமர், சம்பந்தர், பிரம்மா, கணேசன், மாணிக்கவாசகர்

மற்றும் விஷ்ணு ஆகியோர் நேர்த்தியான வெண்கலத்தால் உருவாக்கப்பட்டு உலோகக் கைவினையும் வளர்ந்தது, மற்றும் தனித்து நிற்கவும் தொடங்கியது. இச்சிலைகள் கோயில்களை அலங்கரிக்கத் தொடங்கி இந்து மதத்தில் உள்ள நான்கு மரபுகளான சைவம், வைணவம், சக்தி வழிபாடு, ஸ்மார்த்தம் ஆகியனவற்றைப் பின்பற்றிச் சோழ ஆட்சியாளர்களின் கீழ் பரவலாகப் பரவியது.

ஓவியம் பற்றிய ஆய்வு கவனத்தை ஈர்க்கிற நிகழ்வுகளில் ஒன்றாகும். மேலும் இது அழகிய உணர்வையும் பொருள்நிறைந்த சமூக-மத விளைவுகளைக் கொண்டுள்ளது. களம்பூர் சிவராமமூர்த்தி அவர்கள் ஓவியங்களின் தோற்றம், ஓவியர்களின் திறமை, கருவிகள் மற்றும் பொருட்கள், ஓவியக்கூடம் குறித்த விரிவான விளக்கம், சாதவாகனர் காலம் முதல் பத்தொன்பதாம் நூற்றாண்டு வரை ஓவியம் மற்றும் ஓவியத்தின் பரிணாமம் பற்றி விரிவாகக் கூறினார். பல்லவர்கள், முற்காலப் பாண்டியர்கள், சோழர்கள் மற்றும் விஜயநகர மற்றும் நாயக்கர்கள் காலத்தில் தமிழகப்பகுதியில் ஓவியத்தின் வளர்ச்சியை அவர் விளக்கினார். தமிழ்ப் பகுதிகளில் உள்ள ஓவியங்கள் மற்றவர்களின் கவனத்தையும் ஈர்த்துள்ளன. மேலும் அவை வரலாற்றுக்கு முந்தைய காலத்திலிருந்து இருபதாம் நூற்றாண்டு வரை காலனித்துவக் கால ஓவியம் உட்படப் புராண, தொன்ம, இலக்கிய மற்றும் கல்வெட்டுச் சான்றுகளைப் பயன்படுத்தி முயற்சி செய்து அணுகின.

குகைக் கோயில்களில் ஓவியம் வளரத் தொடங்கியதை இங்கே குறிப்பிடலாம். காஞ்சிபுரத்தில் உள்ள கைலாசநாதர் கோயிலில் உள்ள சோமாஸ்கந்தர் போன்ற சில ஓவியங்களைத் தவிர மற்றும் பிற இடங்களில் பல்லவர்-பாண்டியர் காலத்தின் பல ஓவியங்கள் எஞ்சியிருக்கவில்லை என்பது கவனிக்கத்தக்கது. இவ்வாறு ஓவியம் வரைவதற்கு சிறிதளவும் சான்று காட்ட முடியவில்லை என்பதைக் காண்கிறோம். மற்ற கலை வடிவங்களில் ஓவியங்கள் மிகவும் புறக்கணிக்கப்பட்டன. எனவே, இந்தப் பொருள் தொடர்பாக ஆழமான ஆய்வு செய்ய வேண்டும். கல், உலோகம் மற்றும் மர வேலைகள் செய்யும், அஞ்சு ஜாதி பாஞ்சாலத்தார்கள் எனப்படும் கல்தச்சன், ஆசாரி, கருமார் (இரும்புக்கொல்லன்), தட்டார் (பொற்கொல்லன்), மற்றும் செப்புக்கொல்லன் ஆகிய அய்ந்து சாதிகளின் தொழில் வல்லுநர்களால் மேற்கொள்ளப்பட்டன. இருப்பினும் பட ஓவியங்கள் மற்றும் வண்ணஓவியங்கள், ஓவியர் மற்றும் வண்ணஓவியர்களால் மேற்கொள்ளப்பட்டன. மேலும் இந்தக் கலைஞர்கள், பதிவுகளில் காணப்படும், வலங்கை மற்றும் இடங்கைச் சாதிகளில் நேர்த்தியாகச்

சேர்க்கப்படவில்லை. அவர்கள் வணிகர்கள் மற்றும் கோயில்களால் பணியமர்த்தப்பட்டனர். மேலும் கலைஞர்கள் ஏற்றுமதிக்கான துணியில் மற்றும் வழிபாட்டுத் தலங்களின் சுவர்களில் ஓவியம் வரைந்தனர். தமிழ் நிலப்பரப்பில் தட்பவெப்பநிலை மாற்றம் காரணமாக ஓவியங்கள் பெருமளவில் உயிர் பிழைக்கவில்லை. குரலற்ற மக்களின் வரலாற்றை அவர்களின் கலைப்படைப்புகளின் அடிப்படையில் ஆராய்வோம்.

பழங்கால மற்றும் இடைக்காலத் தமிழ்நாட்டில் புனித நினைவுச்சின்னங்களை பெரிய அளவில் கட்டுவதற்கு அதன் நீடித்த ஆயுள் காரணமாகக் கல் தேர்ந்தெடுக்கப்பட்ட ஊடகமாக இருந்தது. இருப்பினும், கற்கள் வெட்டியெடுத்தல் மற்றும் குகைக்கோயில்கள் முதல், முழு-ஒற்றைக் கற்கோயில்கள் வரை, வெளிப்புற மற்றும் உட்புறப் பூச்சுகளுடன் கட்டடம் ஆகியவற்றுடன் கூடுதலாகக் கல் வேலைப்பாடு செய்வோர்கள், மற்றும் அதற்கான கருவிகளின் பங்கை அறிஞர்கள் குறிப்பிடவுமில்லை; ஆய்வு செய்யவுமில்லை. கோயில்களின் இட அமைப்புப் படம் மற்றும் கோயில்கள், கட்டடக்கலை, கற்சிலைகள் மற்றும் வெண்கலச் சிலைகள், ஆகமங்கள், சிலை-நூல்கள் மற்றும் உருவப்படங்கள், பூசைகள் மற்றும் கொண்டாடப்படும் திருவிழாக்கள் பற்றிய ஆய்வு பரவலாக மறைக்கப்பட்டிருந்தது. சமணமும் புத்தமும் வடஇந்தியாவில் இருந்து தமிழகப் பகுதிக்குப் பரவியது. விஷ்ணு மற்றும் சிவ வழிபாட்டைப் பரப்பிய ஆழ்வார்கள் மற்றும் நாயன்மார்களால் இந்துமதம் பரவலாகப் பரவியதோடு பக்திக் காலத்தின்போது புனித யாத்திரையை ஊக்குவித்தனர். இந்துமதப் பரவலால் நினைவுச்சின்னக் கோயில்களை எழுப்பியதுடன், மக்கள் நிறுவப்பட்ட ஆண் கடவுள்கள் மற்றும் பெண் கடவுள்களை வணங்கத் தொடங்கினர். மத நூல்களின் பல்வேறு காட்சிகளைச் சித்தரிக்கும் ஓவியம் பாறைகள், குகைகள் மற்றும் சுவர்களில் வரையப்பட்டது.

பண்டைய இலக்கியங்களில் ஓவியம் பற்றிய தமிழ்ச்சிந்தனை

தமிழிலக்கியம் பண்டைக் காலத்தில் நிலப்பரப்புக் காட்சிகள் பற்றி அதிக அளவில் கவிதை அமைப்புகளுடன் காணப்படுகிறது. பரிபாடல் என்ற சங்க இலக்கியம் மதுரைக்கு அருகிலுள்ள திருப்பரங்குன்றம் மலைக் கோயில் அமைந்துள்ள ஏழுநிலை மண்டபத்தைக் குறிக்கிறது. அதில் இரதி, காமன் மற்றும் அகலியை மயக்கி அவளைப் பூனை வடிவமாக மாற்றிய இந்திரன் மற்றும் கௌதம முனிவர் கோபமுற்று கல்லாக மாறச் சாபமிட்டது ஆகிய ஓவியங்கள் இருந்தன. கோயிலுக்குச்

சென்ற தம்பதிகள் அங்கு வரையப்பட்ட ஓவியங்களைப் பார்த்தனர். அந்தப் பண்பாளர் அந்தப் பெண்ணுக்கு ஒவ்வொரு ஓவியத்தையும் விளக்கினார். எனவே, சிறந்த ஓவியங்களை வரைந்த ஓவியர்கள் இருந்ததையும், பொதுமக்களுக்கு இது தொடர்பாகப் போதுமான அறிவினைப் பெற்றிருந்தமையையும் காண்கிறோம்.[1]

துணியில் ஓவியங்களும் உருவாக்கப்பட்டன. நடனங்கள் மற்றும் நாடகங்கள் நடத்தப்படும்போது அரங்குகளில் பயன்படுத்தப்பட்ட திரைச்சீலைகள் பற்றிக் குறிப்பிடுவதைக் காண்கிறோம். தமிழ் இலக்கியப் பனுவலான சிலப்பதிகாரம் மேடைத் திரைகளில் காணப்படும் அழகான படங்கள் மற்றும் வண்ணஓவியங்களைக் குறிக்கிறது.[2] முதலில் துணியில் சித்திரங்கள் வரையப்பட்டதாகவும், இச்சித்திரங்கள் பளபளக்கும் வகையில் கலைஞர்களால் மெழுகினால் பூசப்பட்டதாகவும் நெடுநல்வாடை தெரிவிக்கிறது.[3]

பாறை ஓவியங்கள், குகை ஓவியங்கள் மற்றும் தமிழ்நாட்டில் தொடக்ககாலக் கலை

பாறைக்கலை என்பது குகைகள் அல்லது பாறைக் குகைகளின் உட் கூரைகள் மற்றும் சுவர்களில் காணப்படும் ஓவியங்கள், மற்றும் செதுக்குவேலை ஓவியங்கள், எனக் குறிப்பிடப்படுகிறது. பாறை ஓவியம் என்பது குகை ஓவியங்கள் என்று கூட அழைக்கப்பட்டாலும், அவை பாறைகளை சேதப்படுத்தியும், கூர்மையான கருவிகளைக் கொண்டு ஓட்டை போட்டும், பாறைகளில் எழுதவும் வரையவும், குகையில் தங்குமிடங்களில் செய்யப்பட்டன. அதாவது பாறையின் மேற்பரப்பில் சில வண்ணப் பொருட்களைச் சேர்ப்பதன் மூலம் பண்புக் கூறுகள், உருவங்கள், உருவ விளக்கப்படங்கள், கல்லெழுத்துகள் மற்றும் ஓவியங்கள் என்று பல வகையாக அறியப்படுகின்றன. பாறை ஓவிய வகைகள் பல வகையான சேர்க்கை செயல்முறையால் உருவாக்கப்பட்டு இடம் விட்டு இடம் நகர்த்தப்படாத ஓவியங்கள் என்று அழைக்கப்படுகிறது.

பண்டைய தமிழ்நாட்டின் படங்கள் மற்றும் ஓவியங்கள் பாறைகளில் காணப்படுகின்றன. அவை பெரும்பாலும் வெள்ளை, காவி, கருப்பு மற்றும் நீல நிறங்களில் வரையப்பட்டுள்ளன. இருப்பினும் கருப்பு நிற பாறைகளில் அவை செய்யப்பட்டதால், வெள்ளை நிறத்திற்கு மிகவும் முன்னுரிமை அளிக்கப்பட்டது. வெள்ளருக்கம்பாளையத்தில் உள்ள பாறை ஓவியமானது, குதிரைகளின் மீது அமர்ந்திருக்கும் இரு வீரர்களையும், அவர்கள் வாள் சண்டையிடும் காட்சியையும்

சித்தரிக்கிறது. பண்டைக் காலத்தைச் சேர்ந்த கீழ்வாலையில் உள்ள படங்கள், ஒரு மனிதன் குதிரையின் மீது சவாரி செய்வதையும், மற்றொரு மனிதன் தன் இடுப்பில் ஒரு குத்துவாள் வைத்திருப்பதையும், மற்றொரு மனிதன் படகில் பயணம் செய்வதையும் சித்தரிக்கிறது. மக்களின் சமூக வாழ்க்கை அதிக அளவில் சித்தரிக்கப்பட விரும்பப் பட்டது என்பதை இப்பாறை ஓவியங்கள் நிறுவுகிறது.[4] மனிதன் இயற்கையின் மீது கட்டுப்பாட்டைச் செலுத்தத் தொடங்கினான். அதனால், தான் வளர்க்கும் வீட்டு விலங்குகள், பறவைகள் மேலும் காடுகளில் வாழ்ந்த இனங்களையும் அறிந்து கொண்டான்.

பல்லவர்களின் ஆட்சியின் கீழ் பல நூற்றாண்டுகள் பரிணாம வளர்ச்சியில் மெதுவான இயக்கத்தில் ஓவியம்

தொண்டைமண்டலத்தில் பல்லவ ஆட்சியாளர்களின் கீழ் ஓவியக்கலை ஆதரவைப் பெற்றது. அரசர் முதலாம் மகேந்திர வர்மன் *(580-630)* சித்திரகாரப் புலி (ஓவியர்களிடையே ஒரு புலி) என்ற பட்டத்தைப் பெற்றிருந்தார். இது பல்லாவரம் கல்வெட்டில் குறிப்பிடப்பட்டுள்ளது. இது அவருடைய அடையாளத்தைப் பரிந்துரைப்பதோடு ஓவியக் கலையில் அவருடைய ஆர்வத்தை வெளிப்படுத்துகிறது.[5] மாமண்டூரில் உள்ள ருத்ரவாலியவரம் குகைக் கோயிலில் பல்லவர் காலச் சுவரோவியங்கள் உள்ளன. தட்சிணசித்ரா (தென்னிந்திய ஓவியக் கலை) எனப்படும் விருத்தியைத் (விளக்கவுரை) தொகுக்க அவர் காரணமாக இருந்ததாக மாமண்டூர் கல்வெட்டுப் பதிவு குறிப்பிடுகிறது. இந்த விளக்கவுரைப் பணி ஒரு படைப்பில் வகுக்கப்பட்ட முறைகள் மற்றும் விதிகளைப் பின்பற்றியது. இது பாடத்தை மிகவும் எளிமையாக்கியது.[6] சிவனின் நடனத்தைக் கண்ட சிவனின் மனைவி பார்வதியின் ஆடை மற்றும் நகைகள், பனைமலை தாளகிரீஸ்வரர் கோயிலில் காணப்படும் ஓவியத்தில் அழகாகச் சித்தரிக்கப்பட்டுள்ளது. மலையடிப்பட்டிக் குகைக் கோயிலில் மச்ச அவதாரம் ஓவியம் உள்ளது. மாமல்லபுரம், குடியாத்தம் அருகேயுள்ள ஆர்மாமலை மற்றும் காஞ்சிபுரத்தில் பல துண்டுதுண்டான ஓவியங்கள் காணப்படுகின்றன. இப்போதுள்ள சுவரோவியங்களின் தொடக்க மாதிரிகள் இவை.[7]

இராஜசிம்ஹா என்ற இரண்டாம் நரசிம்ம வர்மன் *(691-729)* அவர்களால் காஞ்சிபுரத்தில் கட்டப்பட்ட கைலாசநாதர் கோயிலில் பல்லவர் கால ஓவியங்கள் உள்ளன. ழூவோ துப்ராய் அவர்கள் அதை முதன்முறையாக ஒரு சிற்றறையில் கண்டுபிடித்தார். மேலும்

சோமாஸ்கந்தரை வரிக்கோடுகளாகவும் கோடுகளாகவும் சித்தரித்திருந்தது சிலைகளைப் போல ஒத்திருந்தது. நடுவண் தொல்லியல் துறையின் வேதியல் பிரிவினரால் மீண்டும் ஓவியங்கள் வரையப்பட்டன. இது ஓவியங்களை நேர்த்தியாக வெளிப்படுத்தியது. கோயிலின் வெற்றுச் சுவர்களில் உள்ள ஓவியங்கள் சிவனின் பல்வேறு தோற்றங்களைக் காட்டுகின்றன.[8]

தொண்டூரில் பாறை ஓவியங்கள் மற்றும் திருமலையில் குகை ஓவியங்கள்

இருபத்திநான்காம் தீர்த்தங்கரர் மகாவீரருக்குச் செஞ்சியின் தென்கிழக்கில் தொண்டூரில் புனிதத்தலம் உள்ளது. இத்தலத்தின் தென்முனையில் பஞ்சனார்பாடி என்கின்ற நயினார் கோயில் என்ற சிறுகுன்று உள்ளது. இந்தச் சிறுகுன்றில் ஓர் இயற்கையான நிலவறைக் குகை உள்ளது. அதில் மூன்று வெட்டப்பட்ட பாறைப் படுக்கைகள் மற்றும் பார்ஸ்வநாதரின் உருவம் உள்ளது. சிறுகுன்றின் கிழக்குப் பகுதியில் அய்ந்து பாறைப் படுக்கைகள் மற்றும் மேல் நோக்கிச் செல்லும் வலது பக்கத்தில் படிக்கட்டுகள் உள்ளன. இந்த நிலவறைக் குகையின் உட்புறக் கூரையில் வெள்ளை வண்ணத்தால் வரையப்பட்ட பாறை ஓவியங்கள் உள்ளன. அதில் சின்னங்கள் மற்றும் சிறிய மனித உருவங்கள் உள்ளன.[9]

ஆரணிக்கு அருகில் போளூருக்கு வடமேற்கே அமைந்துள்ள திருமலை, பத்தாம் நூற்றாண்டில் வைகாவூர் என்றழைக்கப்பட்டது. இந்த இடத்தில் பாறையில் வெட்டப்பட்ட குகைக் கோயில்கள் உள்ளன. பாறையின் கீழ்ப்பகுதியில் இரு கோயில்களாகச் செதுக்கப் பட்டுள்ளது. முதலாம் குகைக்குள் ஒரு புனிதத்தலம் குறுகிய படிக்கட்டுகளைக் கொண்டுள்ளதைக் காணலாம். குகை பன்னிரெண்டு அடி நீளமும் நான்கு அடி அகலமும் கொண்டது. இரண்டாம் குகை ஒரு குறுகிய படிக்கட்டு வழியாகச் செல்கிறது. இது முதல் குகையை விடப் பெரியது. ஒரு பெரிய மண்டபம், ஒரு கருவறை மற்றும் ஓவியங்களால் நிரப்பப்பட்ட, அருகிலுள்ள ஓர் அறை மற்றும் செதுக்கப்பட்டுள்ள இரு பெரிய சன்னல்களுடன் இது உள்ளது. கருவறையின் நுழைவாயிலில் இரு துவார பாலகர்கள் வரையப்பட்டு உள்ளனர். பக்கத்திலுள்ள கூடத்தின் படங்கள் அஜந்தா ஓவியங்களின் பாணியில் பேரிக்காய்களுடன் கூடிய அலங்காரத் தலைப்பாகைகள் மற்றும் முகத்தில் உறுதியான தோற்றங்களோடு உள்ளன.

ஆர்மாமலையில் உள்ள எட்டாம் - ஒன்பதாம் நூற்றாண்டு ஓவியங்கள்

குடியாத்தம் பகுதியில் மலையன்பட்டு சிற்றூருக்கு அருகில் ஆர்மாமலை உள்ளது. இயற்கையான நிலவறைக் குகையான இது சமணத் துறவிகளின் வசிப்பிடமாக இருந்தது. இந்த நிலையில் நிலவறைக் குகையின் சுவர் மற்றும் கூரையில் காணப்படும் ஓவியங்கள் ஒன்பதாம் நூற்றாண்டைச் சேர்ந்தவை. அஷ்டதிக் பாலர்களைச் சித்தரிக்கும் இந்தக் குகையிலுள்ள ஓவியத்தின் நிறங்கள் காவி, பச்சை மற்றும் கருப்பு.[10] ஆர்மாமலைக் குகையில் மூன்று இடங்களில் ஓவியங்கள் காணப்படுகின்றன. கிழக்குப் பக்க கூரையிலும் மேற்குப் பக்க கூரையிலும் ஓவியங்களின் தடங்கள் காணப்படுகின்றன. அவற்றில் கிழக்குப் பக்க கூரையிலுள்ள ஓவியங்கள் மிகவும் பெரிதாக இருந்தது. இது 7 மீட்டர் முதல் 3.5 மீட்டர் வரை அளவு கொண்டது. இந்த ஓவியங்கள் எட்டு வீடுகள் மற்றும் நடுவில் ஒன்று எனப் பிரிக்கப்பட்டுள்ளன. இதை அஷ்டதிக் பாலர்கள் எனப் புரிந்துகொள்ள முடியாது. ஏனென்றால், சமண நெறிமுறையில் திக்பாலர்கள் பத்து பேர். ஒன்று நிலத்திற்கும், ஒன்று வானத்திற்கும், மற்றும் எட்டு திசைகளுக்கும் என அதில் அடங்கும். குகைக்குள் எரியும் நெருப்பு அல்லது புகையால் பெரும்பாலான படங்கள் சிதைவடைந்தாலும், அக்னி ஆட்டின் மேல் சவாரி செய்வது போலவும், எமன் எருமை மீது சவாரி செய்வது போலவும் மற்றும் நிலத்தின் பாதுகாவலனாகவும் சில உருவங்கள் தெரிகிறது.[11]

பல்லவர்களின் ஆட்சியின் கீழ் சுவரோவியங்களின் தொடக்கக்கால வளர்ச்சி: காஞ்சிபுரத்தில் உள்ள சந்திரநாதர் கோயில்

இரண்டாம் நரசிம்மவர்மன் அல்லது இராஜசிம்மன் (691-729) என்ற மன்னரால் கட்டப்பட்ட காஞ்சிபுரத்தில் உள்ள சந்திரநாத கோயிலில் நிறைய சுவரோவியங்கள் உள்ளன. இசை மண்டபம் மற்றும் முக மண்டபம் ஆகியவற்றின் கூரையில் உள்ள ஓவியங்கள் இரு குழுக்களாக அமைக்கப்பட்டுள்ளன. ஒரு குழு ஓவியம் கிழக்கிலிருந்து மேற்காக இசை மண்டபத்தின் மேற்கூரையிலும், மற்றொன்று முக மண்டபத்தின் மேற்கூரையில் வடக்கிலிருந்து தெற்காகவும் அமைக்கப்பட்டுள்ளது. இவை வரிசையாக இருந்தாலும், ஒன்றுக்கு ஒன்று இடைவெளி விட்டு தீட்டப்பட்டுள்ளது. ரிஷபநாதர், முதல் தீர்த்தங்கரர், இருபத்திஇரண்டாம் தீர்த்தங்கரரான நேமிநாதர் மற்றும் அவர் உறவினர் கிருஷ்ணரின் கதையைச் சித்தரிக்கும் பெயர்பட்டியலில் ஓவியத்தின் கீழ் விளக்கப்பட்டுள்ள வரிசைபற்றிய

விளக்கங்கள் உள்ளன. இந்த எழுத்துக்கள் காலப்போக்கில் தொலைந்து போயின. ஆனால், 24 தீர்த்தங்கரர்களும் அடங்கிய 63 சாலக புருஷர்களின் வாழ்க்கைப்பகுதியைச் சென்னையில் உள்ள அரசு கீழைத்தேசக் கையெழுத்துப்படிகள் நூலகத்தில் பாதுகாக்கப்பட்ட தமிழ் கிரந்தத்தில் உள்ள (கிரந்தம் என்றால் வடமொழியை எழுதுதற்குத் தமிழ் மக்கள் வழங்கிய எழுத்து) ஶ்ரீபுராணம் கையெழுத்துப்படி மூலம் அவற்றைப் புரிந்துகொள்ள முடியும்.[12]

திருப்பருத்திக்குன்றம் கோயிலில் உள்ள சமண ஓவியங்கள்

பல்லவர்கள் தொண்டைமண்டலத்தை ஆண்டனர். இப்பகுதியில் சமண மதச் சிந்தனைகளை விளக்கும் ஓவியங்களைப் பல்வேறு இடங்களில் காணலாம். மன்னர் சிம்மவர்மன் கி.பி.546இல் திருப்பருத்திக்குன்றம் (சமணக் காஞ்சி) சிற்றூரைச் சமணச் சமூகத்திற்குத் தானமாக வழங்கினார். ஒரு பள்ளி கி.பி.570இல் ஆட்சியாளரால் கட்டப்பட்டது. ஜீனசேனரின் மகாபுராணத்தைத் தழுவி திரிசஸ்திசாலகா புருஷ புராணத்தை அடிப்படையாகக் கொண்டு மணிப் பவள (பிரவாள) நடையில் இயற்றப்பட்ட ஶ்ரீபுராணத்தில் குறிப்பிட்டுள்ளபடி, தீர்த்தங்கரர்களின் வாழ்க்கையைச் சித்தரிக்கும் ஓவியங்களால், அலங்கரிக்கப்பட்ட சந்திரபிரபா கோயில் கூரை மற்றும் தூண்களை, மக்கள் நன்கொடையாக அளித்துப் புதுப்பித்து, அந்தக் காலக்கட்ட ஓவியங்கள் வரையப்பட்டன.[13] ஆனால் வண்ணங்கள் மங்கிப் போயின. அவற்றில் சில அதிக வண்ணம் பூசப்பட்டு, பிந்தைய காலத்தைச் சேர்ந்த இலகுவான வண்ணம் வழங்கப்பட்டுள்ளது. வாசுதேவருக்கு மஞ்சள் நிறம் மற்றும் பலராமனுக்கு வெள்ளை நிறம் போன்ற அடையாளத்திற்காகக் குறிப்பிட்ட எழுத்துகள் குறிப்பிட்ட வண்ணங் களுடன் ஒதுக்கப்பட்டுள்ளன.

பாண்டியர் ஆட்சியில் மதுரையில் ஆனைமலை மற்றும் சித்தன்னவாசல் ஓவியங்கள்

தென் தமிழ்நாட்டை ஆண்ட பாண்டியர்கள் ஓவியத்திற்கு ஆதரவு அளித்தனர். திருநெல்வேலிப் பகுதியில் உள்ள திருமலைப்புரத்தின் குகைக் கோயிலில் ஒன்பதாம் நூற்றாண்டைச் சார்ந்த பாண்டிய நாட்டு ஆட்சியாளர்களின் ஓவியங்கள் உள்ளன. அந்த ஓவியங்களிலொன்றில் சித்தரிக்கப்பட்ட வேட்டைக் காட்சி மிகவும் அழகாக இருக்கிறது.[14] திருவரங்கம் (ஶ்ரீரங்கம்) கோயிலில் உள்ள தெற்குக் கலியுகராம கோபுரத்தின் மேற்கூரையில் (சடையவர்மன் சுந்தர பாண்டியன் ஆட்சியின் போது (1251-1271) கட்டப்பட்டது) உள்ள மகோத்சவ அல்லது பிரம்மோத்சவத்

திருவிழா ஓவியங்கள் இரட்டை மீன் மற்றும் செங்கோல் கொண்ட பாண்டிய அரச முத்திரையைக் கொண்டுள்ளது. திருவரங்கத்தில் அரங்கநாதர் ஊர்வலமாக அழைத்துச் செல்லப்பட்ட பல்வேறு வாகனங்களின் ஓவியங்களை நாம் காண்கிறோம்.[15]

ஆனைமலையில் உள்ள சிறுகுன்றின் ஒரு பகுதி யானையின் கண் போன்ற உருவத்தை ஒத்திருக்கிறது. நரசிங்கபுரத்திற்குள் நுழைந்ததும், மலையின் வலது புறத்தில் உள்ள யோக நரசிம்ம நிலவறைக் குகையை அடைவதற்கு முன்பு வட்டெழுத்துக் கல்வெட்டுடன் ஒன்பதாம் நூற்றாண்டைச் சேர்ந்த சில சமண அடித்தளத் தோற்றத்துடன் கூடிய பாறைகள் அடங்கிய ஒரு பெரிய பாறை உள்ளது. பாறையின் அடியில் மகாவீரர், பார்சுவநாதர், பாகுபலி மற்றும் யக்ஷி அம்பிகா புடைப்புச் சிற்பங்களைக் கொண்ட குகை உள்ளது. புடைப்புச் சிற்பங்களின் உடலில் சாந்து ஓவியங்கள் சீராக வரையப்பட்டதை நாம் காண்கிறோம்.

சித்தன்னவாசலில் உள்ள ஓவியங்கள் தமிழ்நாட்டில் கிடைத்த பழமையான சமண ஓவியங்களாகும். இயற்கையின் நிலவறைக் குகைகள் மற்றும் குடைவரைக் கோயில்கள் அதனுடன் கட்டமைப்புக் கோயில்களில் சமண மதத்தின் நினைவுச்சின்னங்களைச் சேர்ந்த எண்ணற்ற ஓவியங்கள் சமணர்களால் முன்வைக்கப்பட்ட சூழலியல் கண்ணோட்டத்தையும் எதிரொலிக்கின்றன.

சிறு குன்றின் வடக்குப் பகுதியில் ஒரு குடைவரைக் கோயில் உள்ளது. இக்கோயில் மூன்று தீர்த்தங்கரர்களுக்கு காணிக்கையாக்கப் பட்டுள்ளது. இக்கோயிலின் உள்அளவு ஏறக்குறைய நான்கு சதுர மீட்டராகும். கருவறையை ஒட்டிய அர்த்தமண்டபம் ஏறக்குறைய நாற்பது சதுர மீட்டர் அளவிலும், நுழைவாயில் 1.6 சதுர மீட்டர் அளவிலும் உள்ளது. கோயிலின் முகப்பில் இருபக்கங்களிலும் இரண்டு சதுரத்தூண்கள் உள்ளன. அவை விளிம்புகளில் செவ்வகத் தூண்களுடன் முடிவடையும். அதன் விட்டங்களில் ஒரு வளைந்த உச்சிச் சிற்பப் பிதுக்கத்துடனும், அலங்காரமான பள்ளம் கொண்ட தண்டையக் கட்டுகளின் கீழ் கிடைமட்ட உருளை மூலம் அலங்கரிக்கப்பட்டுள்ளன. உள்கோயிலின் கூரையில் சமவசரணத்தைக் குறிக்கும் ஓவியங்கள் காணப்படுகின்றன. பெரிய தாமரைப் பதக்கங்கள் செவ்வகத் தூண்களில் உள்ள தூண்களை அலங்கரித்தபடி, வெளிமண்டலத்தின் வடக்குச் சுவரில் அர்த்தபத்மாசனத் தோரணையில் சமண ஆச்சாரியார் ஒருவர் அமர்ந்துள்ளார். அவருக்கு அருகிலுள்ள கல்வெட்டு தூணில்

அவரைத் திருவாசிரியன் (வணக்கத்திற்குரிய ஆசிரியர்) என்று குறிப்பிடுகிறது.[16]

கருவறையில் மூன்று உருவங்கள் அதிகப் புடைப்பு நிலையில் உள்ளன. சுவர்க்கூரையின் மேற்பரப்பில் ஓவியம் வரைந்ததற்கான தடங்களும் கட்டமைப்பைச் சுற்றித் தூண்களும் உள்ளன. உட்புறக் கூரையில் மீன், யானை, பறவைகள், காளைகள் மற்றும் முதலைகளுடன் கூடிய தாமரைக் குளத்தின் சுவரோவிய நுட்பத்தைக் காண்கிறோம். வடக்கு மற்றும் தெற்கு முகப்புத் தூண்களில் நடனக் கலைஞர்களின் ஓவியங்கள், ஒருவரின் இடுப்பு, தோரணையுடன் (லதா விரிஷிகா), கைகள் மற்றும் கால்களை வளைந்த வடிவத்தில் ஆடுவதைக் காட்டுகிறது. ஒரு சிறுவனைப் போன்ற ஒரு மனித உருவம் குளத்திலிருந்து நீர் அல்லியைச் சேகரிக்கிறது. இவை அய்ந்தாம் மற்றும் ஆறாம் நூற்றாண்டுகளின் அஜந்தா மற்றும் சிக்ரியா (இலங்கை) ஓவியங்களை நினைவுப்படுத்தும் வகையில், இயற்கையான தலைவாரும் அழகு, முகத்தோற்றங்கள் மேலும் நகைகளுடன் உள்ளன.[17]

சித்தன்னவாசலில் கருவறை மேற்கூரையிலும், வெளிப்புற மண்டபத்திலும், அதேபோல் குடைவரைக் கோயில்களின் தூண்களின் பொதிகை (தண்டையக் கட்டுகள்) மற்றும் கொடுங்கை (பீடம்) ஆகியவற்றிலும் ஓவியங்கள் காணப்படுகின்றன. இந்த ஓவியங்களைத் தூய்மை செய்யும் பணியில் ஈடுபட்டபோது இரண்டு அடுக்கு ஓவியங்கள் காணப்பட்டன.[18]

சித்தன்னவாசலின் பழைய ஓவியங்களின் மேலே, புதிய ஓவியங்கள் காணப்பட்டன. ஒன்பதாம் நூற்றாண்டைச் சேர்ந்த கல்வெட்டு ஒன்று, அர்த்தமண்டபம் மற்றும் முகமண்டபம் கொண்ட கோயிலை, மதுரையைச் சேர்ந்த இளம கௌதமன் என்பவர் புதுப்பித்ததாகக் கூறுகிறது. இதன்மூலம் ஓவியங்களின் முதல் அடுக்கு ஒன்பதாம் நூற்றாண்டைவிட முந்தைய காலகட்டத்தைச் சேர்ந்தது என்பதைத் தெரிவிக்கிறது.[19]

தமிழகப் பகுதியில் உள்ள பெரும்பாலான சமணச் சுவரோவியங்கள் மூன்று தீர்த்தங்கரர்களான ரிஷபா, பார்சுவநாதா மற்றும் மகாவீரரின் வாழ்க்கையை விளக்குகிறது. முதல் மற்றும் கடைசித் தீர்த்தங்கரர்களின் கதை பெரும்பாலும் கனவுகள் மற்றும் அவர்களின் கனவுகளில் இருந்து வெளிப்படும் நல்ல நோக்கம் பற்றியது. சித்தன்னவாசலில் உள்ள ஒரு தாமரைக் குளத்தைச் சித்தரிக்கும் சுவரோவியம் பல வடிவங்களில் விளக்கப்படுகிறது. பி.எம்.ஜோசப் அதை மாவீரரின்

தாயார் பிரியகாரிணி (பிரியகன்னி) குழந்தையாக மாவீரரைச் சுமந்து கொண்டிருந்தபோது கண்ட கனவின் விளக்கமாக அடையாளப்படுத்து கிறார்.[20] டி.என்.இராமச்சந்திரன் சமவசரணம் அல்லது சொர்க்க அமைப்பு என்று அடையாளம் காட்டுகிறார். தாமரைக்குளம், எருமைகள், யானைகள், மீன், தாமரை இலைகள் மற்றும் மலர்களுடன் சித்தரிக்கப்பட்டுள்ளது. சமவசரணத்தின் சித்தரிப்புகள் முன்மண்டபத்தில் வட்டவடிவம் மற்றும் சதுர வடிவ வடிவங்களில் உருவங்கள் காணப் படுகிறது. நுழைவாயிலில் அரசர், அரசி மற்றும் ஒரு துறவி போன்ற மூன்று பேர்களின் உருவங்கள் உள்ளன. அரசனும் அரசியும் பாண்டிய அரசன் ஸ்ரீமாறனும் அவருடைய அரசியுமாக இருக்கலாம் என்று கருதப்படுகிறது. துறவி ரிஷபா, முதல் தீர்த்தங்கரராக அவரால் அடையாளம் காணப்பட்டு, நீலாஞ்சனாவைப் (விண்ணுலக இளம் பெண்களின் நடனம்) பார்க்கிறார். விலகி நிற்கும் உருவம், லௌகாத்திகா தேவாவின் உருவமாக இருக்கலாம். அவர் தீட்சை (துறவறத்தைக் கடைபிடிக்க) பெற சரியான நேரத்தைப் பற்றி ரிஷபாவிற்கு அவர் அறிவுறுத்தினார்.[21] சித்தன்னவாசலில் உள்ள ஓவியத்தில் காணப்படும் அரசன், அரசி, நடனக் கலைஞர்கள் மற்றும் தாமரைக்குளம் ஆகியன பாண்டியர் காலத்தைச் சேர்ந்தவை. தமிழ்நாட்டில் பல சுவரோவியங்கள் பெரிய அளவில் நிலைத்திருக்கவில்லை. ஏனெனில் அவை மென்மையாக ஒன்றாக இருந்ததோடு, காலம் மற்றும் வானிலை மாற்ற செயல்பாட்டால் முதன்மையாகப் பாதிக்கப்பட்டுள்ளன.

சோழமண்டலத்தில் இடைக்காலச் சோழர்களின் ஆட்சியின் கீழ் வரையப்பட்ட ஓவியங்கள்

தஞ்சாவூரிலுள்ள பெருவுடையார் கோயில் அய்ம்பெரும் பூதங்களின் (நிலம், நீர், நெருப்பு, காற்று மற்றும் வானம்) கொள்கைகளின் அடிப்படையில் முதலாம் இராஜராஜனால் கட்டப்பட்டது. உள் கோயில் சுற்றுப்புறம் (முற்றம்) பல ஓவியங்களைத் தன்னகத்தே கொண்டுள்ளது. சுந்தரமூர்த்தி நாயனார் வாழ்க்கையில் நடந்த நிகழ்ச்சிகள் தடுத்தாட் கொண்ட புராணத்தில் சொல்லப்பட்டவை சித்தரிக்கப்பட்டுள்ளது. திருவஞ்சைக் களத்தில் திருப்பதிகம் பாடுதல் போன்ற நிகழ்வுகளைக் குறிக்கும். கருப்பொருள் வகைகள் மிகவும் குறிப்பிடத்தக்க தலைசிறந்த படைப்புகளுள் அடங்கும். அதன்பிறகு கைலாசத்திற்குப் பயணம் செய்து அங்கு ஞானஉலா பாடினார். ஒரு தொகுப்பில் சோழநாட்டுக் கலைஞர் மனித வடிவங்களை எடுத்துக் காட்டி, சிறந்த ஆடை மற்றும் மலர் வடிவமைப்புகளை நாம் இந்தச் சுவர் ஓவியங்களில் காண்கிறோம். பெரும்பாலான சுவரோவியங்கள்

பதினோராம் நூற்றாண்டின் முற்பகுதியில் அரச மற்றும் தெய்வீக உருவப்படங்களாக உள்ளன. அவை பச்சை நிறப் பின்னணியில் அதிகமாக வரையப்பட்டுள்ளன.[22]

சிதம்பரத்தில் உள்ள நடராஜர் கோயிலில் உள்ளே வலமாகச் சுற்றிச் செல்கிற தாழ்வாரத்தில் உள்ள சுவரோவியத்தில் தஞ்சாவூர் இராஜஇராஜேஸ்வரி கோயிலின் கருவறை சித்தரிக்கப்பட்டுள்ளது. இந்த ஓவியங்களில் சிதம்பரம் கோயிலின் கருவறையின் ஒரு பெரிய, உண்மையான ஓவியமாக இது தனித்து நிற்கிறது. இரண்டாவதாக ஒரே கோயிலைச் சற்று மாறுபட்டும் குறைவான விளக்கத்தோடும் காட்டுகிறது.[23] கருவறையின் வடமேற்குப் பகுதியில் மேற்கு நோக்கி அமைக்கப்பட்டுள்ள பெரிய படத்தின் முன் நிற்கும்போது நாம் உண்மையில் சிதம்பரத்தை நோக்கிச் செல்வதைக் காணலாம்.[24] காளியைச் சித்தரிக்கும் ஓவியம் சிறியதாகத் தோன்றினாலும் மிகவும் சிறப்பு வாய்ந்ததாக உள்ளது. ஏனெனில், அவள் தெய்வங்களின் கூட்டத்தில் எந்த ஒரு பகுதியையும் சேரவில்லை. அவள் தனியாக கால்களை குறுக்கே வைத்து நடனமாடுவது தெரிகிறது. அவள் உடலின் நிறம் பச்சை. குறிப்பிடத்தக்க வகையில், அவள் நடனமாடும் தளம் சிவகாமியின் மட்டத்திற்குக் கீழே உள்ளது. சிவனின் மனைவி வெளிறிய நிறத்துடன் வலது பக்கம் மட்டும் மங்கலாகத் தெரியும் சிவனின் காளை வாகனத்தின் மீது நேர்த்தியாகச் சாய்ந்திருக்கிறாள்.[25] கோபமுடன் உள்ள பெண் தெய்வ உருவம், இயற்கையாக உள்ள சிவனை விட சிறப்பாக இல்லை. அவருடைய தலைக்கவசம் மாதிரியான விசிறி வடிவ முடியுடனும், இடதுபுறத்தில் ஓர் ஊமத்தை மலருடனும் உள்ளது. நடராஜரின் தலையின் இருபுறமும் சிவப்புநிற பட்டைகள் தெரிகிறது. சிவனின் சிரிப்பு கவனத்தை ஈர்க்கின்ற வகையில் உள்ளது. அவருடைய முகமும் உடலும் வெண்மையாக இருக்கிறது. அதேசமயம் அவருடைய கைகள் மற்றும் பாதங்கள் சிவப்பாக இருக்கிறது. நஞ்சினை விழுங்குவதால் ஏற்படும் நீலநிறத் தொண்டையினை இவ்வோவியத்தில் காட்டப்படவில்லை. தஞ்சாவூரில் உள்ள அரண்மனை வாசலில் சித்திரக்கூடம் இருந்ததை உக்கல் கல்வெட்டு பதிவு செய்கிறது.[26]

காரை பூசப்பட்ட உலர்ந்த சுவரின் நுட்பத்தில் ஓவியங்கள் செய்து முடிக்கப்பட்டன. பூசப்பட்ட ஈரமான மேற்பரப்பில் ஓவியம் வரையப்பட்ட சுவர் ஓவியத்திலிருந்து இது வேறுபட்டது. இரண்டு நுட்பங்களும் ஒரு நோக்கத்திற்காக காரை பூசப்பட்ட சுவர் ஓவியத்திற்கான தளமாக உள்ளது. இந்த இரண்டு செயல்முறைகளும்

சுவரோவியத்திலிருந்து வேறுபட்டவை. இது எந்தச் சுவரிலும் ஓவியம் வரைவதைக் குறிக்கிறது.

சோழர் காலத்தைச் சேர்ந்த உத்திரமேரூர் அருகே திருப்புலிவனத்தில் உள்ள வியாக்கிரபுரீஸ்வரர் கோயில் சுவரோவியங்கள் பச்சை, சிவப்பு மற்றும் வெள்ளை நிறங்களில் கண்டுபிடிக்கப்பட்டுள்ளன. முனிவர்கள், நடனக் கலைஞர்கள் மேலும் மத்தளம் மற்றும் சங்கு இசைக் கருவிகளை வாசிக்கும் இசைக்கலைஞர்களை நாம் கவனிக்கிறோம்.[27]

போளூருக்கு வடமேற்கே அமைந்துள்ள திருமலையில் பல்வேறு கோயில்கள் உள்ளன. மலையின் அடிவாரத்தில் இரு கட்டுமானக் கோயில்களும் இரு குடைவரைக் கோயில்களும் உள்ளன. சிறுகுன்றின் அடிவாரத்தில் உள்ள குடைவரைக் கோயில் ஒன்றில், வரிசையாக ஓவியங்கள் உள்ளன. மூன்று அறைகளைக் கொண்ட குகையின் சுவர்கள் மற்றும் கூரைகளில் முந்தைய கோயிலின் இந்த ஓவியங்கள் வரையப்பட்டிருந்தன. முதல் அறை ஒரு படிக்கட்டு வழியாக செல்கிறது. மேலும் இரு துவார பாலகர்கள் (வாயிலோர்) வரையப் பட்டுள்ளனர். வலது புறத்தில் குடைவரைப் படுக்கைகள் மற்றும் யக்ஷி பத்மாவதி கோயில் உள்ளது. உட்புற அறையைச் சுற்றியுள்ள சுவர்களில் துறவிகள் குறித்த ஓவியங்கள், மலர் வடிவமைப்புகள் மற்றும் வடிவியல் உருவங்களைக் குறிக்கும் சமவசரணம் ஆகியன உள்ளன. குடைவரைக்கோயில் சுவர்களில் அழிவடைந்த ஓவியங்கள் சோழர் காலத்துக்குரியவை. மேன்மைமிக்க மற்றும் விரிவான சுவரோவியங்களில் திருமலை சிறந்து விளங்குகிறது.[28]

இந்த அறையின் இடதுபுறத்தில் ஒரு திறப்புடன் முகப்பு மாடத்தைப் போலத் தோற்றமளிக்கும் மற்றோர் அறையும் இந்த அறையும் பல ஓவியங்களால் சூழப்பட்டுள்ளது. கூரைகள் தாமரை மலர்களின் ஓவியங்களால் அலங்கரிக்கப்பட்டிருக்கும் அதே வேளையில், மேற்குச் சுவரில் அன்னப்பறவைகள் மற்றும் முக்கோண வடிவமைப்புகளின் தொடர் படங்களைச் சித்தரிக்கிறது. அதே சுவரில் மெலிந்த தலையுடன் எளிதில் புரிந்துகொள்ள இயலாத யக்ஷியின் உருவம் உள்ளது. அவள் ஒரு மகுடம், காதணி மற்றும் கழுத்தணிகளை அணிந்திருக்கிறாள். இந்த ஓவியம் பல அடுக்குகளில் வரையப்பட்டுள்ளது. முந்தைய பணியான அஜந்தா ஓவியங்களின் முகபாவனை மற்றும் முகஅமைப்புகள் போன்ற வரையப்பட்ட பாணிபோல் தெரிகிறது. தூண்டுதலுணர்ச்சி ஊட்டக்கூடிய கண்கள் மற்றும் செழுமையான மெல்லிய உதடுகளுடன் முகம் மென்மையாகத் தெரிகிறது. மற்ற அடுக்குகளில் சோழர் பாணியில் ஓவியங்கள் உள்ளன. மற்றும்

சேர்க்கப்பட்ட அடுக்குகள் வெளிப்புறங்களைப் பிணைக்கும் கோட்டோவியங்களுடன் உள்ளன. இது முந்தையதைப் போல, இரு பரிமாணத் தட்டையான வண்ணங்களைக் கொண்டுள்ளது. இது முகத்தோற்றங்களை மேம்படுத்தும் நிறத்திண்மையோடு உள்ளது.

பெரமந்தூர், ரிஷபநாதர் கோயிலில் சோழர்கால நீர்வண்ண ஓவியங்கள்

பெரமந்தூரில் உள்ள ரிஷபநாதர் கோயிலில் சோழர் கால ஓவியங்கள் வரிசையாக உள்ளன. இவை கெட்டி வண்ண முறையில் வழங்கப்பட்டுள்ளன. இதில் சுண்ணாம்புப் பூச்சு மேற்பரப்பில், வண்ணங்கள் பயன்படுத்தப்பட்டுள்ளது. இந்த ஓவியங்கள் கருப்பு, மஞ்சள் மற்றும் வெள்ளை நிறங்களில் வரையப்பட்டுள்ளன. ஓர் ஓவியத்தில் மூன்று இசைக்கலைஞர்கள் கொம்பு (ஒரு முனையில் குறுகலான ஒரு வட்டக்குழாய்) என்ற பெயருடைய இசைக்கருவியை வாசிப்பதைக் காணலாம். இடுப்பிற்குக் கீழே வெள்ளைத் துணியுடன் ஒரு மனிதன் கூப்பிய கைகளுடன் அமர்ந்திருப்பதோடு, பூக்கூடைகளை ஏந்தியபடி இருவர் பக்கவாட்டில் உள்ளனர். ஓர் ஓவியம் வெண்ணிறக் கீழாடைகளை அணிந்திருந்த ஒரு முனிவர் அவர்முன் மண்டியிட்டவாறு தோன்றும் ஓர் இல்வாழ்வினரை வாழ்த்துவதைக் காட்டுகிறது. அதேநேரத்தில் புடவை அணிந்த ஒரு பெண் பூக்களை வழங்குகிறார். ஓர் ஓவியத்தில் மேளமடிப்பவர் நையாண்டி மேளம் வாசிக்கிறார். மற்றவர் கிளாரினெட் போன்ற காற்றுசார்ந்த கருவியான நாதஸ்வரத்தை வாசிக்கிறார். இரு நடனக் கலைஞர்கள் தீர்த்தங்கரரின் முன்னால் நடனமாட அவர் அர்த்தபரியங்காசன நிலையில் அமர்ந்துள்ளார்.

தேர் ஓட்டுபவர் அடங்கிய சிற்பத் தொகுதி இங்கு உள்ளது. இது பெரிய அளவில் சிதைவடைந்துள்ளது. இக்கோயிலில் உள்ள வெள்ளையுடை யணிந்த முனிவர்கள் ஸ்வேதாம்பரப் பிரிவினர்க்கும் திகம்பரப் பிரிவினர்க்கும் இடையேயான தொடர்புகளையும் ஒருங்கிணைப்பையும் காட்டுகிறது. இங்குள்ள காட்சிகள் புராணங்களைவிட சமூக நோக்கம் சார்ந்ததாகத் தோன்றுவதால், சமயச்சார்பான கருத்தியல்களைக் கதைகள் மூலம் பரப்புவதைவிட, வேலையற்ற ஒருவரை மகிழ்வித்து அவருடைய கவனத்தைத் தேடுவதே ஓவியப் படைப்பின் நோக்கம் என்பது தெளிவாகிறது.

பெரமந்தூர் கோயிலில் சமவசரணம் சிறப்பாகக் குறிப்பிடப் படுகிறது. இது ஒன்பது வட்டங்களைக் கொண்டுள்ளதோடு, வட்டங் களுக்குள் பல்வேறு செய்திகள் அடங்கியுள்ளன. தேர்கள் (ரதங்கள்) கொடிக்கம்பங்கள் (துவஜாக்கள) மற்றும் சமணக் கோயில்கள்

(ஜீனாலயங்கள்) ஆகியன வெளிப்புற வட்டங்களில் சித்தரிக்கப் படுகின்றன. அதே நேரத்தில் மீன், நண்டுகள், முதலைகள், அல்லிகள் மற்றும் இறால்கள் மற்றும் அன்னப் பறவைகள் மேலும் யானைகள் போன்ற இயற்கையின் கூறுகள் சித்தரிக்கப்படுகின்றன. மூன்றாம் வட்டத்தில் பூக்கள் உள்ளன. நான்காம் வட்டத்தில் மரங்கள் மற்றும் புதர்கள் வட்டமாகவும் முக்கோணமாகவும் வரிக்கோடுகளாக உள்ளன. அய்ந்து, ஆறு, ஏழு மற்றும் எட்டாம் வட்டங்களில் முறையே கொடிகள், மரங்கள், சமணக் கோயில்கள் மற்றும் பாமரர்கள் மேலும் பெண்கள் உள்ளனர். ஒன்பதாம் வட்டத்தில் நான்கு அடிப்படையான திசைகளிலும் நான்கு நுழைவாயில்களை அலங்கரிக்கும் தருமச் சக்கரங்கள் உள்ளன. சமவசரணம் என்பது சமண மதத்தில் உள்ள ஞான உலகத்தின் அடையாளச் சின்னமாக உருவப்படுத்துவதாகும்.

ஓவியத்தில் கலைஞர்கள் பயன்படுத்தும் நுட்பங்கள் மற்றும் வண்ணங்கள்

காஞ்சிபுரத்தில் உள்ள கைலாசநாதர் கோயிலில் பழுப்பு மற்றும் காவி நிறத்தைப் பயன்படுத்தி வரைந்த சுவரோவியங்கள் கண்டு பிடிக்கப்பட்டன. இந்த தொடக்கக்கால உருவ ஓவியங்கள் ஏறக்குறைய ஏழாம் நூற்றாண்டைச் சேர்ந்தவை. இவ்வோவியப் பின்னணி பச்சை நிறத்தில் செயற்படுத்தப்பட்டுள்ளது. அவை ஓவியர்களின் திறமையையும், பாறைகள் மற்றும் குகைகளில் ஓவியம் வரைவதற்கான பண்டைய கலையையும், படிப்படியாக இடைக்கால கோயில்களில் கட்டப்பட்ட சுவர்களில் காட்டுகின்றன.[29]

தமிழகப் பகுதியில் உள்ள சமண ஓவியங்களில் காணப்படும் வண்ணங்கள் (திருமலை, ஆர்மாமலை மற்றும் திருப்பருத்திக்குன்றம்) சிறப்புக்குரியவை. சமணம் வெவ்வேறு குணங்களை நிறங்களுக்கு ஒதுக்கியிருக்கிறது. அடர்சிவப்பு (பத்மம்), கிச்சிலி-ஆரஞ்சு (பிடா) மற்றும் வெள்ளை (சுக்லா) ஆகியன தூய ஆத்மாக்களின் நிறங்களாகக் கருதப்படுகின்றன. அங்கு கருப்பு (கிருஷ்ணா), கருநீலம் (நிலா) மற்றும் சாம்பல் நிறம் ஆகியன பொல்லாத ஆத்மாக்கள் ஆகும். தமிழகப் பகுதியில் உள்ள சமண அடையாளமாக உள்ள ஓவியங்கள் மூன்று நுட்பங்களைக் கொண்டு வரையப்பட்டுள்ளன. சுவரோவிய நுட்பம் தொரப்பாடியில் பயன்படுத்தப்பட்டுக் காணப்படுகிறது. சித்தன்னவாசல், ஆர்மாமலை, பெரமந்தூர், திருப்பருத்திக்குன்றம், திருமலை, கன்னலம் மற்றும் வீடூர் ஆகிய இடங்களில் கெட்டிவண்ண பூச்சு நுட்பம் கவனிக்கப்பட்டு பயன்படுத்தப்பட்டது. பெரமந்தூரில் உள்ள சந்திர நாதர் கோயிலிலும் சோழவண்டிபுரத்தில் உள்ள கல்லாப்புலியூரிலும்

நீர்-வண்ணங்கள் பயன்படுத்தப்பட்டுள்ளது.[30] திருப்பருத்திக்குன்றத்தில் உள்ள ஓவியங்கள் மஞ்சள், சிவப்பு மற்றும் கருப்பு போன்ற வண்ணங்களில் வரையப்பட்டுள்ளன. இதேபோன்ற ஓவியங்கள் திருமலையில் காணப்படுகின்றன. இது தொடக்கக்காலத்தைச் சேர்ந்த ஓவியங்களாகும். இரு வகை வடிவமைக்குக் கூறுகளும் நோக்கங்களும் ஒன்றுக்கொன்று பெரிய அளவில் ஒத்திருக்கிறது.

ஏழாம் மற்றும் பத்தாம் நூற்றாண்டுகளில் சித்தன்னவாசல் மற்றும் ஆர்மாமலை ஓவியங்களுக்கிடையே ஒற்றுமைகள் இருந்ததோடு அவை குறிப்பிட்ட காலகட்டத்தில் சமண மதத்தின் பண்பாட்டுப் பரவலைக் காட்டுகின்றன. இந்த அமைப்புகளுக்கு இடையில் தாமரை இலைகள், கொடிகள் மற்றும் பறவைகள் அனைத்து இடங்களிலும் ஓவியங்களாகக் காட்டப்பட்டுள்ளன. இந்தக் காலகட்டத்தில் ராட்டிர கூடர்கள், பல்லவர்கள், சோழர்களின் ஆட்சி மாற்றங்கள் ஏற்பட்டதால் ஆட்சியாளர்களிடையே ஏற்பட்ட கலாச்சார பெருமையை விளக்கும் அளவில் வண்ணஓவியங்கள் தீட்டப்பட்டுள்ளன.[31]

புடைப்புச் சிற்பங்கள் மேல் குழைவுக்காரையைத் தடவி அதன் மேல் ஓவியம் தீட்டும் முறை பல்லவர் காலத்திலேயே தொடங்கியது. சிற்பத்தை எளிதாக்குவதற்குச் சமமான மேற்பரப்பு இல்லாதபோது செதுக்குவதை எளிதாக்க இம்முறையைப் பயன்படுத்தினர். இந்த நடைமுறைகள் பாண்டியர்களின் காலத்திலும் தொடர்ந்தன.[32] சிங்க்ளேர் ஸ்டீவன்சன் கோயில்களில் ஓவியந்தீட்டுதல் மற்றும் வண்ணம் அடித்தல் ஆகியன நவீன மோகம் என்று கூறினார்.[33] டி.என்.இராமச்சந்திரன், சின்கிளேர் ஸ்டீவன்சன் கருத்துகளுக்கு எதிராக வாதிட்டார். மேலும் மேலைநாட்டுக் கலை அறிஞர்கள் மற்றும் கலைத்திறனாய்வாளர்கள் ஓவியங்கள் குறித்த தப்பெண்ணத்தை மட்டுமே சுட்டிக்காட்டினர் என்று கூறினார். திருப்பருத்திக்குன்றத்தின் இசை மண்டப ஓவியங்களின் ஓவியங்களைப் பற்றிக் குறிப்பிட்டு, சிங்க்ளேர் ஸ்டீவன்சன் அவர்கள் தமிழ் வரலாறு மரபின்மீது தவறாக முன்வைத்தக் கருத்துக்கு எதிராக டி.என்.இராமச்சந்திரன் வாதிட்டார். கோயில் வளாகங்களுக்குள் இருந்த ஓவிய நடைமுறை, பல்லவர்களின் காலத்திலிருந்து பாண்டியர்கள் வரை தொடர்ந்து பொருளாதாரம் மற்றும் அழகியல் காரணங்களால் தொடர்ந்தது.[34]

சமற்கிருதத்தில் இடைக்காலத்தில் இயற்றப்பட்ட ஓவியக் கோட்பாடு

சித்திர (படம், மாதிரிப்படம் மற்றும் உருவரைவு) சூத்திர (வாய்ப்பாடுடைய விதி) என்ற கட்டுரை, ஓவியம் பற்றிய ஆய்வு ஆகும்.

இது பன்னிரெண்டாம் நூற்றாண்டில் இந்தியத் தத்துவச் சிந்தனையின் கட்டமைப்பிற்குள் ஓவியத்தைப் பகுப்பாய்வு செய்யும் முறை, சமற்கிருதத்தில் இயற்றப்பட்டது. சித்திர சூத்திரங்கள் சிற்பக் கலைக்குப் பெருமளவில் ஏற்றுக்கொள்ளப்பட்டது. இது கலைகளுடன் தொடர்பு உடையனவாகவும் கருதப்பட்டது. எவ்வாறாயினும் இரு கலை வடிவங்களும் பனுவல்களில் வேறுபாடு இல்லாமல் அருகருகே நடத்தப்பட்டதால், சிற்பக்கலையிலிருந்து ஓவியக் கோட்பாட்டைக் கண்டிப்பாகப் பிரிப்பது கடினம்.

இந்தக் கூர்ந்து நோக்கல் அடிப்படையில் தான், ஓவியம் என்ற சொல்லைப் பற்றிய நம் புரிதலின் மறுகருத்தாக்கம் சிறப்புக்குரியது. சித்திர என்பது பொதுவாகச் சுருக்கமான பொருளில் உள்ள நூல்கள் என்று மொழிபெயர்க்கப்படுகிறது. ஓவியம் மற்றும் சிற்பம் இரண்டிலும் நடைமுறையில் மாறுபட்ட முறையில் விளக்கப்பட்டு செயற்படுத்தக்கூடிய ஒரு மனப்பிம்பமாக இது காணப்படுகிறது. சிற்பக் கோட்பாட்டிலிருந்து ஓவியக் கோட்பாட்டைப் (சித்திரசூத்திரத்தில் கூறப்பட்டுள்ளபடி) பிரிக்கும் அறிஞர்களின் இப்போதைய போக்கு தவறானதாகவும் உதவ முடியாததாகவும் கருதப்படுகிறது. சொந்த அறிவின் முழுமையான கண்ணோட்டம் பொதுவாக வேறுபட்டது. மேலும் அறிவியலுக்கிடையே கடுமையான எல்லைகளை வரைகிறது. கலை அல்லது கலை அல்லாதவை என்பதை வெளிநாட்டு இறக்குமதி என்று கூறமுடியாது. சிற்பம் மற்றும் ஓவியம் இரண்டும் வெவ்வேறு கலை வடிவங்கள் என்பதால், நாம் அத்தகைய எல்லைகளை இடையில் வரைய வேண்டியது தேவையாயிருக்கிறது. சித்திரசூத்திரத்தில் கொடுக்கப்பட்டுள்ள இந்தியக் கலையின் நியதிகளின் குறிப்பிட்ட மரபு நெறிமுறைகளை ஆனந்த குமாரசாமி விளக்கினார். மேலும் அவர் கலை அளவுகோல் களான தோற்ற ஒற்றுமை, விழுக்காட்டளவு, வேறுபடுதல் அல்லது உருவ வகையியல், வண்ண வேறுபாடு, உணர்ச்சி மனப்பான்மை மற்றும் கலவையில் அழகு என இந்தியக் கலையின் கோட்பாட்டை, மரபார்ந்த இந்திய ஓவியத்தின் ஆறு உறுப்புகளாகக் கூறினார்.

பன்னிரெண்டாம் நூற்றாண்டின் மேற்கு சாளுக்கிய மன்னர் சோமேஸ்வரதேவா இயற்றிய அபிலாசதார்த்த சிந்தாமணியின் உரையில் வண்ணக் கரைசலால் வரையப்பட்ட ஓவியத்தின் வகை குறிப்பிடப் பட்டுள்ளது.[35] சமற்கிருத நூல்களில் குறிப்பிடப்படும் துளி சித்திரத்திற்கும் ரச சித்திரத்திற்கும் உள்ள வேறுபாடு அவற்றின் நுட்பத்தில் மட்டுமே உள்ளது.[36] அபரஜிதபிரச்சா பனுவல் (பன்னிரெண்டாம் நூற்றாண்டின் புவனதேவரின்) நாகர, திராவிட, வியந்தரா, வேசரா, கலிங்க மற்றும்

யமுனா எனப்படும் ஆறு வகையான ஓவியங்களைக் குறிக்கிறது. கிழக்கில் நாகரா, கர்நாடகாவில் திராவிடா, மேற்கில் வியந்தரா, வடக்கில் வேசரா, கலிங்கா கலிங்கப் பகுதியிலும் யமுனா அனைத்து மண்டலங்களிலும் இருக்கும் ஓவிய வகைகளாகும். இந்த வகையான ஓவியங்கள் நிறங்களுடனும் தொடர்புடையன. நாகரா வெள்ளை நிறமாகவும் பிரம்மனுடனும் தொடர்புடையது. திராவிடா என்பது சிவப்பாகவும் சத்திரியாவுடனும் தொடர்புடையது. வியந்தரா மஞ்சள் நிறத்துடனும் வைசியாவுடனும் தொடர்புடையது. வேசரா பச்சை நிறத்துடனும் வைசியாவுடனும் தொடர்புடையது. கலிங்கா பச்சை நிறத்துடனும் கலப்புச் சாதிகளுடனும் தொடர்புடையது. யமுனா அனைத்து நிறங்களுடனும் அனைத்துச் சாதிகளுடனும் தொடர்புடையது.[37] இவ்வாறு அபராஜிதபிரச்சா பனுவல் ஒன்றுபட்ட பகுதிக்கு ஏற்ப, மேலும் வேறுபட்ட வகைப்பாட்டினை வழங்குகிறது. இருப்பினும் யமுனா வகை அனைத்துப் பகுதிகளிலிருந்தும் பெறப்பட்ட முத்திரை ஓவியம் எனப் பெயரிடுவது கடினம். இந்த வகைப்பாடு முற்றிலும் குறியீடாக உள்ளதோடு, ஓவியச் சங்கம் சாதி அமைப்புடன் சேர்த்து வைக்கப்பட்டது.

அமைந்துள்ள வரலாற்று வரைவியல்

முதல் ஆயிரமாண்டிலும், இரண்டாம் ஆயிரமாண்டின் தொடக்கத்திலும் உருவான ஓவியங்கள், குறிப்பிட்ட பாணியில் மிகவும் ஒற்றுமையாக உள்ளன. தமிழ் இலக்கியங்கள் பண்டைய காலத்தில் சுவரோவியங்களின் செல்வமாகச் சாட்சியளித்த போதிலும், தமிழ்நாட்டில் இப்போதுள்ள பழமையான சுவரோவியங்கள் ஏழாம் நூற்றாண்டைச் சேர்ந்தவை. ஏழாம் மற்றும் பதின்மூன்றாம் நூற்றாண்டு களுக்கு இடையில், ஓவியங்களின் பாணி அடிப்படையில் மாறாமல் இருந்தது என்று அறிஞர்கள் கருத்து தெரிவிக்கின்றனர். இந்தக் குறிப்பிட்ட பாணி ஒற்றுமை, வெவ்வேறு வழிபாட்டுத்தலங்களுக்கு இடையே உள்ள மத எல்லைகளைக் குறைக்கிறது.[38]

சில அறிஞர்கள் சோழர்கால ஓவியங்களைத் தமிழகப் பகுதியின் உயர்ந்த நடை என்று வெளிப்படையாகக் குறிப்பிடுகின்றனர்.[39] இந்த ஓவியத்தின் தொடர்ச்சி பதின்மூன்றாம் நூற்றாண்டில் முஸ்லீம்கள் வெற்றியால் சீர்குலைந்ததோடு, சில அறிஞர்கள் இஸ்லாமிய சக்திகளின் அரசியல் மற்றும் கலை சீர்குலைவுகளைக் குறிப்பிடத் தவறிவிட்டனர். ஒரு நூற்றாண்டு அரசியல் மற்றும் சமூகக் குழப்பத்தைத் தொடர்ந்து, தமிழ்நாட்டில் விஜயநகர ஆட்சியின் உருவாக்கம் மற்றும் விரிவாக்கம்,

ஒரு புதிய ஓவியப்பாணியைக் கொண்டு வந்தது. 1565இல் விஜயநகரப் பேரரசின் வீழ்ச்சிக்குப் பிறகு செஞ்சி, தஞ்சாவூர் மற்றும் மதுரையில் நாயக்கர்கள் ஆட்சியின்போது தெலுங்குக் கலைஞர்களைக் கொண்டு தமிழ்நாட்டில் ஓவிய மரபுகளில் மாற்றங்கள் ஏற்பட்டன.

தமிழ்நாட்டில் சுவரோவியங்கள் மீதான கல்விஅறிவு முதன்மையாகத் தளங்களில் பரந்த கண்ணோட்டத்துடனும் நவீனப் போக்குகளுடனும், அத்துடன் ஒரு தனிப்பட்ட தளங்களின் சில நெருக்கமான ஆய்வுகளுடனும் உள்ளது. ஓவியங்களை ஒழுங்கமைப்பதில் ஒரே வகையான கருத்தியல் அணுகுமுறை இல்லை. ஓவியம் குறித்த காலக்கணிப்பு நடைமுறையில் உள்ளது ஒத்துப்போவதில்லை. ஓவியப்பாணியின் பெயர்களும் ஒத்துப் போவதில்லை. இதன் விளைவாகப் பாணிகள் மற்றும் ஆண்டுகளின் ஒதுக்கீடுகள் சீரற்றதாக இருக்கிறது. இலக்கியமும் சற்றே முரண்பட்ட இலக்கியமாக உருவாகிறது. சில எழுத்தாளர்கள் ஓவியங்களை பரம்பரையாக வகைப்படுத்தியுள்ளனர். பெரும்பாலும் ஓவியங்களின் முதன்மையான எடுத்துரைப்புகள் மற்றும் சில முதன்மையான பாணிச் சிறப்பியல்புகளை விவரிக்கின்றனர். ஆனால், ஓவியங்களின் பரந்த சூழல்களையும் அவற்றின் உற்பத்தியையும் ஆய்வுகள் துருவி ஆராய்வதில்லை.[40] பிற அறிவார்ந்த படைப்புகள், பாணிகளின் ஒதுக்கீட்டை உலகளவில் ஏற்கவில்லை.[41] சில எழுத்தாளர்கள் அரச மரபின் அடிப்படையில் பொருள்களை ஒழுங்கமைக்கின்றனர். மேலும் பாணி குறித்த கலந்துரையாடல் முதன்மையான சிறப்பியல்பாக விளக்கத்திற்காக மட்டுப்படுத்தப்பட்டதுடன் உருவச் சித்தரிப்புக்குச் சிறப்புக் கொடுக்கப்பட்டுள்ளது.[42]

காட்சி ஆதாரமாக இருக்கும் ஓவியங்கள் பண்பாட்டு விளக்கமாகவும், மற்றும் வரலாற்றுக்கான பகுப்பாய்வுக் கருவியாகவும், வரலாற்று மறுசீரமைப்பிற்காகவும் முதன்மையான பங்கு வகிக்கின்றன. நாயக்கர்கள், இராமநாதபுரத்தைச் சேர்ந்த சேதுபதிகள், தஞ்சாவூரின் மராட்டிய ஆட்சியாளர்கள் மற்றும் ஆற்காடு நவாபுகள் ஆகியோரின் ஆட்சியின் கீழ், தமிழ்நாட்டில் ஓவியம் பெரும் ஆதரவைக் கண்டது. அய்ரோப்பிய விரிவாக்கக் காலத்தில் அறிமுகப்படுத்தப்பட்ட புதிய தாள் ஊடகத்திற்கு முன்னர், சுவரோவியங்களின் ஊடகம் எவ்வாறு வளமான பொருள் பாரம்பரியத்தைப் பெற்றது என்பது ஆராயப்பட்டுள்ளது.[43] 25 கோயில் வளாகங்களுக்குள் இருந்த சுவரோவியங்கள், 3 அரண்மனை களுக்குள் இருந்த சுவரோவியங்கள், உள்ளூர்க் கலைஞர்களின் பங்கு, 93 ஓவியங்களில் எவ்வாறு உருவானது மற்றும் உள்ளது என்பது ஏற்கெனவே வேறு ஒரு நூலில் வண்ணஓவியங்களுடன் வெளியான

படியால், அய்ரோப்பியர் வருகைக்குப் பின்னர், காலனிய கால ஓவியத் தோற்றம் மற்றும் வளர்ச்சி பற்றி ஆராய முயலுவோம்.

அடிக்குறிப்புகள்

1. Paripadal, ed. U.V. Swaminatha Aiyar, Third edition, Madras, 1956, 19: 48-53.
2. Silapathikaaram, ed. U.V. Swaminatha Aiyar, Sixth edition, Madras, 1955.
3. Nedunalvaadai, ed. U.V. Swaminatha Aiyar, in Pathupaatu, Madras, 1974, 'Puthuvathu iyenra pzhuthu sey padamisai'.
4. Rasu Pavun Durai, Rock Art in Tamilagam, Thanjavur, 1986; Rasu Paun Durai, Thamizhaga Paarai Oviyangal, Chidambaram, 2001, pp. 150-151, 168-169.
5. South Indian Inscriptions (hereafter SII), Publications of the Archaeological Survey of India, vols, I to XXXIV New Delhi, 1890-1990, vol. XII, no. 13, p. 7.
6. SII, vol. IV, no. 136, p. 12; T.N. Ramachandran, 'The Royal Artist, Mahendravaraman, I', Journal of Oriental Research, vol. VII, pp. 219-245, see p. 237.
7. C. Minakshi, Administration and Social life under the Pallavas, Madras, 1975, pp. 288-297.
8. R. Nagaswamy, Kailasanatha Temple, Madras, 1969, pp. 17-18.
9. Nadana Kasinathan and M. Chandramurti, eds. Samana Thadayam, Chennai, 2005, p. 57.
10. S. Theodre Baskaran, Kalmel Nadandha Kalam, Chennai, 2012, p. 151.
11. R. Nagasamy, 'The Jaina Art and Architecture under Pallavas' in ed., U. P. Shah and M. A. Dhaky, Aspects of Jain Art and Architecture, Gujarat State Committee for Celebrations of 2500th Anniversary of Bhagavan Mahavira Nirvana, Ahmedabad, 1975, p. 128.
12. T.N. Ramachandran, 'Tiruparuttikunram and its Temples' (with appendices on Jaina Units of measurements and times, cosmology and classification of souls), Bulletin of the Madras Government Museum, New Series, General Section, vol. 1, Part 3, Government Press, Madras, 2002, p. 64.
13. A. Chakravarti, Jaina Literature in Tamil, Jaina Siddhanta Bhavana, Arrah, 1941, p. 74.
14. K. A. Nilakanta Sastri, The Colas, 2nd edition, Madras, 1955, pp. 736-742.
15. R. Chitra Viji, Srirangam Paintings, Ph.D. Thesis, University of Madras, Madras, 1980, p. 33.
16. Annual Report on Epigraphy (including Indian and South Indian Epigraphy from 1881 to 1922, 1923-1945, 1950 to 2005) New Delhi/ Madras, 1887–2005, see, 325 of 1960-61.

17. Satyabhama Badhreenath, 'Protected Jaina Monuments' in Jaina Archaeological Heritage of Tamilnadu, eds. A. Ekambaranathan et al, Shri Bharatvarshiya Digambar Jain Mahasabha, Lucknow, 2005, p. 99.
18. R. Nagasamy, The Jaina Art and Architecture under Pallavas, p. 152.
19. R. Nagaswamy, 'Magnificent Mural Paintings', Sittannavasal Panamalai, Tanjavur Early Chola, Kalakshetra, Chennai, 2004, p. 37.
20. P. M. Joseph, Jainism in South India, The International School of Dravidian Linguistics, Tiruvananthapuram, 1997, p. 152.
21. T.N. Ramachandran, Tiruparuttikunram and its Temples, p. 152.
22. P. S. Sriraman, Chola Murals: Documentation and Study of the Chola Murals of Brihadisvara Temple, Thanjavur, New Delhi, Archaeological Survey of India, 2011, pp. 30-37.
23. George Michell & Indira Viswanathan Peterson, 'The Great Temple at Thanjavur, One Thousand Years, 1010–2010' Marg, vol. 62 (1), 2010, p. 125, figure 90d; R. Champakalakshmi, 'New Light on the Chola Frescoes of Tanjore', Journal of Indian History, Golden Jubilee Volume, 1973, pp. 349–359, see pp. 353-355.
24. Padma Kaimal, 'Shiva Nataraja: Shifting Meanings of an Icon', The Art Bulletin, vol. 81 (3), 1999, pp. 390–419, see p. 400.
25. P.S. Sriraman, Cho?a Murals, p. 111.
26. Kudavayil Balasubramanian, Thanjavur, 600-1850, Anchana Pathippagam, Thanjavur, 1994, p. 239.
27. A. Padmavathi, 'Tirupulivana Oviyangal Kandupidippu', Kalvettu, vol. 71, Madras, July, 2006.
28. R. Nagasamy, The Jaina Art and Architecture under Pallavas, p. 135.
29. S. Jeyaseela Stephen, Technology in Tamil Civilization, 1514-1845: Diffusion and Transmission of Ideas and Instruments from and to Europe, Pondicherry, 2021, pp. 53-55.
30. P. M. Joseph, Jainism in South India, p. 151.
31. S. Theodre Baskaran, Kalmel Nadandha Kalam, p. 17.
32. I. Job Thomas, Thamizhaga Oviyangal: Oru Varalaru, Nagercoil, 2015, p. 53.
33. Sinclair Stevenson, The Heart of Jainism, London, 1915.
34. T. N. Ramachandran, Tirupparathikundram and its temples, pp. 152-153.
35. Shama Sastry, ed., Abhilasitartha Cintamani of Somesvara Deva, Part I, Mysore, 1926.
36. V. Raghavan, 'Some Sanskrit Texts on Painting', The Indian Historical Quarterly, vol. IX, 1933, pp. 898-911.
37. Lai Mani Dubey, Aparajitaprccha: A Critical Study, Laksmi Publications, Allahabad, 1987, p. 416.

38. R. Champakalakshmi, 'South Indian Paintings: A Survey', in South Indian Studies, eds., H. M. Nayaka and B. R. Gopal, Geetha Book House, Mysore, 1990, pp. 696-714; Mira Seth, Indian Painting: The Great Mural Tradition, New York, 2006, pp. 88-89.
39. R. Nagaswamy, 'Tamil Paintings', Marg, vol. 33, no. 2, 1979-80, pp. 73-95.
40. Calambur Sivaramamurti, South Indian Paintings, New Delhi, National Museum, 1968.
41. Vijayanagara Paintings, Publications Division, Delhi, 1985.
42. Anna Libera Dallapiccola, 'South Indian Painting Styles, 14th - 18th Centuries', in The Dictionary of Art, ed. Jane Shoaf Turner, New York, 1996, pp. 643-50.
43. S. Jeyaseela Stephen, From Rock Art to Wall paintings in Tamil Country: Temple, Palace and Local Painters, 1500-1800, Institute for Indo-European Studies, Puducherry, 2022.

இயல் 2

தமிழ்நாட்டில் வண்ணஓவியங்கள் வடிவமைப்புகளும் காலனிய ஆசையும்

வெளிநாட்டு வணிகத்தின் அய்ரோப்பிய விரிவாக்கக் காலத்தில் இந்தியா முதன்மையாக காம்பே, மலபார், சோழமண்டலம் மற்றும் வங்காளம் ஆகிய நான்கு கடல்சார் மண்டலங்களிலிருந்து பார்க்கப் பட்டது. கொங்கணப் பகுதி/கர்நாடகா போன்ற பாரம்பரிய கடலோரப் பகுதிகள், மற்றும் மன்னார் வளைகுடாவில் உள்ள முத்துக்குளித்தல் கடற்கரை, தெலுங்கு மற்றும் ஒரிய மொழி பேசும் கலிங்கப் பகுதிகள், அய்ரோப்பாவில் அச்சிடப்பட்ட வரைபடங்களில் இருந்து விலக்கப் பட்டன. ஏனெனில் இதன் எல்லைகள் இடைக்காலத்தில் மாறிவிட்டன. இவை ஒன்றிணைக்கும் கடற்கரை வரையறைகள் மற்றும் பகுதிகள் என இருந்தன. அய்ரோப்பியப் பயணிகள், இந்த உள்நாட்டைப் பரந்த பன்முகத்தன்மை கொண்ட பகுதிகள், மற்றும் பல்வேறுபட்ட மத நம்பிக்கைகள், பல மொழிகள் மற்றும் தனிச்சிறப்புள்ள பழக்க வழக்கங்கள் உள்ளன என விளக்கினர். இலக்கியம், கட்டடக்கலை, இசை, ஓவியம் மற்றும் பலதுறைகளில் முழுமையாகக் காணப்பட்ட சமூகங்களுக்கிடையேயான தொடர்புகளையும் அவர்கள் எழுதினர். வாஸ்கோடகாமாவும், போர்த்துக்கீசியக் கடலோடிகளும் 1498இல் கோழிக்கோடு வந்தடைந்த போது, கல்லால் கட்டப்பட்ட வழிபாட்டிடத்திற்கு அழைத்துச் செல்லப்பட்டனர். சிறு ஆலயத்திற்குள் ஒரு சிறிய உருவம் இருந்தது. அது ஒரு பெண்ணை முதன்மைப் படுத்துவதாக அவர்கள் சொன்னார்கள். வாஸ்கோடகாமாவும் மற்றவர்களும் வழிபாடு செய்தார்கள். பின்னர் அங்கிருந்த அர்ச்சகர் புனித நீரைத் தெளித்து வெள்ளை மண்ணைக் (திருநீறு, புனித சாம்பல்) கொடுத்தார். ஆலயச் சுவர்களில் பல துறவிகளின் படங்கள் அழகாக வரையப்பட்டிருந்ததாகத் தெரிவிக்கப்படுகிறது.[1] புதுச்சேரிக்கு அருகிலுள்ள வில்லியநல்லூரில் உள்ள திருக்காமேஸ்வரர் கோயிலின் கட்டடக்கலை பற்றி பிரஞ்சு வானியலாளர் ஜென்டில் அவர்களின் பயணக்குறிப்பிலிருந்து விவரங்களைக் காண்கிறோம். கிழக்கு மற்றும் தெற்கில் அமைந்துள்ள கோபுரங்களின் (வாயில் கோபுரங்கள்) பல்வேறு பகுதிகளின் உயரம் உள்ளிட்ட விரிவான அளவீடுகளை

அவர் வழங்கினார். தமிழர்கள் கோவில்களை நோக்கு நிலைப்படுத்த சூரியக்கடிகாரத்தைப் பயன்படுத்தினர் என்ற உண்மையை முதன் முதலில் நிறுவியதோடு, நான்கு முதன்மைத் திசைகளை எதிர்கொள்ளும் கோவிலின் விளக்கங்களையும் அதன் நான்கு முதன்மையான பக்கங்களையும் கணித முறைப்படித் துல்லியமாக அளந்து அதைத் துல்லியமாகத் தீர்மானித்தார். அவருடைய ஆய்வின் மூலம், கோபுரங்களின் நான்கு முகங்களிலும் அணிகலன்கள் நிறைந்திருந்தன என்ற முடிவுக்கு வந்தார். இவை கட்டடக்கலை அணிகலன்கள் அல்ல. ஆனால், கோதிக் தேவாலயங்களின் நுழைவாயில்களில் உள்ளதைப் போல் முக்கால்வாசிப் படைப்புகளாகச் செதுக்கப்பட்ட உருவங்கள். பிரமிடுகளைச் சுற்றியுள்ள உருவங்கள் கோதிக் தேவாலயங்களில் பாதுகாக்கப்பட்டவற்றின் விருப்பத்திற்கு ஒத்ததாக இருப்பதாகவும், அங்குக் காணப்படும் கம்பீரமான கல்லறை மற்றும் கல்சிற்பங்கள் காட்டுமிராண்டிக் காலத்தைச் சேர்ந்தவை என நினைத்தார்.[2] எனவே, அய்ரோப்பியர்கள் இந்துப் பண்பாடு மற்றும் இந்துச் சமுதாயத்தின் தன்மையைப் புரிந்துகொள்ள முயன்றதைக் காண்கிறோம்.

ஜேம்ஸ் பெர்குசன் *(1808-1886)* மற்றும் அலெக்சாண்டர் கன்னிங்ஹாம் *(1814-1893)* ஆகியோரின் எழுத்துகளில் இருந்து இந்தியாவில் கட்டடக்கலை பற்றிய ஆய்வு தோன்றியது. அவர்கள் மேலைநாட்டு அழகியல், நுட்பங்கள் மற்றும் நெறிமுறைகள் மேலும் குடியேற்றக் கட்டுமானங்களுடன் இந்தியாவின் கடந்தகாலத்தின் பொருள் எச்சங்களை வகைப்படுத்தினர். எனவே, இராம்ராஸ் *(1790-1830)* அவர்கள் இந்தியக் கலை வரலாற்றை அதன் குறிப்பிட்ட பண்பாட்டுச் சட்டகத்தின் பின்னணியில் விளக்கியதோடு உண்மையில் இந்தியாவின் நினைவுச் சின்னங்களை உள்நாட்டுக் கட்டடக்கலை நூல்கள் மற்றும் கட்டடக் கலைஞர் மற்றும் சிற்பங்களின் வாழ்க்கை மரபு முறை தொடர்பாக ஆய்வும் செய்தார்.

பழங்கால மற்றும் இடைக்காலத் தமிழ் நினைவுச்சின்னங்களின் விளக்கம் மாமல்லபுரம், தஞ்சாவூர், திருச்சிராப்பள்ளி, திருவரங்கம் மற்றும் மதுரை ஆகியன அய்ரோப்பியப் பயணிகளின் பயணக் குறிப்புகளில் காணப்படுகிறது. தமிழகக் கடற்கரையில் அய்ரோப்பியர்கள் வணிகத்தின் விரிவாக்க காலத்தில் ஓவியம் பற்றிய ஆய்வு மேற்கொள்ளப் படவில்லை. அய்ரோப்பியர்களின் கருத்துகள் மற்றும் ஓவியங்கள் மீதான அவர்களின் எதிர்வினை ஆகியவை ஆராயப்பட வேண்டியவை. இத்தகைய புறக்கணிப்புக்கான காரணம் கலை வரலாற்றில் கட்டடக் கலை மற்றும் உருவப்படம் ஆகியனவற்றில் கவனம் செலுத்திய

உண்மை ஆய்வுகள் காரணமாக இருக்கலாம். எனவே, தமிழ்க்கலை மற்றும் பண்பாட்டு வரலாற்றின் பல்வேறு கூறுகள், ஓவியம் பற்றிய ஆய்வில் இருந்து அதிகமாகவோ அல்லது குறைவாகவோ விலகியே இருந்தன. மேலும் கலை மற்றும் கட்டடக்கலை வரலாற்றில் பொருள் மற்றும் நினைவுச்சின்னத்தை மையமாகக் கொண்ட அணுகுமுறையில் அதிக கவனம் செலுத்தினர்.

அய்ரோப்பியப் பயணக்குறிப்புகள் உண்மையாக இருந்தாலும் இலக்கிய விளக்கத்தை ஓவியம் அல்லது வரைதல் போன்ற காட்சிப் படமாக மாற்ற முடியவில்லை என்பது உண்மைதான். தமிழர்களின் காட்சிப் பதிவுகள் பின்னர் உருவாக்கப்பட்டன. மேலும் நிலக்காட்சி ஓவியங்கள் தமிழ்நாட்டில் உள்ள அய்ரோப்பிய ஓவியர்களின் காடிச் செதுக்கு முறைகளிலும், ஓவியங்களிலும் குறிப்பிட்டுக் காட்டுவதைப் பார்க்கலாம். நீண்டகாலமாகப் புறக்கணிக்கப்பட்ட அடர்ந்த காடு களால் மூடப்பட்ட தமிழ்நாட்டின் அழகிய காட்சிகள் மற்றும் மலைக் காட்சிகள் முதல்முறையாக வரையப்பட்ட விருப்பமான பாடங்களாக இருந்தன. பின்னர் அவை அய்ரோப்பாவில் கண்காட்சிகளில் காட்சிப் படுத்தப்பட்டன. மற்றும் செதுக்கோவியங்கள் மூலம் புத்தகங்களாக அவை வெளியிடப்பட்டன. காட்சிப்படுத்துதலின் ஒரு பாணியாக எழில்காட்சியானது தமிழ்நாட்டின் கடந்தகாலத்தின் புதிர், அழகு மற்றும் காதல் ஆகிய குடியேற்ற ஆட்சிக்கு மாற்றும் யுகத்தில் நன்கு வெளிப்படுத்தப்பட்டது.

தமிழகக் கடற்கரையில் அய்ரோப்பிய இருப்பு: நீண்டகால சூழலில் வணிகம் முதல் காலனியம் வரை

பல்வேறு கிழக்கிந்திய வணிகக் குழுமங்களைத் தவிர, கத்தோலிக்க மற்றும் புராட்டஸ்டன்ட் சமயப்பரப்புநர்கள் உட்பட அனைத்து அய்ரோப்பியர்களையும் மேலைநாட்டவர்கள் என்று பெயரிட்டு ஒரே இடத்தில் வைக்க முடியாது. ஏனெனில் அவர்கள் வெவ்வேறு நோக்கங்கள், கருத்தியல்கள் மற்றும் பல வலைப்பணிகளைக் கொண்டிருந்தனர். மேலும் ‘கிழக்கு’, ‘மேற்கு’, ‘கீழைநாடுகள்’, ‘மேலை நாடுகள்’, ‘மற்றவர்’ என்ற வகைப்பாடுகள் சிக்கல் மற்றும் அந்தந்த வரலாற்றுச் சூழலில் உள்ள நிறுவனங்களாகக் கருத முடியாது. முகலாய இந்தியா, போர்த்துக்கீசிய இந்தியா, பிரித்தானிய இந்தியா மற்றும் பிரஞ்சு இந்தியா போன்ற வாசகங்களைப் பயன்படுத்தி இந்தியத் துணைக் கண்டத்தையும் ஒன்றாக இணைக்க முடியாது. ஏனெனில் ஒவ்வொரு மொழி பேசும் பகுதியும் தனித்தன்மையானதுடன், வேறுபட்டது மற்றும் அய்ரோப்பியர்கள் தங்கள் வசதிக்காக ஒரு

நிர்வாகத்தைப் பிரித்துக் காட்சிப்படுத்தினர். இந்தியா குறிப்பிட்ட தன்மையை விட்டுவிட்டு, பல்வேறு இடங்கள் மற்றும் வாழும் சமூகங்களைப் பற்றிய அறிவு அவர்களுக்கு இல்லை.

தமிழகக் கடற்கரைக்கு வருகைபுரிந்த அய்ரோப்பியர்கள் பன்னாட்டு வணிகத்தில் கவனம் செலுத்தினர்.[3] அவர்கள் பல்வேறு செழிப்பான பணவாய்ப்போடு தங்கள் குடியிருப்புகளை நிறுவினர் மற்றும் துறைமுக நகரங்கள் மேலும் மாநகரங்களில் இந்தோ-அய்ரோப்பியக் கடலோரக் குடியிருப்புகளை உருவாக்கினர்.[4] அவர்கள் எண்ணற்ற கோட்டைகள், கிடங்குகள் மற்றும் பிற கட்டடங்களைக் கட்டி அவற்றை எழுதுகோல் மற்றும் கரிக்கோல் மூலம் மிகப்பெரிய அளவில் விளக்கினர். மேலும், அவர்களின் தொடக்கக் குடியேற்ற நடவடிக்கைகளைக் காண்பிக்கும் திட்டங்களையும் நில வரைபடங் களையும் அய்ரோப்பாவிற்கு அனுப்பினர்.[5]

அடுத்த கட்டத்தில் அவர்களுக்கிடையேயான வணிகத்தில் அய்ரோப்பியப் போட்டியாளர்கள் கடுமையாகத் திறந்த கடற்படை மோதல்களுடன் தமிழகக் கடல்களில் போராடத் தொடங்கினர். அவர்கள் அடிக்கடி உள்ளூர் ஆட்சியாளர்களைத் தங்கள் பக்கம் இழுக்கத் தொடங்கினர். மேலும் மேலாதிக்கம் செலுத்தி உள்நாட்டில் படைத்துறையைப் பேணிக்காப்பதன் மூலம் மேலைய உயர் படைத் துறைத் தொழில்நுட்பத்தை அறிமுகப்படுத்தி, அவ்வப்போது பல சண்டைகளிலும் போர்களிலும் ஈடுபட்டுள்ளனர். அவர்கள் முற்றுகைகள், சண்டைகள் மற்றும் போர்களின் ஓவியங்களை உருவாக்கினர்.[6] காலனியக் குடியேற்றத்தின் விளையாட்டுத் தொடக்கம் இதுதான்.

இதற்கிடையில், தமிழ்நாட்டில் இருந்து அறிவியல் மற்றும் இயற்கை வரலாறு பற்றிய அனைத்தையும் விளக்கும் கடிதங்கள், அறிக்கைகள் மற்றும் மதிப்பீடுகள் மூலம் செய்தித்தொடர்பு வலைப் பின்னல்களின் வளர்ச்சி வளர்ந்தது. தாவரவியல், வேதியியல், மருத்துவம், நிலவரைவியல், வானியல் மற்றும் விலங்கு அறிவியல் ஆகிய துறைகளில் அவர்கள் செய்திகளைப் பரிமாறிப் பயனுள்ள அறிவை அய்ரோப்பாவிற்குக் கொடுத்தனர். இந்த நடைமுறையில் அவர்கள் எழுதுகோல் மற்றும் மை ஓவியங்கள், படங்கள் மற்றும் வண்ண ஓவியங்கள் போன்ற காட்சிஊடகங்களை ஏற்றுக்கொண்டு, உள்ளூர்க் கலைஞர்கள் மற்றும் ஐரோப்பிய கலைஞர்களால் தயாரிக்கப்பட்டு கப்பல்களில் அய்ரோப்பாவுக்கு அனுப்பப்பட்டன. அய்ரோப்பாவில் அச்சிடப்பட்ட புத்தகங்களில் தேர்ந்தெடுக்கப்பட்ட சில சித்திரங்கள்

மட்டும் வெளிவந்து மக்களின் ஆர்வத்தை ஈர்த்தது. காலனிய சிந்தனையின் நிலை அதன் உயரத்தையும் உச்சக்கட்டத்தையும் அடைந்தது. எனவே அவர்கள் நிலப்பகுதிகளைக் கைப்பற்றுவதை மட்டுமே இலக்காகக் கொண்டிருந்ததோடு குடியேற்றப்பகுதி உடைமைகளைப் பெறுவதிலும் வெற்றி பெற்றனர். பல்வேறு சிந்தனைகள் மற்றும் வரிசைகளால் நிரப்பப்பட்ட குடியேற்றத்தின் வெற்றி இறுதியாக பெரும் சக்திகளின் வீழ்ச்சியுடன் நிகழக்கூடியதானது.

ஒப்பீடு மற்றும் இணைக்கப்பட்ட வல்லரசு வரலாறுகளின் அண்மையக்காலக் கட்டமைப்புடன் குடியேற்றத்தையும் அதன் ஐரோப்பியக் குடியேற்றச் சுற்றுப்பயணங்களையும் தொடக்கம் முதல் இறுதிவரை மீட்டமைக்க வேண்டும். எனவே, இந்தப் புத்தகத்தில் தொடக்கக்கால நவீன உலகில், தமிழகக் கடற்கரையில் உள்ள குடியேற்றங்களில் உள்ள மக்களின் செயற்பாடுகள் பற்றி, அட்லாண்டிக் பகுதி மக்கள் அறிய உதவிய ஓவியங்களை மட்டுமே காண்போம். குடியேற்ற உலகம் ஓவியத்தின் வளர்ச்சியை எவ்வாறு கோரியது மற்றும் தேவையாக்கியது, அது எவ்வாறு மாறியது மற்றும் கிழக்கிந்தியக் குழுமங்கள் அதை எவ்வாறு உருவாக்கியது என்பதை நாம் ஆராய்வோம்.

பரந்த குழுக்களுக்குள் வரும் ஓவியங்கள் பற்றிய பல தொடர்பு களையும் கேள்விகளையும் இந்த ஆய்வு ஏற்படுத்துகிறது. முதலாவதாக ஓவியங்களை ஆவணப்படுத்துதல் மற்றும் தமிழ்நாட்டிற்கான ஓவிய வரலாற்றை உருவாக்குதல் ஆகியவற்றில் கவனம் செலுத்துகிறது. இரண்டாவதாக, அய்ரோப்பாவிற்கு அனுப்பப்பட்ட ஓவியங்களைப் பரப்புவதில் கவனம் செலுத்துகிறது. போர்த்துக்கீசியர் டேனிஷ், பிரஞ்சு மற்றும் பிரிட்டிஷ் ஓவியங்களின் நான்கு தனிச் சிறப்புடைய நிகழ்வாய்வுகளை, மிகவும் மாறுபட்ட வகையிலான தொகுப்புகள் மற்றும் படத்தொகுப்புகளில் இருந்து ஆவணப்படுத்திய ஓவியர்களின் ஆய்வு மூலம் வழங்கப்படுகிறது. அய்ரோப்பியர்களின் தனிப்பட்ட இந்த அணுகுமுறைகள் மற்றும் ஆர்வங்கள், ஓவியங்களுக்கான சந்தையின் வளர்ச்சி மேலும் தாள் மற்றும் காக்கைப்பொன் (அபிரகம்) போன்ற வற்றில் தோன்றிய ஓவியங்களின் வகைகளை நாம் ஆராய்வோம். நினைவுச்சின்னங்கள் மற்றும் கட்டடக்கலை, இயற்கை, நிலக்காட்சி, உருவப்படம் போன்றவற்றில் உருவான ஓவியங்களின் முன் ஒளிப்படக் கால குறிப்பிட்ட குழுக்களிலும் கவனம் செலுத்துவோம்.

இயல் ஒன்று நூலின் முன்னுரை, போர்த்துக்கீசியர்களின் வருகைக்கு முன் தமிழ்நாட்டில் ஓவியக்கலை வளர்ச்சியைப்பற்றி ஆராய்கிறது.

இயல் இரண்டு தமிழ்நாட்டில் வண்ணஓவியங்கள் வடிவமைப்புகளும், காலனிய ஆசை மற்றும் நூலின் கருப்பொருளை அறிமுகப்படுத்துகிறது. மூன்றாம் இயல் உள்நாட்டிலுள்ள சிற்றூர்கள், நகரங்கள் மற்றும் மாநகரங்களில் உள்ள இந்துக்களிடையே மதமாற்றம் செய்த மதப் பரப்புநர்களும் அவர்கள் நிறுவிய சிறு தேவாலயங்கள், பேராலயங்கள், பள்ளிகள் மற்றும் மருத்துவமனைகளும் மேலும் இப்பகுதியில் முதல் முறையாகத் தமிழ்க் கத்தோலிக்க மதம்மாறியவர்களுக்குக் கிறித்தவக் கலையை எவ்வாறு அறிமுகப்படுத்தினர் என்பதைக் கூறுகிறது. இந்தியாவில் பிரான்சிஸ்கன் மதப்பரப்புநர்களின் வருகை மற்றும் லிஸ்பனில் இருந்து பெறப்பட்டக் கிறித்தவ ஓவியங்கள், தூய தோமையார் மலை தேவாலயத்தில் மரப்பலகையில் வரைந்த மடோனா ஓவியம், தாளில் வரைந்த ஓவியங்கள் மற்றும் அச்சிடப்பட்ட அய்ரோப்பியப் படங்கள் மேலும் தமிழ்நாட்டில் சேசு சபையினர் பங்கு, கப்புச்சின் மதப்பரப்புநர்கள் மற்றும் சென்னையில் உள்ள ஆர்மேனிய வணிகர்களின் பங்கு, மேலும் மரப்பலகையில் கிறித்தவ ஓவியங்களின் வளர்ச்சி மற்றும் பேராலயங்கள், சிறு தேவாலயங்களில் பாதுகாக்கப்பட்ட ஓவியங்களை இந்த ஆய்வு மேற்கொள்கிறது. இந்த ஆய்வில் தேவாலயங்களில் உள்ள சுவர் ஓவியங்கள், துணி மற்றும் கண்ணாடி ஓவியங்களின் வளர்ச்சி, ஆயர் மற்றும் பாதிரியார்களின் எண்ணெய் ஓவியங்கள் மற்றும் உருவப்படங்கள் குறித்தும் ஆய்வு செய்யப் படுகிறது. இவ்வாறு தமிழகக் கடற்கரையில் போர்த்துக்கீசியர்களின் பங்கும் மேலைநாட்டு ஓவியத்தின் தாக்கமும் பகுப்பாய்வு செய்யப் பட்டுள்ளது.

நான்காம் இயல் தரங்கம்பாடிக்கு டேனிஷ்காரர்களின் வருகையைச் சித்தரிக்கிறது. டேனிஷ் குழும அதிகாரிகள் மற்றும் ஊழியர்கள் தாவரவியல், வேதியியல், மருத்துவம், நில அறிவியல், விண்வெளி அறிவியல் மற்றும் விலங்கு அறிவியல் ஆகியவற்றில் ஆர்வத்தை வளர்த்து முதன்மையாக அரிய தாவரங்கள், பறவைகள், விலங்குகள் ஆகியவற்றைக் குறிப்பிட்டு அவற்றைப் பெற்று அட்லாண்டிக்கில் கிடைக்காத அவற்றை வண்ணந்தீட்டினர். அவர்கள் செய்திகளைக் கொடுத்ததோடு அய்ரோப்பாவில் அறிவைக் கட்டியெழுப்புவதில் அப்போதைய வளர்ச்சியுடன் ஒப்பிடப்பட்டது.[7] எனவே, இது ஜெர்மனியில் உள்ள ஹாலேக்கு அனுப்பப்பட்ட தாளில் வரையப்பட்ட தரங்கம்பாடி மதப்பரப்புநர்களின் படங்கள், உருவப்படங்கள் மற்றும் ஓவியங்களை எடுத்துக் காட்டுகிறது. ஜெர்மன் பார்வையாளர் களுக்கான ஓவியங்களின் படத்தொகுப்பு 1787இல் உருவாக்கப்பட்டு

அனுப்பப்பட்டது. தரங்கம்பாடியின் டேனிஷ் ஆளுநர் பீட்டர் ஆங்கர் தாளில் நிறைய ஓவியங்களை உருவாக்கினார் மற்றும் மதப்பரப்புநரான நீல்ஸ் ஸ்டட்கார்டு ஃபுகிசாங் நீர்வண்ண ஓவியங்களின் தொகுப்பை உருவாக்கினார். கான்ராட் எமில் மொரியர் அவர்களால் உருவாக்கப்பட்ட தரங்கம்பாடியில் உள்ள மைக்காவின் கவர்ச்சியான மற்றும் ஓவியங் களுக்கான தாயக நாட்டத்தை ஆராய்ந்ததோடு அய்ரோப்பாவிற்கும் அனுப்பப்பட்டது. மேலும் ஜெர்மனி, டென்மார்க் மற்றும் நார்வேவுக்கு வழியைக் கண்டுபிடித்த ஓவியங்கள் மூலம், குடியேற்றப் பகுதியான தரங்கம்பாடி எவ்வாறு தூரத்திலிருந்து அறியப்பட்டது என தெரிகிறது.

அய்ந்தாம் இயல் புதுச்சேரி மற்றும் காரைக்கால் தமிழகக் கடற்கரையில் பிரஞ்சுக்காரர்களின் இருப்பு மற்றும் அவர்களின் முயற்சிகள், துணிவுச் செயல்கள் மற்றும் தாளில் ஓவியங்களின் வளர்ச்சி, மேலும் 1688 முதல் 1835 வரை பிரான்சுக்கு அனுப்பப்பட்ட ஓவியப் படத்தொகுப்புகள் ஆகியவற்றின் இருப்பைக் கோடிட்டுக் காட்டுகிறது. உள்ளூர் மக்கள் துணியில் வரைந்தனர். அதனால் பிரஞ்சுக்காரர்கள் பிரான்சுக்குத் துணிகளை வாங்கி ஏற்றுமதி செய்தனர். புதுச்சேரியில் உள்ள சேசு சபை மதப்பரப்புநர்கள் இந்துக் கடவுள்கள் மற்றும் பெண் கடவுள்களின் நீர்வண்ண ஓவியப் படத்தொகுப்பை உருவாக்கி 1688 மற்றும் 1725இல் பிரான்சுக்கு அனுப்பினர். இது முதன்மையாக சிதம்பரத்தில் உள்ள கோயிலில் உள்ள தெய்வங்களை உள்ளடக்கியது. காரைக்காலில் இருந்த ஆபிரகாம் பியர் பொர்ஷே தெசூல்ஷ் என்பவர் ஓவியங்களை உருவாக்குவதற்கான ஏற்பாடுகளைச் செய்ததோடு அவர் படத்தொகுப்பை 1754 மற்றும் 1760க்கு இடையில் பிரான்சுக்கு அனுப்பினார். புதுச்சேரியில் இருந்த கோந்த் தெ லல்லி அவர்கள் தன் ஓவியங்களின் படத்தொகுப்பை 1758-1761இல் பிரான்சுக்கு அனுப்பினார். 1770-1785இல் அனுப்பப்பட்ட இராமாயண ஓவியங்களின் படத்தொகுப்பை நாம் கண்டுபிடிக்கிறோம். சாமி என்ற கலைஞரால் வரையப்பட்ட ஓவியங்கள் 1780-1784இல் புதுச்சேரியில் உள்ள பிரஞ்சுக் கிழக்கிந்தியக் குழுமத்தால் வாங்கப்பட்டு பிரான்சுக்கு அனுப்பப்பட்டன. இந்தக் காலக்கட்டத்தில் உள்ளூர் ஓவியர்களால் தாளில் உருவாக்கப்பட்ட ஓவியங்கள் புதுச்சேரியில் சில குடும்பங்களில் பாதுகாக்கப்பட்டு வருகின்றன. புதுச்சேரியில் இருந்து அனுப்பப்பட்ட ஓவியங்கள் செதுக்கப்பட்டு, அவை அய்ரோப்பாவில் அச்சிடப்பட்ட புத்தகங்களில் வெளிவந்தன. பல்வேறு சாதிகள் மற்றும் தொழில்களின் ஓவியங்களின் படத்தொகுப்பு 1796 மற்றும் 1830இல் உருவாக்கப்பட்டது.

புதுச்சேரியில் உள்ள மக்களின் சாதிகள் மற்றும் தொழில்கள் பற்றிய ஓவியங்களின் மற்றொரு காட்சிப்பதிவு 1831இல் செய்யப்பட்டது. காரைக்காலில் இந்து மற்றும் முசுலிம் பண்டிகைகள், சடங்குகள் மற்றும் வழிபாட்டு முறைகள் பற்றிய ஓவியங்கள் 1831இல் உருவாக்கப் பட்டன. 1827 மற்றும் 1835இல் பிரான்சில் கல்அச்சீடு முறையின் வளர்ச்சி எவ்வாறு புதுச்சேரியின் வண்ணஓவியங்களை அச்சிடத் தூண்டியது மற்றும் எளிதாக்கியது என்பதும் ஆய்வு செய்யப்படுகிறது.

இயல் ஆறு ஆங்கிலேயர்களின் சென்னை வருகையை மற்றும் 1701 முதல் 1850 வரையிலான கலைஞர்களின் ஓவிய வளர்ச்சி மற்றும் முன்னேற்றத்தையும் ஆராய்கிறது. தமிழ்நாட்டில் உள்ள இடங்களுக்குச் சென்ற ஆங்கிலேயர்கள் தமிழக நிலக்காட்சியை வரையத் தொடங்கினர். அவர்கள் இயற்கைக் காட்சிகள் மற்றும் அழகான கட்டடக் கலையின் வண்ணஓவியங்களை வரைந்தனர். செதுக்கப்பட்ட இந்துக் கோவில்கள் அவர்களைக் கவர்ந்தன. அவர்கள் பல்வேறு தொழில்களைச் சேர்ந்தவர் களையும் அவர்களின் சாதிகள் மற்றும் ஆடைகளையும் வரைந்தனர். பிரிட்டனில் உள்ள தனி ஆட்கள் மற்றும் நிறுவனங்கள் படத் தொகுப்புகளைச் செய்வதில் மிகுந்த ஆர்வம் காட்டினர். இதன் விளைவாகக் கலைப்பொருட்கள் பெருமளவில் சேமிக்கப்பட்டன. எனவேதான் காலனியக்காலத்தின் ஓவியம், சமூகம் மற்றும் வளர்ச்சியின் பங்கை ஆராய்வது நமக்கு தேவையானது மற்றும் முதன்மையானது. 1701இல் சென்னையில் நிக்கோலா மனுசியின் நீர்-வண்ண ஓவியங்கள், 1730 மற்றும் 1734க்கு இடையில் ஆங்கிலேயர்களின் சென்னையின் தொடக்கக்கால ஓவியங்கள், 1758-1764 மற்றும் 1794இல் அச்சிடப்பட்ட பிரான்சிஸ் ஸ்வைன் வார்டு அவர்களின் நிலக்காட்சி ஓவியங்கள், 1802-1805இல் இலண்டனில் உள்ள புத்தகங்களில் அச்சிடப்பட்ட வார்டுவின் ஓவியங்கள், 1780இல் மதுரையில் ஆங்கிலக் கிழக்கிந்தியக் குழுமத்தைச் சேர்ந்த டேவிட் சிம்ப்சன் என்பவரால் தயாரிக்கப்பட்டு சேகரிக்கப்பட்ட துணியில் வரையப்பட்ட கல்சிற்பப் படங்கள், தாளில் மையால் தயாரிக்கப்பட்ட கல் சிற்பப் படங்கள் மற்றும் 1782 முதல் 1789 வரை மதுரையில் ஆடம் பிளாக்கேடர் அவர்களின் படங்கள், ஜான் டாலிங் மற்றும் அவருடைய ஓவியங்கள் (1785-86), உள்ளூர் கலைஞரான முத்துக்கிருஷ்ணா திருச்சிராப் பள்ளியிலிருந்து இயற்கையினை அவர் வரைந்த ஓவியங்கள் (1785-86), வில்லியம் ஹாட்ஜெஸ் அவர்களின் நிலக்காட்சி ஓவியங்கள் (1786-1788), தாமஸ் மற்றும் வில்லியம் டேனியல்ஸ் (1786-1816) ஆகியோரின் தமிழக நிலக்காட்சி எண்ணெய் ஓவியங்கள், சென்னையில் இராபர்ட்

ஹோம் மற்றும் அவர் ஓவியங்கள் (1792-1793), சென்னையிலுள்ள ஜார்ஜ் சின்னேரி மற்றும் அவருடைய வரைபடங்கள் (1802-1807), 1805இல் தஞ்சாவூரில் உள்ள ஏழு உள்ளூர்க் கலைஞர் ஒளிபுகா நீர்வண்ணத்தைப் பயன்படுத்தி வரைந்த ஓவியங்கள், காலின் மெக்கன்சி மற்றும் அவருடைய படங்கள் மற்றும் ஓவியங்களின் தொகுப்பு 1809-1822), தாமஸ் ஹிக்கி மற்றும் அவருடைய உருவப்பட ஓவியங்கள் (1798-1824), 1812-22இல் சென்னையில் ஹிக்கியின் உருவப்படப் படைப்புகளின் மறுசீராய்வு, 1828இல் வேலூரில் இருந்து பெறப்பட்ட ஓர் ஓவியப் படத்தொகுப்பு, ரிச்சர்டு பாரோனால் வரையப்பட்ட நீலகிரியின் மலைக்காட்சி (1835-1837), வில்லியம் தாம்சன் மற்றும் புதுச்சேரியில் இருந்து அவருடைய ஓவியங்களின் படத்தொகுப்பு (1836-1849), மைக்கா ஓவியங்களின் வளர்ச்சி மற்றும் புதிய காட்சித் தொடர்புத் தயாரிப்பு, ஓவியங்களைச் செதுக்குதல் மேலும் இலண்டனில் இருந்து சென்னை வரை அச்சிட்டு இறக்குமதி செய்தல் மற்றும் இறுதியாகச் செதுக்கப்பட்ட படங்கள், ஓவியங்கள் மேலும் சென்னையில் உள்ள அச்சுத் தயாரிப்பாளர்கள் ஆகியவற்றை ஆய்கிறது.

1768 மற்றும் 1772களில் இலண்டனில் இருந்து ஆங்கிலக் கிழக்கிந்தியக் குழும அதிகாரிகளுக்கும், சென்னையில் உள்ள ஆற்காடு நவாப்புகளுக்கும் மூன்றாம் ஜார்ஜ் மன்னருக்கும் இடையே அரசதந்திர முறையில் உருவப் படங்கள் மற்றும் ஓவியங்களின் பரிமாற்றம்பற்றி இயல் ஏழில் உள்ளது. நவாப்புக்காக அவ்வப்போது ஓவியங்களை வரைந்த, நவாப்புகளால் பணியமர்த்தப்பட்ட ஜார்ஜ் ஸ்டப்ஸ், டில்லி கெட்டில், ஜார்ஜ் வில்லிசன், ஜான் ஸ்மார்ட் மற்றும் தாமஸ் ஹிக்கி போன்ற பிரிட்டிஷ் ஓவியர்களின் பங்கையும் மற்றும் நேர்த்தியான பண்பாட்டையும் இந்த இயல் விளக்குகிறது. மன்னர் இரண்டாம் சரபோஜியால் (1802-1810) பணியமர்த்தப்பட்ட உள்ளூர் ஓவியர்களால் வரையப்பட்ட விலங்குகளின் ஓவியங்களைக் கொண்ட படத்தொகுப்பு அய்ரோப்பியர்களால் கவனிக்கப்பட்ட இராஜா சரபோஜியின் தஞ்சாவூரில் உள்ள உள்ளூர் ஓவியர்கள் மற்றும் தாளில் ஓவியங்களின் மேம்பாடு பற்றிய ஆய்வும் இதில் உள்ளது. மன்னர் சரபோஜியால் பணியமர்த்தப்பட்ட உள்ளூர் ஓவியர்களின் விலங்குகளின் ஓவியங்களைக் கொண்ட படத்தொகுப்பு, பறவைகளின் விளக்கத்துடன் கூடிய ஓவியங்களைக் கொண்ட படத்தொகுப்பு (1807-1812) மற்றும் உள்ளூர் கலைஞர்களால் வரையப்பட்ட ஓவியப்புத்தகங்கள் ஆகியன உள்ளன. இவ்வாறு தாளில் அய்ரோப்பிய ஓவியம் வரைவதற்குத் தமிழ்நாட்டில் உள்ள உள்ளூர் ஆட்சியாளர்களின் மறுமொழி மற்றும் எதிர்வினை மற்றும் தாக்கம் ஆகியவை பகுப்பாய்வு செய்யப்படுகிறது.

இயல் எட்டு ஆய்வின் கண்டுபிடிப்புகள் மற்றும் முடிவுகளைக் கையாள்கிறது. இந்தப் புத்தகம் தமிழ்நாட்டில் அதன் காலனிய வரலாற்றுக் காலத்தில் நிலக்காட்சி ஓவியத்தின் வளர்ச்சியை ஆராய்கிறது. இது அய்ரோப்பிய வணிகத்தின் விரிவாக்கத்தின் காலத்தில் காட்சிப் பண்பாட்டில் ஏற்பட்ட மாற்றங்களை ஆய்வு செய்வதோடு பெரிய அளவில் தாள் மற்றும் காக்கைப்பொன்னில் ஓவியங்களின் புதிய தொழில்நுட்பங்களின் பரிமாற்றத்தையும் ஆய்வு செய்கிறது. இதன் தாக்கம் தாளிலும் காக்கைப்பொன்னிலும் ஓவியங்களை உள்ளூர் கலைஞர்களால் உருவாக்கியது. புத்தகத்தில் ஓவியங்கள் இடம்பெறுவதற்கு அச்சிடுதல் தொடக்கத்தில் பங்களித்தது. மேலும் அது புத்தகங்களில் ஒளிப்படங்களாக மாற்றப்பட்டது.

அடிக்குறிப்புகள்

1. A. Velho, A Journal of the First Voyage of Vasco da Gama 1497-1499, trs & ed. E. G. Ravenstein, Madras, 1995, pp. 52-54.
2. Guillaume Le Gentil de la Galaiziere, Voyage dans les mers de l'Inde fait par ordre du Roi l'occasion du passage de venus sur le disque du soleil le 6 Juin 1761 et le 3 du meme mois 1769, 2 vols., Paris, Imprimerie Royale, 1779–80, vol. I, p. 205; Partha Mitter, Much Maligned Monsters, History of European Reactions to Indian Art, Oxford, 1977, pp. 573–77.
3. S. Jeyaseela Stephen, Expanding Portuguese Empire and the Tamil Economy: Sixteenth-Eighteenth Centuries, Manohar, New Delhi, 2009; S. Jeyaseela Stephen, Oceanscapes: Tamil Textiles in the Early Modern World, Primus Books, New Delhi, 2014.
4. S. Jeyaseela Stephen, Pondicherry under the French: Illuminating the Urban Landscape, Primus Books, Delhi, 2018; S. Jeyaseela Stephen, Tranquebar in Global History, 1620-1801: The Coromandel Coast and Europe in a World Network System, IIES, Puducherry, 2020.
5. S. Jeyaseela Stephen, Towns of the Tamil Coast and Hinterland: The Changing Form and Function, 1506-1801, Kalpaz Publications, Delhi, 2019; S. Jeyaseela Stephen, From European Dwelling Settlements to Global Cities: Ports of the Tamil Coast and the Colonial Modernity, Primus Books, Delhi, 2021.
6. S. Jeyaseela Stephen, Sepoys, Wars, the Social Impact and Colonial Transition in Tamil Country, 1565-1875, IIES, Puducherry, 2021.
7. S. Jeyaseela Stephen, A Meeting of the Minds: European and Tamil Encounters in Modern Sciences, 1507-1857, Primus Books, New Delhi, 2016; S. Jeyaseela Stephen, Natural History Knowledge, Tamil Coast and the Atlantic Within Reach: Circulation and Construction, 1639-1857, Kalpaz Publications, Delhi, 2019.

இயல் 3

தமிழகக் கடற்கரையில் போர்த்துக்கீசியர்கள்: தமிழ்க் கத்தோலிக்கப் பார்வையாளருக்கான ஓவியங்கள் மற்றும் மேலைநாட்டுத் தாக்கம், 1507-1821

பாரம்பரியத்தின்படி கி.பி. முதல் நூற்றாண்டில் கிறித்துவம் இந்தியாவிற்கு வந்தது. தூய தோமா கிறித்தவர்களின் சிறிய சமூகமானது தன் வளர்ச்சி மற்றும் தான் விரிவடைவதைக் காட்டிலும் நம்பிக்கையின் இன்றியமையாமையைக் காப்பதையே நோக்கமாகக் கொண்டது. அவர்கள் உள்ளூர் பண்பாட்டிற்கு ஏற்றவாறு இந்துக்களைப் போலவே வழிபாட்டிடங்களைக் கட்டினர். அப்போதைய இந்துக்கள், பௌத்தர்கள் மற்றும் சமணர்களுடன் கிறித்தவக் கலையை எந்த வகையிலும் ஒப்பிட முடியாது. ஓவியத்தின் தடயங்கள் எதுவும் இருப்பதாக அறியப்படவில்லை. மேலும், கட்டடக்கலை மற்றும் சிற்பங்களை விட ஓவியங்கள் சிதைவடையக்கூடியதாக இருப்பதால் காணாமல் போயிருக்கலாம்.

இந்தியாவில் உருவான ஓவியங்கள் மற்றும் போர்த்துக்கீசிய மதப்பரப்புநர்கள் ஆற்றிய முதன்மையான பங்கு இதுவரை எழுதப் படவில்லை. கோவாவில் போர்த்துக்கீசியர்கள் முதன்மையாகக் கலை வளர்ச்சியை மட்டுப்படுத்தினர். எனவே, தமிழகக் கடற்கரையில் போர்த்துக்கீசியர்களின் வருகையையும் ஓவியங்களின் வளர்ச்சியையும் விரிவாக ஆராய்வோம். போர்த்துக்கீசிய விரிவாக்கத்தின் தொடக்கக் கட்டத்தில் பதினாறாம் நூற்றாண்டில் ஓவியங்கள் போர்ச்சுகலில் இருந்து இந்தியாவிற்கு ஏற்றுமதி செய்யப்பட்டன. புதிதாகக் கட்டப்பட்ட தேவாலயங்களைக் கிறித்தவக் கலைகளால் நிரப்புவதைத் தவிர வேறு வழியில்லாத பல்வேறு மத அமைப்புகளின் வேண்டுகோளின் பேரில் இது செய்யப்பட்டது.

இந்தியாவிற்குப் பிரான்சிஸ்கன்களின் வருகையும் லிஸ்பனிலிருந்து பெறப்பட்டக் கிறித்தவ ஓவியங்களும்

போர்த்துக்கீசியத் தனியார் வணிகர்கள் 1502இல் தமிழகக் கடற்கரைக்கு வந்தனர். இந்தியாவின் முதல் போர்த்துக்கீசிய அரசப்

பேராளர் பிரான்சிஸ்கோ அல்மெய்டா 1507இல் இயேசு கிறிஸ்துவின் 12 சீடர்களில் ஒருவரான தூய தோமாவின் கல்லறை இருப்பதைக் கேள்விப்பட்டபோது அவர் ஒரு குழுவை மயிலாப்பூருக்கு அனுப்பிச் செய்திகளை சேகரித்தார். பல போர்த்துக்கீசியர்கள் அங்குக் குடியேறியதால் பின்னர் அந்த இடம் வணிகம் மூலம் செழித்தது. கிறித்தவர்களைக் கவனிப்பதற்காக மதப்பரப்புநர்களும் அங்குக் குடியேறினர்.[1]

லிஸ்பனில் இருந்து கப்பலில் இந்தியாவுக்கு ஓவியங்கள் அனுப்பப்பட்டன. போர்த்துக்கீசிய மதகுருமார்கள் வாழ்ந்த கொச்சி மற்றும் கொல்லம் போன்ற இடங்களுக்கு அந்த ஓவியங்கள் வழங்கப் பட்டன. 1511லேயே கொச்சிக் கோட்டையின் சிறு தேவாலயத்தில் 9 செப்டம்பர் 1511இல் கண்டெடுக்கப்பட்ட பல்வேறு மதம்சார்ந்த பொருட்களின் பட்டியலைக் காண்கிறோம். அதில் கிறித்தவ ஓவியங்கள் தாளில் இருந்தன.[2] பிரான்சிஸ்கனான பாதிரியார் செபஸ்தியோ பைரஸ் அவர்கள் அதே தேவாலயத்தில் கூடுதலாக மத ஓவியங்கள் மற்றும் படங்களின் இருப்பு குறித்து மன்னரிடம் தெரிவித்ததை 10 சனவரி 1522 நாளிட்ட ஒரு கடிதத்தில் காணலாம்.[3] மேலும் 22 நவம்பர் 1548 நாளிட்ட கோவாவிலிருந்து எழுதப்பட்ட ஒரு கடிதத்தில், கோவாவைச் சேர்ந்த ஒரு கலைஞரால் தயாரிக்கப்பட்டு (பதிவுக்குறிப்பில் பெயர் குறிப்பிடப்படவில்லை) தேவாலயத்தின் பலிபீடத்தில் இருந்த படம் மாற்றப்பட வேண்டும் என்று கூறப்பட்டதும், ஒரு புதிய ஓவியத்தைப் பற்றிக் குறிப்பிடுவதையும் காண்கிறோம். முந்தைய முதல் ஓவியம் காலநிலை காரணமாக மறையத் தொடங்கியது.[4]

ஃபிரீ வின்சென்ட் அவர்களின் கீழ் இருந்த கிரங்கனூரில் உள்ள தூய ஜேம்ஸ் கல்லூரியின் தேவாலயத்திற்குப் போர்ச்சுகல் அரசரிடம் ஓர் ஓவியம் கோரப்பட்டது. கிரங்கனூரில் உள்ள கிறித்தவர்கள் தூய தோமா மீது அதிக ஈடுபாடு கொண்டிருந்ததால் தூய தோமா சீடரின் வாழ்க்கையைப் பெறுவதற்கு அவர் மிகவும் குறிப்பிடப்படக் கூடியவர் என்று குறிப்பிட்டதாகக் கூறப்படுகிறது.[5] அந்த நேரத்தில் போர்ச்சுகலில் இருந்து தயாரிக்கப்பட்ட மற்றும் கொண்டு வரப்பட்ட ஓவியங்கள் பிளெமிஷ் (வடக்கு அய்ரோப்பாவில் உள்ள ஃபிளாண்டர்ஸ் பகுதி மக்கள், மொழி, பண்பாட்டுடன் தொடர்புடையது) செல்வாக்கைக் கொண்டிருந்தன. மேலும் ஃபிளாண்டர்ஸுடனான பண்பாடு மற்றும் வணிகத் தொடர்புகள் மற்றும் போர்த்துக்கீசிய நீதிமன்றத்திற்கும் பர்ண்டி நீதிமன்றத்திற்கும் இடையிலான குடும்ப இணைப்புகளும் இதற்குக் காரணம். மற்றொரு முதன்மையான காரணம், ஃபிளாண்டர்ஸைச் சேர்ந்த ஓவியர் ஜேன்வான் ஐக் அவர்கள் லிஸ்பனில் நீண்ட காலம்

தங்கியிருந்ததும் அவருடைய தாக்கம் ஓவியங்களில் எதிரொலித்ததும் ஆகும்.[6]

மன்னர் சாமரினின் தூதுவர் மூலம் திருப்பலிப்பீடத்திற்கு ஒரு வண்ணஓவியம் வரைவதற்கு கோழிக்கோட்டைச் சேர்ந்த விகார் விரும்பினார். போர்த்துக்கீசியர்கள் உள்ளூர் ஓவியர் ஒருவரைப் பெற முடிந்தது. அந்த ஓவியரின் உதவியால் கிறிஸ்துவின் இறுதி உணவு முழுவதையும் பலிபீடத்தில் வரைய முடிவு செய்தனர்.[7] மதிப்பிடப்பட்ட செலவு 800 குருஸ்டோக்கள் என்று கூறப்படுகிறது. இந்தியாவில் பல கிறித்தவ வண்ணஓவியங்கள் மற்றும் படங்களுக்கான தேவையினால் போர்த்துக்கீசியர்கள் 1548லேயே கோவாவில் உள்ளூர் ஓவியர்களைப் பணியமர்த்த வேண்டிய கட்டாயம் ஏற்பட்டது. இருப்பினும் இந்தக் கலைஞர்களின் வேலைவாய்ப்பின் விடியலில் (இந்து / இந்தியச்) செல்வாக்கு குறிப்பாக இந்து மத மையக் கருத்துடன் இருக்கக்கூடாது என்று அறிவுறுத்தப்பட்டதுடன் வலியுறுத்தவும் செய்யப்பட்டது. மேலும் மதப்பரப்புநர்கள் கிறித்தவரல்லாதவர்கள் கிறிஸ்தவப் படங்களை மற்றும் கிறித்தவ வண்ணஓவியங்களை உருவாக்குவதைக் கண்டிப்பாக ஏற்கவில்லை.

தொடக்கத்தில், ஆண்ட்வெர்ப்பின் அச்சு விற்பனையாளர்களுக்காகப் போர்த்துக்கீசிய மதப்பரப்புநர்கள் செதுக்கப்பட்டக் கிறித்தவப் படங்களைக் கொண்டுவந்ததைக் காண்கிறோம். மதப் பரப்புநர்கள் நற்செய்திகளைச் சமய அறிவுரைகளை விளக்க, இந்தப் படங்கள் மிகவும் தேவையான ஒரு கருவி. மேலும் இந்தப் படங்கள் இந்திய ஆட்சியாளர்களுக்கு அரசவையில் பரிசாக வழங்கப்பட்டிருக்க வேண்டும்.

புனித தோமையார் மலையில் மரப்பலகையில் மடோனா மற்றும் குழந்தை ஏசுவின் வண்ணஓவியம்

புனித தோமையார் மலையில் இருந்த கோவில் 1547இல் போர்த்துக்கீசிய மதப்பரப்புநர்களால் தேவாலயமாக மாற்றப்பட்டது. மரப்பலகையில் மடோனா மற்றும் குழந்தை ஏசுவின் வண்ணஓவியம் அங்கு பெரும் பக்திக்குரிய பொருளாக இருந்தது. மடோனா சிவப்புத் தளர் மேலாடையுடனும் நீல மேலங்கியுடன் வாழ்த்துவது போல வலது கை உயர்த்தப்பட்டு குழந்தை ஏசுவும் காணப்படுகின்றனர். மாதாவின் இந்த ஓவியம் மூன்று வீச்சகல நீளமும் (ஒவ்வொரு வீச்ச கலமும் ஒன்பது விரற்கடைக்குச் சமம்) இரண்டு வீச்சகல அகலமும் கொண்டது. 1557இல் மயிலாப்பூரை விஜயநகர ஆட்சியாளர் தாக்கிய

போது சந்திரகிரி நாயக்கர் மடோனா மற்றும் குழந்தை ஏசுவின் அழகிய ஓவியத்தை எடுத்துச் சென்றார். மயிலாப்பூரில் உள்ள போர்த்துக்கீசிய மதப்பரப்புநர்களால் கோவிலிலுள்ள இந்துத் தெய்வங்களை அழித்ததற்குப் பழிவாங்கும் நடவடிக்கையே இத்தகையத் தாக்குதலுக்குக் காரணம் என்று கோவாவிலிருந்து போர்ச்சுகலுக்கு (இராமநாயரின் தாக்குதலுக்குப் பிறகு) எழுதிய மனோயல் நூன்ஸ் கடிதத்தில் இருந்து அறியப்படுகிறது.[8]

மடோனாவின் இந்த வண்ணஓவியம் அரசவைக்கு வந்த போது அரசி அவர்கள் ஒரு கனவில் கன்னிமேரியின் தோற்றத்தைக் கண்டு மிகவும் அஞ்சினார் என்று குறிப்பிடப்பட்டுள்ளது. எனவே, 1560இல் அந்த ஓவியத்தைத் திருப்பி அனுப்புமாறு அரசரை வற்புறுத்தினாள். அந்த வண்ணஓவியம் மதிப்புடன் ஒரு பல்லக்கில் வைக்கப்பட்டு மீண்டும் கொண்டு வரப்பட்டு சாந்தோமில் நீண்ட காலமாக வாழ்ந்து வரும் திருமணமான கில்வாஸ் பல்ஹா என்ற சந்தோமின் முதன்மையான குடிமகனிடம் ஒப்படைக்கப்பட்டது. இந்த ஓவியம் புனித தோமையார் மலை தேவாலயத்தில் நிறுவப்பட்டது.[9] இது தமிழ்நாட்டில் உள்ள பழமையான கிறித்தவ வண்ணஓவியங்களில் ஒன்றாக இருந்திருக்க வேண்டும். இன்றும் இது தேவாலயத்தில் பாதுகாக்கப்படுகிறது.

மாதா மற்றும் குழந்தை ஏசுவின் வண்ணஓவியம் பாதி உருவப் படமாக உள்ளது. பாதியளவில் வலது கையை உயர்த்தி அருள் நிரம்பிய தோரணையில் இருக்கும் குழந்தையை அவள் மென்மையாக அணைத்துக் கொண்டிருக்கிறாள். கன்னிமேரி ஒரு நீண்ட கை கொண்ட பொன்னிறப்பட்டையுடன் கூடிய சிவப்பு நிற அங்கியை அணிந்திருக்கிறாள். பொன்னிறப் பட்டையுடன் ஒரு நீலநிறமுக்காடு அவள் தலையை மூடிக் கொண்டிருக்க, முகத்தின் இருபுறமும் அழகான, அலையில்லாத மடிப்புகளில் கீழே விழுகிறது. மடோனா மற்றும் குழந்தை இருவரின் தோற்றப் பொலிவும் தூய்மையும் மகிழ்ச்சியளிக்கின்றன. மடோனா ஒரு துயரமான அழகாகவும் குழந்தை மனத்தைக்கவரும் வெளிப்பாட்டுடனும் உள்ளனர். இருப்பினும் படம் முழுவதும் உள்ள விழுக்காட்டளவில் உள்ள குறைபாடுகள் அதன் கலையின் விளைவை ஓரளவு குறைக்கின்றன. வண்ணங்கள் புதியதாகவும் தெளிவாகவும் இருக்கும் என்றாலும், வண்ணப்பூச்சு உரிந்து மடோனாவின் முகத்தைச் சிதைத்திருந்தது. மேலைநாட்டுப் பாணியிலான இந்த வண்ணஓவியம் மறுமலர்ச்சிக்குப் பிந்தைய காலக்கட்டத்தைச் சேர்ந்ததாகத் தெரிகிறது. மாதாவின் இந்தப்படம் தாள் அட்டையில் வரையப்பட்டுள்ளது.

1670இல் தூய தோமையார் மலையில் உள்ள மலை தேவாலயத்திற்குச் சென்ற ஃபிரியார் டொமிங்கோ நவரேட் அவர்கள்

இந்த அழகிய வண்ணஓவியத்தைப் பற்றிக் குறிப்பிடுகிறார். ஆனால், வண்ணங்கள் ஓரளவு சிதைந்து விட்டதாகவும் அவர் தன் செபமாலையால் அந்த வண்ணஓவியத்தைத் தொட்டதாகவும் கூறுகிறார்.[10] 1726இல் இதே தேவாலயத்திற்கு மற்றொரு மதப்பரப்புநரும் சேசு சபையினருமான இப்பாலிட்டோ நெசிதெரி வருகை புரிந்தார். மேரியின் வண்ணஓவியம் தூய லுக்காவால் தூய தோமாவுக்குக் கொடுக்கப்பட்டதாகக் கூறப்படுகிறது என அவர் தெரிவித்தார்.[11]

தாளில் வண்ணஓவியங்கள், பயன்படுத்தப்பட்ட அச்சிடப்பட்ட அய்ரோப்பியப் படங்கள் மற்றும் தமிழ்நாட்டில் சேசு சபையினரின் பங்கு, 1599-1601

சேசு சபை மதப்பரப்புநர்கள் தேவாலயத்தில் புனிதப் படங்களைப் பயன்படுத்தவும் அறிமுகப்படுத்தவும் செய்தனர். மேலும் இது தெய்வீக இருப்புதனைப் புதுப்பிக்கும் வகைக்கு ஓர் உறுதியான எடுத்துக்காட்டு. பிரான்சிஸ் சேவியரின் காலத்தில் தமிழகக் கடற்கரையில் மதப்பரப்புப் பணிகளைச் செய்த ஒரு போர்த்துக்கீசியர், படைப்பிலிருந்து கடைசித் தீர்ப்பு வரை இரட்சிப்பின் வரலாற்றை வண்ணஓவியமாக வரைவதற்கு அனுப்பப்பட்டார். இந்த வண்ணஓவியங்கள் கோவாவில் இருந்து தூத்துக்குடிக்குக் கொண்டு வரப்பட்டது. இந்தப் படத்தொகுப்பு புத்தகத்தில் காணப்பட்டது. அதிலிருந்து ஒருவர் கிறித்தவர்களின் நம்பிக்கையைப் பார்க்கவும் ஏற்றுக்கொள்ளவும் முடியும். தமிழகக் கடலோரப் பகுதிகளிலும் இத்தகைய படங்களுக்கு இந்தப் படத் தொகுப்பு ஒரு பெரிய தேவையை ஏற்படுத்தியதாகக் குறிப்பிடப் படுகிறது. இந்தியாவில் கிறித்தவ வண்ணஓவியங்கள் பற்றாக்குறை காரணமாக இருந்ததால் அதனை அச்சிடத் தொடங்கினர்.

1556இல் கோவாவில் சேசு சபையினர் அச்சகத்தை அறிமுகப் படுத்தியதை நாம் அறிவோம். (ஆனால் அது 1683இல் மூடப்பட்டது) 1558இல் கோவாவில் அச்சிடப்பட்ட முதல் படம் ஏசு கிறிஸ்து சிலுவையிலும் அவருடைய அன்னை மற்றும் புனித ஜான் இருபுறமும் அமர்ந்திருப்பதைச் சித்தரித்தது. இந்தப் படம் குறிப்பாக, தமிழகக் கடற்கரையில் உள்ள பல்வேறு சிறு தேவாலயங்கள் மற்றும் பேராலயங்களுக்கு வழங்கப்பட்டது. ஏசு சிலுவையில் அறையப்படுதல், நம்முடைய கர்த்தராகிய ஏசு கிறிஸ்துவின் துயரம் மற்றும் நம்முடைய ஆசிர்வதிக்கப்பட்ட கன்னிமேரியின் துன்பங்கள் போன்ற பல படங்கள் கோவாவில் அச்சிடப்பட்டன. அப்போது தூத்துக்குடியில் உள்ள தேவாலயத்தில் கோவாவில் அச்சிடப்பட்ட படங்கள் இருந்ததாகப்

பதிவேட்டில் குறிப்பிடப்பட்டுள்ளது.[12] குறைவான எண்ணிக்கையில் அச்சிடப்பட்டதாகக் கூறப்பட்டது. ஆனால் இன்று எவரிடமும் அந்தப் படம் இல்லை.

1599இல் நடைபெற்ற டயம்பர் சமயக் குழுக்களின் கூட்டம் ஒவ்வொரு தேவாலயத்தின் உயரமான பலிபீடத்திலும் அதன் புரவலர் மற்றும் பிற புனிதர்களின் படத்தையும் பக்கவாட்டுப் பலிபீடங்களில் வைக்கவேண்டும் என்று ஆணையிட்டது.[13] எனவே கன்னிமேரி மற்றும் புனிதர்கள் ஆகியோரின் வண்ணஓவியங்கள் மற்றும் படங்கள் ஓவியர்களால் தயாரிக்கப்பட்டன.

நிக்கோலஸ் பிமென்டா என்ற சேசு சபைப் பார்வையாளர் 1598இல் உரோமில் இருந்து இந்தியாவிற்கு வந்தார். அவர் பல்வேறு சேசு சபைக் குடியிருப்புகளுக்கு அலுவல் முறை வருகையாக வந்தார். விஜயநகரை ஆண்ட இரண்டாம் வேங்கட மன்னர் அவர்களின் தலைநகரான சந்திரகிரியில ஒரு மதப்பரப்புநர் வசிக்குமிடம் தொடங்கப்பட வேண்டும் என்று அவர் அப்போது விரும்பினார். எனவே, பாதிரியார் பிரான்சிஸ்கோ ரிச்சி மற்றும் பாதிரியார் டி'சா ஆகியோர் ஒரு வணிகருடன் பயணம் செய்து சித்தூரை அடைந்தனர். பின்னர் அந்த இரு சேசு சபை மதப்பரப்புநர்களும் பாதிரியார் அந்தோனியோ ரூபினோவுடன் சந்திரகிரிக்குச் சென்று 16 ஆகஸ்ட் 1599 அன்று வந்து சேர்ந்தனர்.[14] இந்த மதப்பரப்புநர்கள் பல வண்ணஓவியங்களையும் படங்களையும் மன்னருக்குக் காண்பித்தனர். அவர்கள் இரட்சித்தல் தொடர்பாக முதன்மையான ஓவியங்களின் உதவியுடன் விளக்கினர். கிறித்தவக் கோட்பாட்டைப் பற்றி அதிகம் பேசினர். புனித ஜார்ஜ் ஈட்டியுடன் குதிரையின் முதுகில் அமர்ந்து கொண்டு ஒரு பறக்கும் நாகத்துடனிருப்பதை வண்ணஓவியத்தில் கண்டு மன்னர் மிகவும் ஈர்க்கப்பட்டார். அந்த வண்ணஓவியத்தின் தலைப்பு தெலுங்கில் எழுதப் பட்டதைக் கண்டு மன்னரும் மகிழ்ச்சியடைந்தார். புனித ஜார்ஜின் வரலாற்றுச் சுருக்கத்தைச் சேசு சபையினர் மன்னருக்குத் தெரிவித்தனர்.

சந்திரகிரியிலுள்ள மன்னர் அதிகக் கிறித்தவ ஓவியங்களைப் பார்க்க வேண்டும் என்ற கூரறிவுடன் கூடிய விருப்பத்தை வெளிப்படுத்தியதால், சேசு சபையினர் சிறந்த ஓவியர்களாக இருந்த சகோதரர் அலெக்சாண்டர் ஃப்ரே மற்றும் சகோதரர் பார்டோலோமியோ ஃபோன்டெபோனா ஆகியோரைப் பணியமர்த்த விரும்பினார். மன்னரைச் சந்திக்க முதலில் இத்தாலியைச் சேர்ந்த சகோதரர் அனுப்பப்பட்டார். அவர் தன் வண்ண ஓவியங்களைக் காட்ட அரண்மனைக்கு வந்ததைக்கூட ஆட்சியாளர் பாராட்டினார். மன்னருக்கு வண்ணஓவியங்கள் மீது மிகுந்த விருப்ப

மிருந்ததால் அந்தச் சகோதரரை மிகுந்த மதிப்புடன் வரவேற்றார். அந்தச் சகோதரரிடம் ஏசு சங்க நிறுவனர் இக்னேஷியஸ் லயோலா மற்றும் பாதிரியார் பிரான்சிஸ் சேவியர் ஆகியோருடைய உருவப் படங்கள் இருந்தன.[15] மன்னர் சேசு சபைச் சகோதரரிடம் அவற்றை முழு அளவில் வரையச் சொன்னார். எனவே, இக்னேஷியஸ் லயோலாவின் மற்றொரு உருவப்படத்தைச் சகோதரர் ஒன்றரை மணி நேரத்திற்குள் வரைந்தார். எனவே, மன்னர் இருபது குருசோடாக்கள் மதிப்புள்ள தங்கத்துணியைப் பரிசாகக் கொடுத்து அவரை அனுப்பி வைத்தார்.

சில நாட்களுக்குப் பிறகு இயேசு சபை சகோதரர் மீண்டும் அரண்மனைக்கு வருகை புரிந்தார். மன்னர் அந்த நேரத்தில் சகோதரர் தன் சொந்த விருப்பப்படி ஏதாவது வரையட்டும் என விரும்பினார். பின்னர் சகோதரர் அவர்கள் கன்னிமேரியின் உருவப்படத்தைக் குழந்தை ஏசுவுடன் மன்னர் முன்னிலையில் செயல்படுத்திக் காட்டினார். ஜான் பாப்டிஸ்ட்டின் ஒரு முகப்பையும் வரைந்தார். மன்னர் தன் அரச அரியணைக்கு எதிரே உள்ள அரசவை மண்டபத்தில் ஒரு முதன்மை இடத்தில் வண்ணஓவியங்களைத் தொங்கவிட உத்தரவிட்டார். அரசவைப் பார்ப்பனர்கள் அந்த வண்ணஓவியங்களை விரும்பவில்லை என சேசு சபைப் பதிவுகளில் குறிப்பிடப்பட்டுள்ளது.

அடுத்த வருகையின்போது சேசு சபை சகோதரர் ஏசு கிறிஸ்துவின் வாழ்க்கையைப் பற்றிய காட்சிகளைக் குறிக்கும் படங்கள் அடங்கிய புத்தகத்தை மன்னருக்குக் காண்பித்ததாகக் குறிப்பிடப்பட்டுள்ளது. 1567இல் சேசு சபையைச் சேர்ந்த பாதிரியார் ஜெரோம் நடால் அவர்களின் வேண்டுகோளின்பேரில் பல பிளெமிஷ் ஓவியர்களால் இது செய்யப்பட்டது.[16] மன்னர் பொறுமையாக எல்லாப் படங்களையும் ஒன்றன்பின் ஒன்றாகப் பார்த்து, ஏசு கிறிஸ்துவின் வாழ்க்கை விளக்கங் களையும் புதிரான நிலையையும் கேட்டறிந்தார். அவர் அளித்த விடைகளால் மன்னர் பெரிதும் மகிழ்ச்சியடைந்தார்.

விஜயநகர மன்னர் இரண்டாம் வெங்கடபதி தேவராயர் அவர்கள் சந்திரகிரியில் தேவாலயம் கட்டுவதற்காக அரச அரண்மனைக்கு அருகில் உள்ள நிலத்தைச் சேசு சபையினருக்கு வழங்கினார். மதப்பரப்புநர்கள் ஒரு தேவாலயத்தின் கட்டுமானத்தை மேற்கொண்டதோடு சில மாதங்களுக்குப் பிறகு வேலை முடிந்தது. திரளான இந்துக்கள் சிறு தேவாலயத்தை பார்வையிட்டதோடு அவர்கள் அங்கு வைக்கப்பட்டுள்ள அனைத்து வண்ணஓவியங்கள் மற்றும் சிறிய சிலைகளுக்கு மிகுந்த மதிப்பும் காட்டினார்கள். கிறித்தவ நம்பிக்கையின் கருத்துக்கள்

குறித்தும் மதப்பரப்புநர்கள் இந்துப் பார்வையாளர்களுக்கு விளக்கினர். சேசு சபையினர் பின்னர் தேவாலயத்தில் வைக்கப்பட்டிருந்த இந்த வண்ணஓவியங்களையும் படங்களையும் அரண்மனையிலுள்ள மன்னருக்கு நேரில் காட்ட வேண்டும் என்று விரும்பினர். இது பாதிரியார் பிரான்சிஸ் ரிச்சி 1601 அக்டோபர் 20 நாளிட்ட கடிதத்தில், ரோமிலிருந்த பாதிரியார் கிளாடியஸ் அக்வா விவாவுக்கு குறிப்பிடப் பட்டுள்ளது. அந்தப் பொருளும், வண்ணஓவியம் வரைவதற்கான எண்ணெய் ஊடகமும் மற்றும் காட்சிகளைப் பயன்படுத்தும் போக்கும் புதியதாக இருந்ததால், அரசவை அதிகாரிகளும் ஓவியர்களும் அய்ரோப்பிய ஓவியர்களால் கவரப்பட்டனர்.[17]

கப்புச்சின் மதப்பரப்புநர்கள், ஆர்மேனிய வணிகர்கள் மற்றும் சென்னையில் மரப்பலகையில் கிறித்தவ ஓவியங்களின் வளர்ச்சி, 1695

கப்புச்சின் மதப்பரப்புநரான பாதிரியார் எப்ரேம் என்பவர் சென்னையில் வசித்து வந்தார். அவர் போர்த்துக்கீசியர்களையும் உள்ளூர் கிறித்தவர்களையும் கவனித்துக் கொண்டார். புனித வெள்ளியன்று நடைபெற்ற தெய்வீக ஆராதனையின்போது சிலுவையில் இறந்த ஏசு கிறிஸ்துவின் உடல் படத்தை அவர் காட்சிப்படுத்தியதாகப் பதிவு செய்யப்பட்டுள்ளது. இந்த வண்ணஓவியம் புனித வாரத்தில் கிறித்தவர்களுக்கு ஆன்மீக அடிப்படையில் உதவியது.[18]

போர்த்துக்கீசிய விரிவாக்கக் காலத்தில் ஆர்மேனிய வணிகர்கள் வணிகம் செய்ய வந்தனர். 1662இல் கோல்கொண்டா மன்னர் போர்த்துக்கீசியக் குடியேற்றத்தை முற்றுகையிட்டு, மயிலாப்பூரின் சாந்தோமைக் கைப்பற்றியபோது அந்த இடத்தின் ஆளுநராக மார்க்கூர் எரேசத் என்ற ஆர்மேனியரைப் பணியமர்த்தினார்.[19] 1666இல் ஆங்கிலேயக் கிழந்தியக் குழுமத்தின் ஆதரவின் கீழ் பல ஆர்மேனியர்கள் சென்னையில் குடியேறினர். மேலும் ஆசியாவில் உள்ள துறைமுகங்களுடன் வணிகம் செய்தனர். அவர்களுள் கோஜா பெட்ரஸ் வோஸ்கன் அவர்கள் பணக்கார வணிகர்களில் ஒருவர். ஆர்மேனியர்கள் கிறித்தவர்களாக இருந்ததால் அவர்கள் புனித தோமையார் மலையில் உள்ள தேவாலயத்திற்கு அடிக்கடி சென்று வந்தனர். கோஜா பெட்ரஸ் வோஸ்கன் தூய தோமையாவின் தியாகத்தைப் பற்றி வண்ணஓவியம் வரைவதற்கு ஏற்பாடு செய்திருந்தார். மரப்பலகையில் உள்ள இந்த வண்ணஓவியம் தோமையார் மலை தேவாலயத்தில் உள்ள பலிபீடத்தில் இப்போதும் உயரே சரி செய்யப்பட்டு வைக்கப்பட்டுள்ளது. இந்த ஓவியத்திற்கு இரண்டு வட்டங்கள் மகுடம் சூட்டி சிறிய வட்டத்தைச் சுற்றி பெட்ரஸ் வோஸ்கன் பெயர் நன்கொடையாளர் என்று பொறிக்கப்பட்டுள்ளது.

இந்த ஓவியத்தில் தோமையார் சிலுவையைப் பார்த்துக் கூப்பிய கைகளுடன் ஜெபிப்பதைக் காணலாம். உள்ளூர்க்காரர் தலையில் முடிக்கற்றையுடன், மார்பின் குறுக்கே தன் புனித நூலை அணிந்து, வேட்டி அணிந்து, ஈட்டி ஏந்தித் தோமையாரின் பின் தோள்பட்டையைத் துளைத்து, குருதிப்போக்கு நன்றாக வண்ணம் தீட்டப்பட்டுள்ளது. மேலும் இந்த ஓவியம் 1695இல் இந்தியப் பிறப்பிடத்தைச் சேர்ந்தது. இந்த ஓவியம் தூய தோமா கற்பாறைகளுக்கு இடையில், ஒரு சிலுவை முன் பிரார்த்தனை செய்வதைக் குறிக்கிறது. தோமையார் மலையில் உள்ள பலிபீடத்தின் மேலே உள்ள சிலுவை தூய தோமாவால் செதுக்கப்பட்டது அல்லது அதற்கு முன் ஜெபித்து இறந்தார் என்ற நம்பிக்கையை ஓவியர் பின்பற்றியதாகத் தெரிகிறது.

தோமையார் மலையில் உள்ள மலை-தேவாலயத்தின் மரப்பலகையில் 14 பிற வண்ணஓவியங்கள் உள்ளன. சுவரின் வலது புறத்தில் ஏழு ஓவியங்களும், இடது புறத்தில் ஏழு ஓவியங்களும் பொருத்தப்பட்டுள்ளன. இவை முதன்மையாக ஏசு கிறிஸ்துவின் திருத்தூதர்கள் / சீடர்களின் ஓவியங்கள், மூலப்படங்களைவிட சில படங்கள் முன்னேற்றத்துடன் உள்ளன. சுவரில் உள்ள படங்களின் அமைப்பு இடமிருந்து வலமாகப் பின்வரும் வரிசையில் உள்ளது:

1. புனித பீட்டர், சாவி மற்றும் ஒரு சிலுவை
2. புனித தாடேயஸ், ஒரு புத்தகம் மற்றும் தடி
3. புனித ஆண்ட்ரூ, ஒரு புத்தகம் மற்றும் ஒரு சிலுவை
4. ஆண்டவர் யேசு கிறிஸ்து
5. புனித பிலிப், ஒரு புத்தகம் மற்றும் ஒரு சிலுவையுடன்
6. புனித பெரிய ஜேம்ஸ், ஒரு புனிதப் பயண ஊழியர், ஒரு காவலாளி மற்றும் ஒரு தடியுடன்
7. புனித மத்தியாஸ், ஒரு புத்தகம் மற்றும் அகற்றப்பட்ட தொப்பியுடன்
8. புனித பவுல், ஒரு புத்தகம் மற்றும் கத்தியுடன்
9. புனித மேத்யூ, ஒரு புத்தகம் மற்றும் தச்சர் அளவுகோலுடன்
10. புனித தாமஸ், ஒரு புத்தகம் மற்றும் ஈட்டியுடன்
11. புனித ஜான், நஞ்சு கலந்த கிண்ணத்துடன்

12. புனித சைமன், ஒரு புத்தகம் மற்றும் ஓர் அரம்பத்துடன்

13. புனித பர்த்தலோமியோ, ஒரு புத்தகம் மற்றும் வேறு சில பொருட்களுடன்

14. புனித சிறிய ஜேம்ஸ், ஒரு புத்தகம் மற்றும் ஒரு உத்தரத்துடன்

தேவாலயத்தின் சுவரை அலங்கரிக்கும் இந்த பதினான்கு நேர்த்தியான மற்றும் கிட்டத்தட்ட வாழ்க்கை அளவிலான வண்ண ஓவியங்களைப் பார்வையாளர்கள் இப்போதும் கண்டு மகிழலாம். இவ்வண்ண ஓவியங்கள் இத்தாலியத்தன்மையும், இத்தாலியப் பாணியும் கொண்டவை. இவை கோஜா பெட்ரஸ் வோஸ்கன் அவர்கள் பரிசாக அளித்த மூலப்படிகளாகும். மயிலாப்பூரில் உள்ள பேராயர்இல்ல ஆவணக்காப்பகத்தில் பாதுகாக்கப்பட்டுள்ள பதிவேடுகளில் துண்டு துண்டாக உடைந்து கிடைக்கும் மூலப்படிகளுக்குப் பிறகு இந்த படங்கள் ஒரு பிரான்சிஸ்களால் வரையப்பட்டவை என்று குறிப்பிடப்பட்டுள்ளது.[20] திருத்தூதர்கள் மற்றும் ஏசு கிறிஸ்துவைச் சித்தரிக்கும் பதினான்கு எண்ணெய் வண்ணஓவியங்களில் அவர்களின் பெயர்கள் ஆர்மேனிய மொழியில் பொறிக்கப்பட்டுள்ளன.

பேராலயங்கள் மற்றும் சிறு தேவாலயங்களில் மரப்பலகையில் உள்ள பாதுகாக்கப்பட்ட வண்ணஓவியங்கள்

கோல்கொண்டாவின் படைப்பெருந்தலைவர் மிர்ஜீம்லா 1646இல் மயிலாப்பூரின் சாந்தோமை முற்றுகையிட்டார். இது சுல்தான் அப்துல்லா குதுப்ஷாவின் படைகளால் வலிந்து கைப்பற்றப்பட்டிருந்தது. தேவாலயத்தில் உள்ள வண்ணஓவியங்களுக்கு எந்தத் தொல்லையும் தராமல் அவர் விட்டுச் சென்றார். பிரஞ்சுக்காரர்கள் பின்னர் 1672இல் சாந்தோமை வலிந்து கைப்பற்றினர். சாந்தோமை வெற்றிகரமாகக் கைப்பற்றியதற்காக ஆண்டவருக்கு நன்றி செலுத்துவதற்காகத் தேவாலயத்திற்குச் சென்றபோது எவ்வகைச் சீர்குலைவுகளின் அறிகுறிகளையும் காட்டாத நல்ல நிலையில் வண்ணஓவியங்கள் மற்றும் படங்களைக் கண்டதாகக் குறிப்பிடப்பட்டுள்ளது.[21]

மயிலாப்பூரில் உள்ள சாந்தோமில் உள்ள தூய தோமா தேவாலயம் மயிலாப்பூரின் பணக்கார வணிகரான போர்த்துக்கீசியர் ஜோவா டி மான்டே என்பவருக்காக ஏசுவைச் சிலுவையிலிருந்து இறக்கியதைக் குறிக்கும் அழகிய மற்றும் பெரிய வண்ணஓவியத்தைப் பெற்றது. இந்த வண்ண ஓவியம் மே 6, 1821 நாளிட்டது. இந்த வண்ணஓவியம் மாமல்லபுரம் அருகே உள்ள கோவளத்தில் உள்ள கார்மேல் மலை

மாதா தேவாலயத்தில் வைக்கப்பட்டுள்ளதாக மறைமாவட்டப் பதிவுகள் குறிப்பிடுகின்றன. இவ்வண்ண ஓவியம் இறுதியாக மயிலாப்பூருக்குக் கொண்டு வரப்பட்டது.[22] இப்போது இந்த ஓவியம் தேவாலயத்தின் தெற்குச் சுவருக்கு அருகில் தேவாலயத் திருக்கல அறைக்கு அருகில் உயரமாகத் தொங்குகிறது.

இராஜா அண்ணாமலைபுரத்தில் உள்ள மாதா தேவாலயச் சாலையில் கடவுளின் அன்னை தேவாலயம் அமைந்துள்ளது. (இது போர்ச்சுக்கீசியர்களால் கட்டப்பட்டு 3 செப்டம்பர் 1576 அன்று புனிதப் படுத்தப்பட்டது). அத்தேவாலயத்தின் மரப்பலகையில் ஏழு வண்ண ஓவியங்கள் உள்ளன. இந்த ஓவியங்கள் சிலுவைப்பாதைகளைக் கையாள்கின்றன. இருப்பினும் ஓவியங்களில் நாட்கள் குறிப்பிடப் படவில்லை. இவை பதினேழாம் நூற்றாண்டைச் சேர்ந்தவை.

சாந்தோம் மேல்நிலைப்பள்ளி வளாகத்தில் அமைந்துள்ள புனித ரீட்டா தேவாலயத்தில் புனித ரீட்டாவின் வண்ணஓவியம் உள்ளது. இது (1862இல்) எப்.எக்ஸ்.கொர்ரியாவால் நிறைவேற்றப்பட்டது. இந்தப் பெரிய எண்ணெய் வண்ணஓவியம் சுவரின் இடது பக்கம் தொங்குகிறது. இது தேவதைகளின் நடுவே புனிதரை அடையாளப் படுத்துகிறது. அவருடைய மத அமைப்பைச் சேர்ந்த இரு பெண் துறவிகள் புனிதர் அருகில் மண்டியிட்டு உள்ளனர்.[23]

மயிலாப்பூரில் லஸ் ஆலயத்தில் வண்ணஓவியங்கள் உள்ளன. தேவாலயத்தின் வளைந்த கூரையில், திருக்கல அறைக்கு முன் வண்ணச் சுவரோவியங்கள் உள்ளன. கடற்படையினரின் கவனத்தைக் கவரக்கூடிய வண்ணஓவியத்தை வெளிச்சத்தோடு நாம் காண்கிறோம். இது ஆறு விண்மீன்களுடன் சூரியனைக் குறிக்கிறது. அவற்றில் இரண்டு மூன்று வால் கொண்டவை அல்லது மற்றவை ஓர் ஒளிக்கற்றை மட்டும் தொங்கும். மேலும், புதுச்சேரியில் உள்ள அமலோற்ப அன்னை பேராலயத்தில் (மிஷன் வீதி) உள்ள குவிமாடப் பெட்டகத்தின் நடுவில் சுவரோவியம் உள்ளது. இது தேவதைகளின் படங்களுடன் அன்னை சொர்க்கத்தில் ஏற்றப்பட்ட காட்சியைச் சித்தரிக்கிறது. திருச்சிராப் பள்ளியில் உள்ள செயின்ட் மேரி தேவாலயத்தின் மேற்கூரையில் பாதிரியார் டொனார்க்கு அவர்கள் வண்ணஓவியங்கள் இடம்பெறச் செயற்படுத்தியதை நாம் காண்கிறோம். அதில் இரு பிரிவுகள் உள்ளன. முதலாவது, கிறிஸ்துவின் வாழ்க்கை, மகிழ்ச்சியான, துயரமான மற்றும் புகழ்பெற்ற அற்புதங்களைச் சித்தரிக்கும் தேவாலயத்தின் நடுக்கூடக் கூரையில் இடம்பெறும் வண்ணஓவியங்கள். இரண்டாம்

பகுதியின் வண்ணஓவியங்கள் கிறித்தவ சகாப்தத்தின் முதல் நூற்றாண்டுகளின் பல தியாகிகள் மற்றும் கடைசித்தீர்ப்பு வரை துறவிகளின் காட்சிகளைச் சித்தரிக்கும் முதன்மையான பலிபீடத்தின் பக்கவாட்டில் உள்ள இரண்டு சிறிய பக்கப் பலிபீடங்களின் நடுவில் காணப்படுகின்றன. இவைகள் மேற்கத்திய மற்றும் இந்தியப் பாணியில் இல்லை. ஆனால், உடை மற்றும் வண்ணங்கள் மேலைநாட்டுப் பாணியில் உள்ளது.

துணி மற்றும் கண்ணாடி மீது கிறித்தவ வண்ணஓவியங்களின் வளர்ச்சி

கோவா பேராயரின் செயலாளரான ஜான் வான் லின்சோடன் அவர்கள் மயிலாப்பூர் மற்றும் சென்னையில் தயாரிக்கப்பட்ட வண்ணம் பூசப்பெற்ற புகழ்மிக்கப் பருத்தித் துணிகள் மற்றும் அச்சிடப்பட்ட துணிகள் குறித்துக் குறிப்பிடுகிறார்.[24] துணி வண்ண ஓவியங்கள் தேவாலயங்களிலும் பயன்படுத்தப்பட்டன. மயிலாப்பூரில் உள்ள லஸ் தேவாலயத்தில் எட்டு வண்ணஓவியங்கள் துணியில் உள்ளன. அவை திருத்தூதர்கள் இறந்த காட்சியைச் சித்தரிக்கின்றன. இந்த அனைத்து வண்ணஓவியங்களிலும் உள்ள வரைவெழுத்துகள் ஆர்மேனிய மொழியில் காணப்படுகிறது.

லஸ் தேவாலயத்தில் வாளால் துளைக்கப்பட்ட கண்ணாடியில் வியாகுல அன்னை வண்ணஓவியம் உள்ளது. இது சீனக் கண்ணாடி ஓவியங்களின் நுட்பங்களைப் பின்பற்றியது. கண்ணாடியின் தலைகீழ் மேற்பரப்பின் மீது வண்ணஓவியங்கள் வரையப்பட்டன.

ஆயர்கள் மற்றும் பாதிரியார்களின் வண்ண எண்ணெய் ஓவியங்கள் மற்றும் உருவப்படங்கள்

கோவாவின் பேராயர் (1780-1812) கொச்சியின் 16ஆம் ஆயர் தோம் ஃப்ரெய் மனோயல் தெ.எஸ்.கத்ரினாவை உருவமாக வரைந்து மரப்பலகையில் வண்ண எண்ணெய் ஓவியம் சாந்தோமில் உள்ள ஆயர் இல்லத்தில் பாதுகாக்கப்படுகிறது. இதில் இலத்தீன் மொழியில் விவரங்கள் குறிப்பிடப்பட்டுள்ளது.[25] பேராயர் இல்லத்தில் மரப்பலகையில் வரையப்பட்ட மற்ற வண்ணஓவியங்களில் கோவாவின் பேராயர் தோம் ஜோவா கிரிசோஸ்டோம் டி அமோரிம்பெசோவா, கோவாவின் பேராயர் தோம் அயர்ஸ்டி ஓர்னெலாஸ் மற்றும் கோவாவின் முதல் உரோமன் கத்தோலிக்க உயர்நிலைப்பேராயர் தோம் அன்டோனியோ செபஸ்டியாவோ லாலண்டே ஆகியோரும் அடங்குவர்.

வண்ணஓவியங்களின் மரத்தின் தரத்தை நான் அறியவிரும்பியதால் சென்னை மயிலாப்பூர் மறைமாவட்டத்தின் அதிபர் பி.இராயண்ணா

அவர்களிடம் ஒரு தச்சரைப் பார்க்கக் கோரிக்கை வைத்தேன். இசைவளித்தார்கள். இசைவளித்தபடி, மயிலாப்பூர் கச்சேரி சாலையில் இருந்து ஒரு தச்சரை அழைத்து வந்தேன். பலாப்பழ மரத்தில் வண்ண ஓவியம் வரையப்பட்டதாக எங்கள் முன்னிலையில் அந்தத் தச்சர் சான்றளித்தார். இந்தக் குறிப்பிட்ட மரத்தின் தேர்வு குறித்து நான் கேட்டபோது, பலா மரக்கட்டையிடம் கரையான்கள் வராது மற்றும் எளிதில் சிதைந்தும் போகாது என்று தச்சர் தெரிவித்தார். தஞ்சாவூரில் பலாப்பழ மரத்தில் பலகைப்படம் (மரப்பலகை படங்கள்) வண்ண ஓவியங்கள் வரையப்பட்டதாகவும், உள்ளூர் ஓவியர்கள் தேவையான தடிமனைப் பெற அணில்வால் (அணில்வால் முடி) தூரிகையைப் பயன்படுத்தினர் என்றும் அவர் கூறினார்.

ஏலாக்குறிச்சியில் உள்ள கத்தோலிக்கத் தேவாலயத்தில் சேசு சபைப் பாதிரியார் கோன்ஸ்டான்ஜோ ஜியோசெஃப்போ யூசெபியு பெஸ்கியின் உருவப்படம் உள்ளது. பாதிரியார் இராபர்ட் தெ நோபிலியின் உருவப்படம் தன் சமகாலத்தவரான பாதிரியார் பல்தசர் டா கோஸ்டாவால் செய்யப்பட்டது. அதில் இலத்தீன் மொழியில் சேசு சபைப் பாதிரியார் இராபர்ட் தெ நோபிலி இந்த உடையிலும் தோற்றத்திலும், மதுரை மதப்பரப்புக்குழுவை நிறுவிக் கருத்துப் பரப்புரையைச் செய்து நிலைப்படுத்தினார். அவர் ஏறக்குறைய எண்பது ஆண்டுகளுக்கு முன்பு, கி.பி.1656 சனவரி 16 அன்று மயிலாப்பூர் தூய தோமையார் கல்லூரியில் இறந்தார்' என எழுதப்பட்டும் உள்ளது.[26]

தமிழ்க் கிறித்தவப் பண்பாட்டை உருவாக்குவதில் போர்ச்சுகலின் பங்கு, குறிப்பாக மதத்துறையில் பதினாறாம் நூற்றாண்டிலிருந்து மதம் மாறிய தமிழர்களின் வாழ்க்கையின் ஓர் உறுப்பாகத் திகழ்ந்தது என்பது மிகவும் முதன்மையானது. போர்த்துக்கீசிய வணிகத்தின் தொடக்க நாட்களில் அய்ரோப்பாவிலிருந்து படங்கள் மற்றும் வண்ணஓவியங்கள் வந்தன. பதினாறாம் நூற்றாண்டின் நடுப்பகுதியில் போர்த்துக்கீசியர்கள் உள்ளூர்க் கலைஞர்களின் திறமைகளைப் பயன்படுத்தினர். தேவாலய வண்ணஓவியங்கள் உள்ளூர்க் கலைஞர்களின் பாணியில் மட்டுமல்ல, அரண்மனைகளின் சுவர் வண்ணஓவியங்களிலும் முதன்மையான விளைவுகளை ஏற்படுத்தியது. இதன் தாக்கத்தை நாம் தஞ்சாவூர் அரண்மனைத் தேவதைகளின் தலையில் பூக்களுடன் பின்னப்பட்ட முடியுடன் ஓவியங்கள் இருப்பதைக் குறிப்பிடலாம். இதேபோல் இந்தியாவில் இருந்து ஓவியத்தாக்கங்கள் பிற்காலத்தில் போர்ச்சுகலுக்கும் கொண்டு செல்லப்பட்டன. எவோரா தலைமைக் கிறித்தவக் கோயிலில் உள்ள, மூன்று அரசர்களின் ஒரு வண்ணஓவியத்தில், மன்னர்களில் ஒருவர் விரிவான தலை, அடர்நிறத்தில் ஆடை அணிந்து குழந்தை கிறிஸ்துவிற்குப் பரிசாகத் தேங்காய் ஒன்றைக் கையில் ஏந்தியுள்ளார்.

இவ்வாறு போர்ச்சுகலில் உள்ள தேவாலய வண்ணஓவியங்களில் கீழ்த்திசைக் கூறுகள் வந்தன. கிறித்தவப் பாடங்கள், சிந்தனை மற்றும் பார்வை ஆகியவற்றின் வண்ணஓவியங்கள் சேசு சபை மதப்பரப்புநர்களால் சந்திரகிரியில் உள்ள நாயக்க அரசவையில் அறிமுகப்படுத்தப்பட்டன. மன்னரின் சகிப்புத்தன்மையுள்ள மதக்கொள்கை மற்றும் கிறித்தவத்தின் மீதான ஆர்வம், சந்திரகிரி ஆட்சியாளர் கலையின் மீது மிகுந்த ஆர்வம் கொண்டவர் என்பதைக் கேள்விப்பட்ட சேசு சபையினர், அய்ரோப்பிய வண்ணஓவியங்களைப் பெரும்பாலும் பரிசுகளாகக் கொண்டு வந்தனர்.

அடிக்குறிப்புகள்

1. S. Jeyaseela Stephen, Portuguese in the Tamil Coast, Historical Explorations in Commerce and Culture, 1507-1749, Pondicherry, 1998, pp. 9, 278; S. Jeyaseela Stephen, Expanding Portuguese Empire and the Tamil Economy, Sixteenth-Eighteenth Centuries, Delhi, 2009, pp. 264-65.
2. Antonio da Silva Rego, Documentacao para a historia das missoes do padroado Portugues do Oriente, Lisboa, 1947-1955, XII vols, vol.1, p. 124.
3. Ibid, vol. I, p.436, see the Letter of Fr. Sebastiao Pires to the King of Cochin dated 10 January 1522.
4. Ibid, vol. IV, pp.128-129.
5. Instituto Arquivo Nacionais/ Torre do Tombo (hereafter IANTT), Corpo Cronologico (hereafter CC), Pt. I, Maco 80, document 7, fl. 1v.
6. Teresa Martins de Caravalho, 'A Evolucao de arte em Portugal', in Um Patrimonio Artistico, Lisboa, 1983, pp. 163-174.
7. IANTT, CC, Part I, Maco 19, Document 85, fl. 1v.
8. S. Jeyaseela Stephen, Portuguese in the Tamil Coast, p.302; Joseph Wicki, Documenta Indica (henceforth DI), 18 vols, Rome, 1948-88, vol. IV, p. 368, 491; vol. V, p.180.
9. Archivum Romanum Societatis Iesu (hereafter ARSI), Roma, Mss. Goa, See, the Report of Dom Frei Andre, the Bishop of Cochin who visited Mylapore for the fourth time in 1600.
10. J.S. Cummins, ed., The Travels and Controversies of Friar Domingo Navarrete, 1618-1686, 2 vols, London, 1962, vol. II, p.300; S. Jeyaseela Stephen, 'Thamizhnaattil Portukisiya Oviyangal', in Chitira Maadam: Thamizhaga Suvaroviyangal Kuriththa Katturaigal, ed. Bharatiputhiran, Chennai, 2009, pp. 99-114, see p. 105.
11. ARSI, Mss Goa 76b; Ippolito Desideri, Mission to Tibet: The Extraordinary Eighteenth-Century Account of Father Ippolito Desideri, S.J., trs. Michael J. Sweet, ed., Leonard Zwilling, Boston, 2010, pp. 524-531.
12. Joseph. Wicki, 'Jesuiten ler und-bildhaver in Indien in 16 Jahrhundert', in Neue Zeitscrift fur Missions Wissenchaft, 1982, pp. 30-38.

13. See, the proceedings of the Synod of Diamper, Accao 8, Decreto, 29; Accao 3, Decreto1, chapter II, see, Joseph Thekkadeth, History of Christianity in India, 1542-1700, Bangalore,1982.
14. Fernao Guerriero, Relacam Annual das cousas que fezaram os padres de companhia de Jesus nas partes da India oriental em algumas outras du conquista deste reyno no anno de 606 & 607, Lisboa, 1909, pp. 105-107.
15. Ibid.
16. The pictures have been reproduced by Fr. Julio Aleni in Peking in 1635 with a Chinese text of the life of Christ. A copy of 1887 edition Tu-se-We is available in the Arch-Bishop's Library, Wodehouse Road, Fort Bombay. The Jesuits founded a school of painters in Japan in 1583 under the leadership of Giovanni Niccolo.
17. Letter of Francis Ricci to Fr. Claudius Aquaviva dated 20 October 1601, in Henry Heras, The Aravidu Dynasty of Vijayanagar, Madras, 1927, pp. 582-583.
18. Nicolau Manucci, ed., William Irvine, Storia do Mogor, 1653-1708, 4 vols, reprint, Delhi, 1981, vol. III, p. 470.
19. Annie Basil, Armenian Settlements in India, Calcutta, 1969, pp. 44-45.
20. Archives of the Arch-diocese of Madras-Mylapore, (hereafter AAMM), Santhome, Chennai, Mss. no. 2478.
21. Lotika Varadarajan, India in the Seventeenth Century: Memoirs of Francois Martin, Delhi, 1988, vol. I, part I, p.118.
22. AAMM, Joao de Monte Papers from Kovalam and Santhome of Mylapore, Mss. No. 3261.
23. S. Jeyaseela Stephen, Portuguese, the Armenians and the World of Art and Architecture in the Tamil Coast, Pondicherry, 2008, p. 47.
24. A.C. Burnell & Tiele, ed., The Voyages of Linschoten to the East Indies, London, 1885, vol. I, p. 91.
25. The text runs as follows. "Vera effigies Exami ac Rmi D.D. Fr. Eamano elis a S. Catharina ex ordine Carmeliarum Excalceato rum Archiepiscopi metropolis tani goensis orientisque primates necon omnium regularium corporationum Vizitatoris generalis ac Refor matrosi apostolic hac I Indi Luzitania".
26. Academia das Ciencias, Lisboa (hereafter ACL) Serie Vermelha 698, Balthasar da Costa, Catecismo em que se Explicao Todas as Verdades Catholicas Necessarias para Salvacao com Excellentissima Ordem, 1661. The portrait is found in this Portuguese translation of Roberto Nobili's catechism done by Fr. Balthazar da Costa. The inscription in Latin runs as follows: "P/ Robertus de Nobilibus/Societatis IESU/In hoc habitu et specie fundavit/ propagavit et sta/ bilivit/ missionem Madurensem/ obilit in Collegio D.Thomae 16 Januarii/ an.dni 1656/ prope/ octogenaris". S. Jeyaseela Stephen, Tamil Language and the Timeless Translations by the Europeans, 1543-1887, Kaveri Books, Delhi, 2021, pp. 93-97.

இயல் 4

காலனியத் தரங்கம்பாடியைத் தொலைதூரத்திலிருந்து வண்ணஓவியங்கள் மூலம் அறிந்து கொள்வது, 1734-1838

இந்த இயல் டேனிஷ் குழுமம், மதப்பரப்புநர்கள் மற்றும் ஜெர்மனி, டென்மார்க் மற்றும் நார்வேவுக்கு அனுப்பப்பட்ட வண்ணஓவியங்களின் பங்கை ஆராய்கிறது. டேனியர்கள் மே 1620இல் தரங்கம்பாடிக்கு வந்து அந்தச் சிற்றூரை வாடகைக்கு எடுப்பதற்குப் பேரம்பேசி அதற்கு ஈடாக அவர்கள் தஞ்சாவூர் ஆட்சியாளருக்கு ஆண்டுதோறும் பணம் மற்றும் பரிசுகளை வழங்கினர். அவர்கள் இரகுநாத நாயக்கரின் *(1600-1634)* இசைவோடு அங்குக் குடியேறினர். லூத்தரன் மதப்பரப்புநர்கள் சூலை *1706*இல் தரங்கம்பாடிக்கு வந்து இந்துக்களிடையே நற்செய்தியை பரப்பத் தொடங்கியதோடு மதமாற்றப் பணிகளையும் தொடங்கினர்.[1] புராட்டஸ்டன்ட் மதப்பரப்புநர்கள் ஒரு தேவாலயத்தைக் கட்டினார்கள். தஞ்சாவூர் மன்னரின் வண்ணஓவியம் *1671*இல் சுவரில் பொருத்தப்பட்டிருப்பதாக ஜோன் ஓலாஃப்ஸன் என்ற பயணியால் அறிவிக்கப்பட்டது.[2]

ஹாலேவுக்கு அனுப்பப்பட்ட தரங்கம்பாடி மதப்பரப்புநரின் தாளில் வரையப்பட்ட ஓவியங்கள், உருவப்படங்கள் மற்றும் வண்ணஓவியங்கள்

தரங்கம்பாடியில் வண்ண உருவப்படங்கள் உருவாக்கப்பட்டன. *1718* ஆகஸ்ட் *5*ஆம் நாள் மெய்யறிவு நீராட்டுச் சடங்கு பெற்று, *1733* டிசம்பர் *28*ஆம் நாள் இந்தியாவில் முதன்முதலாகப் பணியமர்த்தப்பட்ட புராட்டஸ்டன்ட் ஆயர் (உலகின் முதல் அய்ரோப்பியர் அல்லாத போதகர்) ஆரோன் *(1698-1745)* உருவப்படத்தைக் காண்கிறோம். அவருடைய உருவப்படம் நிக்கோலஸ் தால் *(1690-1747)* என்ற தரங்கம்பாடியிலுள்ள லூத்தரன் மதப்பரப்புநரால் செயல்படுத்தப்பட்டது. அவர் அதை ஜெர்மனியில் உள்ள காட்பிரைடு ஆகஸ்ட் ஃபிராங்கேக்கு அனுப்பினார். இது இப்போதும் ஹாலேயில் உள்ள ஃபிராங்கே அறக்கட்டளையால் பாதுகாக்கப்படுகிறது.[3]

*1719*இல் தரங்கம்பாடியில் தரையிறங்கிய லூத்தரன் மதப்பரப்புநர் நிக்கோலஸ் தால், போர்த்துக்கீசியப் பள்ளியில் கற்பிக்க விரும்பினார்.[4] அவர் ஒரு திறமையான ஓவியராக இருந்ததால் அவர் *1729*இல் ஒரு

போர்த்துக்கீசியப் பள்ளி மாணவி மற்றும் ஒரு போர்த்துக்கீசியப் பள்ளிச் சிறுவனை ஒரு சிறந்த வண்ணஓவியமாக வரைந்தார். பனை ஓலைக் கையெழுத்துப்படிகளைத் தயாரித்த பள்ளி ஆசிரியரின் ஓவியத்தையும் (43 x 35 செ.மீ.), ஒரு தமிழ் பள்ளிப் பயிற்றுநர் நூல் நூற்கக் கற்றுத்தரும் ஓவியத்தையும் வண்ணஓவியமாக வரைந்தார். இது 1730 அக்டோபரில் தரங்கம்பாடியிலிருந்து ஹாலேக்கு அனுப்பப்பட்டது.[5]

நிக்கோலஸ் தால், கைலி மற்றும் தலைப்பாகை அணிந்து கையில் பனைஓலைக் கையெழுத்துப் படியை ஏந்தியபடி வினா-விடை முறைச் சமயப் பயிற்றுநரின் வண்ண ஓவியத்தையும் (43 x 35 செ.மீ.) வரைந்தார். முழுக்கால் சட்டை மற்றும் தொப்பி அணிந்த ஒரு போர்த்துக்கீசியப் படைவீரரின் ஓவியத்தை வரைந்த அவர், வெறும் உடலுடன் ஒரு தமிழ் படைவீரரின் ஓவியத்தையும் வரைந்து வேறுபடுத்திக் காட்டினார்.[6] இந்த வண்ணஓவியங்கள் இப்போது ஜெர்மனியின் ஹாலேயில் உள்ள பிராங்ஃகே அறக்கட்டளையின் ஆவணக்காப்பகத்தில் பாதுகாப்பாக உள்ளன.

தரங்கம்பாடியில் உள்ள மதப்பரப்புநர்கள் உள்ளூர் தாவரங்களைப் பற்றிப் படிப்பதில் ஆர்வத்தை வெளிப்படுத்தத் தொடங்கினர். கவனத்தைக் கவருகிற வகையில் அய்ரோப்பாவில் அறியப்படாத கத்தரிக்காயின் (38 x 49 செ.மீ.) வண்ணஓவியத்தைக் காண்கிறோம். இந்த ஓவியம் 1736இல் நிக்கோலஸ் தாலால் வரையப்பட்டு இது 1736 அக்டோபர் 3ஆம் நாள் தரங்கம்பாடியில் உள்ள மதப்பரப்புநர்களின் அறிக்கையுடன் ஹாலேயில் உள்ள காட்பிரைடு ஆகஸ்ட் ஃபிராங்கே அவர்களுக்கு அனுப்பப்பட்டது.[7] கிறிஸ்டோஃப் தியோடோசியஸ் வால்தர் (1699-1741) என்ற மதப்பரப்புநர் 19, சூன் 1725இல் தரங்கம்பாடி வந்தடைந்து தாவரங்களைப்பற்றி விரிவான முறையில் ஆய்வு செய்தார். அவர் 1732 மற்றும் 1739க்கு இடையில் ஹெர்போரியம் டிரங்கம்பரியன்ஸ் என்ற தாவரங்களின் பட்டியலைத் தயாரித்தார். இது 158 பக்கங்களுடன் மொத்தம் 1070 தாவரங்களின் தமிழ்ப் பெயர்கள் மற்றும் விளக்கங்களுடன் உள்ளது. இதன் கையெழுத்துப்படி ஆகஸ்ட் 1743இல் ஹாலேவை வந்தடைந்தது.[8]

ஜெர்மன் பார்வையாளர்களுக்கான வண்ணஓவியங்களின் படத்தொகுப்பு, 1787

ரிச்சர்ட் ஜான்சன் 1770 முதல் 1790 வரை ஆங்கிலக் கிழக்கிந்தியக் குழுமத்தில் பணியமர்த்தப்பட்டார். அவர் சிறிய உருவ ஓவியங்களின் ஒரு பெருந்தொகுப்பை உருவாக்கினார். அது அவருடைய இறப்பிற்குப் பிறகு ஆங்கிலக் குழுமத்தால் வாங்கப்பட்டது. இந்தப் படத்தொகுப்பில்

1787இல் தரங்கம்பாடி அல்லது சென்னையில் செய்யப்பட்ட 8 ஓவியங்கள் உள்ளன. புராட்டஸ்டன்ட் ஜெர்மன் மதப்பரப்புநர்கள் ஜெர்மன் மொழியில் உரை விளக்கங்கள் எழுதியுள்ளார்கள்.

முதல் ஓவியம் யானை மற்றும் தக்கன் அதன் முதுகில் யானைப் பாகன், பறையடிப்பவன் மற்றும் கொடி பிடித்துச் செல்பவன் ஆகியோரைச் சித்தரிக்கிறது. இரண்டாவது உள்ளூர் உயர்சாதியினரால் பயன்படுத்தப்படும் இரு எருதுகளால் இழுக்கப்படும் உள்ளூர் போக்குவரத்தான எருது வண்டி. மூன்றாவதாக ஓர் இந்தியச் சான்றோர் பல்லக்கில் தூக்கிச் செல்லப்படுவதைக் காட்டுகிறது. அடுத்து தலையில் பெட்டியைச் சுமந்து கொண்டிருக்கும் கூலித்தொழிலாளி. அய்ந்தாவது ஒரு மசூலாப்படகு. ஆறாவது சோழமண்டலக் கடற்கரையில் உள்ள உள்ளூர் மக்கள், ஆறுகள், கிணறுகளில் இருந்து நெல்வயல்களுக்கு அல்லது தோட்டங்களுக்குத் தண்ணீர் எடுக்கும் ‘பிக்கோட்டா’ எனப்படும் எந்திரத்தைக் குறிக்கிறது. எட்டாவதாக, பெண்கள் தலை, கை, கால்களில் அணியும் நகைகளைக் காட்டுகிறது. கடைசியாக ஒரு குள்ளன் மற்றும் ஒரு தொழு நோயாளி.[9]

பீட்டர் ஆங்கர்: டேனிஷ் ஆளுநரின் தாளில் வரைந்த வண்ண ஓவியங்களின் விலைஉயர்ந்த சேகரிப்பு

பீட்டர் ஆங்கர் பதினெட்டு ஆண்டுகள் தரங்கம்பாடியின் டேனிஷ் ஆளுநராக (1788-1806) இருந்தார். தன்னைச் சுற்றியுள்ள மக்களின் வாழ்க்கையிலும் கலையிலும் அவருக்கு நிலையான ஆர்வம் இருந்தது. அவரே ஒரு சிறந்த கலைஞராக இருந்ததால் சில காட்சிகளைக் கவனத்தைக் கவருகிற வகையில் வரைந்தார். மேலும் பல வண்ண ஓவியங்களைச் சேகரித்தார். அவருடைய விலைஉயர்ந்த சேகரிப்பு 131 பொருட்களை உள்ளடக்கியது. இவை ஓஸ்லோவில் உள்ள பல்கலைக் கழகப் பண்பாட்டு மரபுரிமை அருங்காட்சியகத்தில் பாதுகாப்பாக உள்ளது.

இத்தொகுப்பில், 1790இல் டேனிஷ் ஆளுநரின் அதிகாரப்பூர்வ இல்லத்தின் வண்ணஓவியமானது முதன்மையான குறிப்பாகும்.[10] 1784இல் டேனிஷ் மன்னராட்சி பழைய பாணியிலான ஆளுநர் வளாகம் தடைப்பட்டதால், தரங்கம்பாடியில் டேனிஷ் ஆளுநரின் வருங்கால அதிகாரப்பூர்வ இல்லமாகப் பணியாற்றுவதற்காக இரு வீட்டை வாங்கியது. இது 1773இல் கட்டப்பட்டது. மேலும் இது ஒரு செல்வச் செழிப்பான பிரிட்டிஷ் வணிகருக்குச் சொந்தமானது. இது அணிவகுப்புத் திடலை நோக்கி நின்று டான்ஸ்போர்க் கோட்டைக்கு எதிரே இருந்தது. இந்தச் சிறப்பான மூன்று அலகுகள் கொண்ட

பிரிட்டிஷ் பல்லேடியன் பாணியில் தட்டையான கூரை மற்றும் முன்னே சமஇடைவெளிகள் கொண்ட தூண் வரிசையுடன் இருந்தது. மரபான தமிழகக் கட்டடக் கலைக்கு இணையாக வீட்டில் ஒரு பெரிய உள்முற்றத்தைப் பெற்றிருந்தது. முற்றத்திலிருந்து தோட்டத்திற்கு நேரடி வாயில்வழி இருந்தது. தோட்டத்தின் கிழக்கே பெரிய வளாகத்தில் சேமிப்புக் கிடங்குகள், தொழுவங்கள், வண்டிகள் மற்றும் பல்லக்குகளுக்கான கொட்டகை, ஒரு சமையலறை மற்றும் வீட்டு வேலையாட்களுக்கான அறைகள் இருந்தன. ஆளுநர் பீட்டர் ஆங்கர் வீட்டின் முகப்பை ஒரு பெரிய, நடுத்தாழ்வாரம் மற்றும் இருமுன் சம இடைவெளிகள் கொண்ட தூண் வரிசை எனப் புதுப்பிக்கப்பட்டது. டேனிஷ் குடியிருப்பில் அது மிகவும் கண்கவர் வீடாக இருந்தது. அவர் வடக்கில் ஒரு பகுதியைச் சேர்த்தார். வீட்டை உள்முற்றத்துடன் நான்கு பகுதிகள் கொண்ட கட்டடமாக மாற்றினார்.[11]

பீட்டர் ஆங்கர் 1790இல் மயிலாடுதுறையில் ஓடும் காவிரியின் வண்ணஓவியத்தை வரைந்தார்.[12] தில்லையாடி என்ற சிற்றூரில் டென்மார்க் ஆளுநரின் ஓய்வு இல்ல வண்ண ஓவியத்தையும் நாம் காண்கிறோம். மேலும் அவர் தொகுப்பில் மாமல்லபுரத்தின் சிற்பங்கள், மதுரையின் பழைய கோட்டை இடிபாடுகள், செஞ்சியில் உள்ள கோட்டை மற்றும் காவேரி ஆற்றில் உள்ள திருவரங்கம் தீவில் உள்ள கோவிலின் பெரிய வாயில் ஆகிய வண்ணஓவியங்களையும் காண்கிறோம்.

நீல்ஸ் ஸ்டட்ஸ்கார்ட் ஃபுக்ல்சாங்: மதப்பரப்புநர்களின் நீர்-வண்ண ஓவியங்களின் சேகரிப்பு

நீல்ஸ் ஸ்டட்ஸ்கார்ட் ஃபுக்ல்சாங் (1759-1832) 1793இல் தரங்கம்பாடியை வந்தடைந்தார். சீயோன் தேவாலயத்தின் டேனிஷ் சபையில் பணியாற்றினார். 1802 வரை அவர் தங்கியிருந்த காலத்தில் அவர் கலை ஆர்வத்தை வளர்த்துக்கொண்டு, வண்ணஓவியங்களைச் சேமித்தார். அவர் இறப்பிற்குப் பிறகு அவர் மனைவி 70 வண்ண ஓவியங்களின் தொகுப்பை இராயல் கலை அருங்காட்சியகத்தின் இனவரைவியல் துறைக்கு விற்றார். ஃபுக்ல்சாங்கின் தொகுப்பில் உள்ள ஓவியங்கள் சாதிகள் மற்றும் தொழில்களில் ஒரு கணவனும் மனைவியும் தங்கள் தொழில்கள் தொடர்பான வெவ்வேறு கருவிகளைப் பிடித்துக் கொண்டு ஒருவருக்கொருவர் அருகில் நிற்பதைச் சித்தரிப்பதாகும். அனைத்து வண்ணஓவியங்களும் சாம்பல் நிற முகில்கள், மஞ்சள், பச்சை நிலப்பகுதி மற்றும் பனைமரங்கள் கொண்ட அடிவானத்துடன் பொதுவான பின்னணியைக் கொண்டுள்ளன. ஃபுக்ல்சாங்கின் தொகுப்பின் ஓவியங்களில் முடக்கப்பட்ட வண்ணங்கள், இயலுறுத்

தோற்றம் மற்றும் வண்ணஓவியத்தின் வண்ணச்சாயல் இந்தோ-அய்ரோப்பிய ஓவியப்பாணியின் கலப்பினத்தின் பொதுவானதாகும். பின்வரும் வண்ணஓவியங்கள் குறவர் (கூடை முடைபவர்), முடிதிருத்துபவர், தையல்காரர், பட்டு நெசவாளர், குயவர், தச்சர், தம்பிரான் (துறவி), செட்டி, தூதுவர், குடுகுடுப்பைக்காரன் (நல்வாய்ப்பு சொல்பவன்), பறையர், தரங்கம்பாடியில் உள்ள பாம்பாட்டி என மன்னர் சரபோஜி உட்பட எல்லா மக்களின் பல்வேறு தொழில்களைச் சித்தரிப்பதால் குறிப்பிடத்தக்கது.[13] இவ்வாறு இனம் மற்றும் சாதி அடிப்படையில் தமிழர்கள் சித்தரிக்கப்பட்டு டென்மார்க்கிற்கு அனுப்பப்பட்டனர்.

நிறமிகள் பசையால் பிணைக்கப்பட்டுள்ளதால் ஒளிபுகா நீர்-வண்ணத்தைப் பயன்படுத்தும் நுட்பத்துடன் தாளில் வண்ணஓவியம் வரைவதை நாம் காண்கிறோம். இந்துக் கடவுள்கள் மற்றும் பெண் கடவுள்களை விளக்கும் ஏறக்குறைய 20 வண்ணஓவியங்களையும் ஃபுக்ல்சாங் சேமித்துள்ளார். இவை கோபன்ஹேகனில் உள்ள டென்மார்க் தேசிய அருங்காட்சியகத்தில் பாதுகாக்கப்படுகிறது.[14]

1768இல் தரங்கம்பாடியிலிருந்து அனுப்பப்பட்ட இந்திய அழுங்கு எனப்படும் எறும்புண்ணியின் பொறிக்கப்பட்ட வண்ணஓவியம் மற்றும் ஹம்பே அவர்கள் மணி அல்லது செதில் கொண்ட பல்லி என்ற ஒரு புதிய சிறப்பினத்தைப்பற்றி விளக்கி எழுதினார். இது 1771இல் இலண்டனில் உள்ள மெய்யியல் நடவடிக்கைகள் இதழில் வெளியிடப்பட்டது. 1765ஆம் ஆண்டு சாக்சனியில் உள்ள ஹாலேயில் வெளியிடப்பட்ட கிழக்கிந்தியத் தீவுகளில் உள்ள டேனிஷ் இராயல் மதப்பரப்புநர்களின் ஜெர்மன் உறவுகளிலிருந்து இந்தச் செய்தி பிரித்தெடுக்கப்பட்டது.[15]

அயல்நாட்டுக்கான வீட்டு நினைவுத்துயரம்: தரங்கம்பாடியில் உள்ள காக்கைப்பொன் வண்ணஓவியங்கள் மற்றும் கோன்ராடு எமில் மொரியரின் தொகுப்பு

பொட்டாசியம் சிலிக்கேட்டின் கலவையான காக்கைப்பொன் கருங்கல் அடுக்குகளுக்கு இடையில் உருவாகிறது. அதிக வெப்பம் மற்றும் அழுத்தம் காக்கைப்பொன்னை ஒரு ஒளிபுக விடுகின்ற அடுக்கு அமைப்பில், ஒன்றோடொன்று இணைக்கும் சிறுதட்டுக்களாக எளிதில் தாள்களாகப் பிரிக்கின்றன. அய்ரோப்பாவின் சேமிப்பில் உள்ள பெரும்பாலான மைக்கா வண்ணஓவியங்கள் மஸ்குவீது என்ற ஒருவகை மைக்காவாகும். மற்ற வகை மைக்கா பைலோகோன்பட் பொதுவாக மஸ்குவீதைவிட இது மென்மையானது. மாக்கல் என்பது இன்று மைக்கா என்று அழைக்கப்படுவதற்குச் சமமானதாகும்.

தரங்கம்பாடியிலிருந்த டேனிஷ்காரர்கள் பல்வேறு வகையான மற்றும் பல்வேறு காட்சிகளின் உள்ளூர் சித்திரச் சித்தரிப்புகளை வாங்க ஆர்வமாக இருந்ததோடு மைக்கா போன்ற பல்வேறு ஆதரவு ஊடகங்களிலிருந்தும் தேர்வு செய்தனர்.

கோன்ராட் எமில் மவ்ரியர் 1852 முதல் தரங்கம்பாடியின் டேனிஷ் ஆளுநராக (1795-1865) இருந்தார். அவர் ஆறு ஆண்டுகள் தங்கியிருந்தார். அந்த நேரத்தில் அவர் இசைக்கருவிகள், ஆயுதங்கள், சமயஞ்சார் பொருட்கள் மற்றும் கையெழுத்துப் படிகளைச் சேர்த்தார். இந்தத் தொகுப்புகள் டென்மார்க்கின் தேசிய அருங்காட்சியகத்தில் வைக்கப் பட்டுள்ளன. ஒரு சிறிய புத்தகம், கிழக்கிந்திய மக்கள் தரங்கம்பாடி, 1854, என்ற தலைப்பில், கான்ஸ்டன்ஸ் மவ்ரியரால் சேமித்து வைக்கப் பட்டது மிகவும் ஆர்வமூட்டக்கூடியது. அதில் வண்ணந்தீட்டப்பட்டத் தலையுடன் கூடிய ஒருவரின் அட்டை உள்ளது. பின்னணியில் வேறு ஒரு ஆடை உருவ அட்டை வைக்கப்பட்டு உள்ளது. இரண்டும் சேர்ந்த பின், ஒருவரின் தலையுடன், ஒரு ஆடையையும் அட்டையில் வைக்க, அதன் மூலம் பல்வேறு வகைகளை உருவாக்கி, வெவ்வேறு சாதிகள் மற்றும் தொழில்களைச் சேர்ந்த ஆண்களையும் பெண்களையும் அவர்களின் வழக்கமான உடைகளையும் அடையாளச் சின்னமாக உருப்படுத்துகின்றன. இரண்டு அட்டைகளும் மூன்றாவது அட்டையுடன் இணைக்கப்பட வேண்டும். முதலாவது தலையுடன் அடுத்தது மைக்காவில் வரையப்பட்ட உடை இணைக்கப்பட வேண்டும். மைக்கா ஆடை அட்டையைத் தலையுடன் அட்டையில் இணைக்க வேண்டும். இந்தப் புத்தகத்தில் 81 ஆடைகள் மற்றும் முடி அலங்காரங்கள் ஒளிபுகக்கூடிய மைக்காவில் வரையப்பட்டுள்ளன. இந்த 81 மைக்காவில் வரையப்பட்ட அட்டைகள் ஒரு புத்தகத்தைச் சேர்ந்தவை. டென்மார்க்கின் தேசிய அருங்காட்சியகத்தின் சேமிப்பில் உள்ள மைக்காவில் வரையப்பட்ட ஓவியங்களின் பெரும் பகுதிச் சேமிப்பாளர்கள், நாட்கள் அல்லது தலைப்புகள் பற்றிய விளக்கங்கள் இல்லை. இந்த வண்ணஓவியங்கள் மதவிழாக்கள், வேட்டையாடும் காட்சிகள், போக்குவரத்துக் காட்சிகள், நிலக்காட்சிகள் மற்றும் நிகழ்த்துக் கலைஞர்களின் பல்வேறு வடிவங்களைச் சித்தரிக்கின்றன.[16]

மைக்காவில் மன்னர் சரபோஜி அவர்கள் உருவப்படத்தைப் பசையுடன் கலந்த ஒளிபுகா நீர்-வண்ண ஓவியமாகக் (நீளம் 6.3 செ.மீ. x அகலம் 10.7 செ.மீ.) காண்கிறோம். மேலும் அவ்வுருவப்படம் அவரைச் சிவப்பு நிறத் தலைப்பாகை அணிந்த முதியவராகவும், அதில் இறகுக்குஞ்சத்துடனும், மேலும் மேற்சட்டையுடனும் அடையாளப் படுத்தப்படுகிறார். அவருடைய நெற்றியில் புனித அடையாளங்களை வைத்துள்ளார்.[17]

திறந்த பல்லக்கில் போவதை மைக்காவில் வண்ணத்தில் வரையப் பட்டதுடன், சிறிய உருவ வண்ணஓவியம் ஒரு திருமண விழாவில் ஓர் உயர்ந்தநிலை இணையரின் போக்குவரத்தினை விளக்குகிறது. பல்லக்கு மலர்களால் அலங்கரிக்கப்பட்டுள்ளது. திருமண இணையருடன் சில இசைக்கலைஞர்களையும், ஒரு பெண் நடனக்கலைஞரையும் நாம் கவனிக்கிறோம்.[18] மைக்காவில் வரையப்பட்ட ஒரு பல்லக்கு ஆறு ஆண்களை அடையாளப்படுத்துவதோடு பல பாதுகாவலர்கள் மூடிய வகைப் பல்லக்குகளைக் கொண்டு செல்கின்றனர். ஆண்கள் வெள்ளை ஆடை மற்றும் சிவப்பு வெள்ளை மற்றும் நீலத் தலைப்பாகையுடன் இடைப்பட்டைகளை அணிந்துள்ளனர். எல்லா ஆண்களுக்கும் மீசையும், நெற்றியில் திருநீறும் உள்ளது.[19]

தஞ்சாவூர் மன்னர் மைக்காவில் வண்ணத்தில் வரையப்பட்டு உள்ளதோடு மன்னர் ஒரு விரிவான அம்பாரியில் யானை மீது சுமந்து செல்லப்படுகிறார். யானையின் கழுத்தில் அமர்ந்திருக்கும் ஒருவன் யானையைக் கட்டுப்படுத்துகிறான்.[20] யானைகள் மீது புலி வேட்டையிடும் மைக்கா வண்ணஓவியம் (நீளம் 18 செ.மீ. x 14.5 செ.மீ.) புலி வேட்டையில் யானைகள் மீது சவாரி செய்யும்போது அய்ரோப்பிய உடைகள் மற்றும் மேல் தொப்பிகளை அணிந்த இருவரை விளக்குகிறது.[21]

தரங்கம்பாடியில் உள்ள உள்ளூர் கலைஞர்கள் தங்களைத் தகவமைத்துக் கொள்பவர்களாகவும், தங்கள் புதிய புரவலர்களை மகிழ்விப்பதில் ஆர்வமுள்ளவர்களாகவும் இருந்தனர் என்று கூறலாம். இது அவர்களின் மரபு வழி வண்ண ஓவியப்பாணி மற்றும் தாள் மற்றும் மைக்கா நுட்பங்களில் மாற்றத்தை ஏற்படுத்தியது. அவர்கள் ஒளி மற்றும் நிறச்சாயலின் பயன்பாடு, வண்ணத்தின் மிகவும் அடங்கிய பயன்பாடு, இயலுருத்தோற்ற வரைதல் மற்றும் தமிழ்ச் சமூகவாழ்வின் காட்சி ஆவணப்படுத்தலுக்கான அய்ரோப்பியத் தேவைகளுடன் பொருந்தக்கூடிய மையக் கருத்துகளின் தேர்வு ஆகியவற்றை அறிமுகப்படுத்தத் தொடங்கினர்.

அய்ரோப்பியர்களின் முயற்சியால் உள்ளூர் மக்களின் தொழில், கட்டடங்கள் மற்றும் அய்ரோப்பாவில் அறியப்படாத பொருள்கள் பற்றிய உருவப்படங்கள், வண்ணஓவியங்கள் பயணம் செய்திருந்தன என்று முடிவாகக் கூறலாம். தரங்கம்பாடி, டென்மார்க் மற்றும் ஜெர்மனி இடையே கலை பற்றிய உரையாடல் பெரும்பாலும் மதப்பரப்புநரின் கடிதங்கள் மற்றும் டேனிஷ் குழும அதிகாரிகள் மூலம் வளர்ந்தது. அய்ரோப்பியப் பண்பாடுகளில் விந்தையான மற்றும் வியக்கத்தக்கன வற்றைக் கண்டவர்கள் கூர்ந்து கவனிக்கப்பட்டு அவை வண்ணம் தீட்டப்பட்டன. கப்பல்கள் தரங்கம்பாடியிலிருந்து பயணம் செய்த

போது உள்ளூர் செய்திகளும் உலகளாவிய செய்தித்தொடர்பும் வண்ண ஓவியங்கள் மூலம் வளர்ந்தன. தரங்கம்பாடியில் உள்ள கலைஞர்கள் தங்கள் வண்ணச் செயலாக்கத் திட்டங்களையும் தட்டையான அமைப்பு முறைகளையும் மாற்றக் கற்றுக் கொண்டனர். வண்ணங்களின் ஒளி பொருந்திய திட்டுகள் மென்மையான வட்ட வடிவத்தால் மாற்றப் பட்டன. மேலும் ஒளி மற்றும் நிறச்சாயல் வண்ணத்தின் மென்மையான கழுவுதலால் குறிக்கப்பட்டது. கலைஞர்கள் நடுவில், பிடித்த பொருட்கள், ஆடைகள், சாதிகள், கைவினைப் பொருட்கள், வணிகங்கள் மற்றும் போக்குவரத்து ஆகும். தாவரங்கள் மற்றும் விலங்குகளின் வாழ்க்கை, மத ஊர்வலங்கள் மற்றும் திருவிழாக்கள் ஆகியவற்றின் இயற்கைச் சித்தரிப்புகள் புகழ்மிக்கக் கலையின் முதன்மையான கருத்துகளாக இருந்தன. தரங்கம்பாடியில் இருந்து அனுப்பப்பட்ட படத்தொகுப்புகள் தமிழகக் கடற்கரைக்கும் அதன் அய்ரோப்பியப் பார்வையாளர்களுக்கும் இடையிலான காட்சித் தொடர்புகளின் ஒரு பார்வையை வழங்கு கின்றன. இத்தகைய வண்ணஓவியங்களின் புழக்கம் அய்ரோப்பியச் சமூகங்களில் தமிழ்ச்சமூகம் மற்றும் இந்து மதம் பற்றிய ஒரு பிம்பத்தை வீட்டில் உள்ளவர்களுக்கு உருவாக்க உதவியது. தரங்கம்பாடியின் உள்ளூர்க் கலைஞர்களால் வண்ண நிறத்தில் வரையப்பட்ட உருவங்களை அவற்றின் பொருளுணர்விலிருந்து நன்கு அறியலாம்.

மைக்காவின் தாள்கள், எண்ணெய் மற்றும் பசையுடன் கலந்து ஒளிபுகா நீர் வண்ணப்பூச்சுகளை ஏற்கின்றன, மற்றும் அவற்றின் சொந்தக் கவர்ச்சியான குணங்கள் மூலம் தனிப்பட்ட உருவங்களின் கவர்ச்சியான தன்மையை உடன்பட்டு ஏற்றன. வண்ணஓவியங்களின் நினைவுப் பொருள் மதிப்பு தெளிவாகவும் இறுக்கமாகவும், இயற்பியல் பண்புகளுடன் பிணைக்கப்பட்டுள்ளது. மற்றும் மென்அடுக்குடைய மைக்காவின் ஒளி ஊடுருவக்கூடிய, உடையக்கூடிய தாள்களின், கவர்ச்சியான தாக்கங்களால் அதில் அவை வண்ணத்தால் வரையப் பட்டன.

அடிக்குறிப்புகள்

1. S. Jeyaseela Stephen, Tranquebar under the Danish Flag: Fort Dansborg, the Townscape and City, 1620-1801, Pondicherry, 2020, pp. 7-8; S. Jeyaseela Stephen, Tranquebar in Global History, 1620-1801: The Coromandel Coast and Europe in a World Network System, Pondicherry, 2020, pp.13-14, 26-27.
2. R. C. Temple, ed. The Life of Icelander Jon Olafsson Traveller to India, London, 1931; Jon Olafsson, Memoirs of Jon Olafsson Icelander and Travel in India, 1621-1625 as with by Himself 1661, ed. and trs. Inger Barnes, Cambridge, 1998.

3. Franckeshen Stiftungen, Halle, KNK: R-NR, 1040.
4. S. Jeyaseela Stephen, Edited and Introduced, Portuguese-Tamil Vocabulary, 1731 by Nikolaus Dal in Tranquebar, IIES, Pondicherry, 2021, p.15.
5. Archiv der Franckeshen Stiftungen (hereafter AFSt) Halle, M2 B5.
6. Ibid.
7. AFSt/ M1 B23: 7
8. AFSt/ HA 61.1; S. Jeyaseela Stephen, A Meeting of the Minds: European and Tamil Encounters in Modern Sciences, 1507-1857, Delhi, 2016, p. 117.
9. Johnson Collection Album fls.1-8 cited in Mildred Archer, Company Drawings in the India Office Library, London, 1972, pp.18-19.
10. Universitetet i Oslo, Kulturhistorik Museum (hereafter UOKHM), Peter Anker Collection, no. 4499.
11. Torben Hjelm, 'Dansborg', in Arkitekturhistorisk ¸rsskrift, Architectura, Tranquebar, vol. 9, 1987, pp. 89–121; Hans Munk Hansen, Tranquebar: Town and Buildings of the Danes, Kunstakademiets Arkitektskole, Copenhagen, 2005; Esther Fihl, ed., Governor's Residence in Tranquebar: The House and the Daily Life of its People, 1770-1845, Museum Tusculanum Press, Kåbenhavn, 2017.
12. UOKHM, Peter Anker Collection no. 4431.
13. National Museet, Kåbenhavn (hereafter NMK), Sammlung: 1656, 1669, 1670, 1675, 1676, 1678, 1683, 1694, 1696, 1702, 1703, 1711, 1717.
14. Hans Christian Gullåv, et al., Peoples of the Earth: Guide to the Ethnographic Collection, National Museet, Kåbenhavn, 2007; Laura Berivan Nilsson, Picturing the unknown: Cultural Encounters and Visual Representations in Company Paintings from the eighteenth and nineteenth centuries in south Indian collections of the National Museum of Denmark, Kåbenhavn, 2015.
15. Thc Indian Pangolin from Tranquebar, 1768; Hampe, 'An Account of a New Species of the Manis, or Scaly Lizard, extracted from thc German Relations of the Danish Royal Missionaries in the East Indies, of the year 1765, published at Halle in Saxony, by Dr. Hampe, F. R. S', Philosophical Transactions: Giving some account of the present undertakings, Studies, and Labours of the ingenious, in many considerable parts of the world, vol. LX, 1771, pp. 36-38.
16. Laura Berivan Nilsson, Picturing the unknown, pp, 16-17.
17. NMK, Inventory number: Du.447.
18. NMK, Inventory number: Du.449.
19. NMK, Inventory number: Du.450.
20. NNK, Inventory number: Du.451.
21. NMK, Inventory number: Du.452.

இயல் 5

பாரீசுக்கு வண்ணஓவியங்களின் தொகுப்புகள்: புதுச்சேரி மற்றும் காரைக்காலில் பிரஞ்சுக்காரர்களின் துணிச்சலான முயற்சிகள் மற்றும் செயல்கள், 1688-1835

இடைக்காலப் பிரான்சில் வண்ணஓவியம் சங்கங்களால் கண்டிப்பான முறையில் கட்டுப்படுத்தப்பட்டது. ஓவியக் கைவினைத் திறன்களை ஆசிரியர் முதல் பயிற்சியாளர் வரை உள்ளவர்களிடம் ஒப்படைக்கப்பட்டது. மேலும், இது மதிப்புமிக்க தனிப்பட்ட உடைமைகளாகக் கருதப்பட்டு கமுக்கமாகப் பாதுகாக்கப்பட்டன. பிரஞ்சு மொழியில் ஓவியப் பொருட்கள் மற்றும் ஓவிய நுட்பங்களின் வரலாற்றில் பங்களிக்கும் முதல் செய்தி 'இரகசியங்கள்' என்ற புத்தகத்தில் கண்டுபிடிக்கப்பட்டது. இது பல்வேறு தலைப்புகளில் உள்ள குறிப்புகளின் தொகுப்பாகும். பல்வேறு ஆசிரியர்களிடமிருந்து இது தொகுக்கப்பட்டுள்ளது. தொடக்கக்காலப் படைப்புகள் இலத்தீன் மற்றும் இத்தாலிய மொழியிலிருந்து மொழி பெயர்க்கப்பட்டன. அவை பெரும்பாலும் பண்டைய கிரேக்க அல்லது உரோமானிய ஆசிரியர்களைக் குறிப்பிடுகின்றன. குளோது புத்தே 'அ, ஆ, இ, சிறு ஓவியம்' என்ற ஒரு சிறிய உருவ ஓவியம் பற்றிய ஒரு கட்டுரையை 1672இல் வெளியிட்டார். அதன் அறிமுகத்தில் அவர் தன் கமுக்கங்கள் இத்தாலியர்களிடமிருந்து பெற்றதாகக் கூறினார். அவற்றைத் தன்னிடமே வைத்துக் கொண்டு ஊதியம் ஈட்ட முடியும் என்றாலும், பிறர் நலனுக்காகத் தன் அறிவை விட்டுக் கொடுத்து வருவதாகவும் அவர் கூறினார். பிரஞ்சு ஓவியப் பயிற்சியின் மிகவும் பயனுள்ள சுருக்கத்தையும் அவர் வழங்கினார். இந்தக் கட்டுரை பல்வேறு நிறமிகள் மற்றும் அவற்றை எவ்வாறு பயன்படுத்துவது என்பதைப் பற்றி விவாதித்தது. மூன்று படிவரிசையின் அடிப்படையில் (அந்தக் காலத்தின் எண்ணெய் ஓவியம் போல) பயிற்சித் தொடக்கம், நன்கு தீட்டுதல், மற்றும் இறுதி செய்தல் என விளங்கியது. 1679ம் ஆண்டு லபோத்தன் எழுதிய நூல் ஓவியர்களின் சங்கத்தால் வெளியிடப் பட்டது. இவ்வாறு ஓவிய நுட்பங்கள் பற்றிய சில பதிவுகள் பிரான்சில் வெளியிடப்பட்டன.

புதுச்சேரியில் உள்ளூர் ஓவியர்கள் மற்றும் துணியில் வண்ணஓவியம்: பிரான்சுக்கு வண்ணந் தீட்டப்பட்ட துணி ஏற்றுமதி

வாலிகண்டபுரத்தை ஆண்ட ஷேர்கான் லோடியின் இசைவுடன் புதுச்சேரியில் வணிகம் செய்யவந்த பிரஞ்சுக்காரர்கள் 1674இல் குடியேறினர். பிரஞ்சுக் கிழக்கிந்தியக் குழுமம் நெசவாளர்கள், துணி-வெளுப்பவர்கள், சாயமிடுபவர்கள் மற்றும் துணியில் வண்ண ஓவியம் செய்பவர்களை ஆசியா மற்றும் பிரான்சில் உள்ள பல்வேறு துறைமுகங்களுக்குத் துணி ஏற்றுமதி செய்வதற்காகப் புதுச்சேரிக்கு அழைத்தது. பிரஞ்சு ஆளுநரான டியுப்ளேவின் தலைமை மொழி பெயர்ப்பாளரான ஆனந்தரங்கப் பிள்ளையின் நாட்குறிப்பு முச்சியர்கள் என்ற துணி ஓவியர்கள் பிரஞ்சு ஆட்சியின் கீழ் புதுச்சேரியில் தனித்தனித் தெருக்களில் வாழ்ந்ததாகக் குறிப்பிடுகிறது.[1] அவர்கள் தெலுங்கு நாட்டிலிருந்து இடம்பெயர்ந்து நகரத்தின் தனித்தெருவில் வசித்து வந்தனர்.[2] இந்த ஓவியர்கள் படுக்கை உறைகள் மற்றும் திரைச் சீலைகளுக்கு துணியில் வண்ணஓவியத்தை வரைந்தனர்.[3] புதுச்சேரியில் வண்ணஓவியர்களுக்கான ஒரு அங்காடி இருந்தது. அங்கு வண்ணம் பூசப்பட்ட துணி மற்றும் துணிப் பொருட்கள் விற்கப்பட்டன.[4] புதுச்சேரியில் புகழ்பெற்ற துணி ஓவியர் சிங்காரம் பற்றிக் கேள்விப்படுகிறோம்.[5]

பிரஞ்சுக்காரர்கள் சென்னையைக் கைப்பற்றியது, மஹ்ஃபுஸ்கான் மயிலாப்பூருக்கு ஓடிப்போனது, செயின்ட் டேவிட் கோட்டை முற்றுகைப் போர் மற்றும் நிஜாமிடமிருந்து பரிசுகளைப் பெற்ற டூப்ளே போன்ற படங்களைத் துணியில் வண்ணத்தில் வரைந்த கலைஞர்களை ஆனந்தரங்கப்பிள்ளை பணியமர்த்தினார். இந்தத் துணி ஓவியங்களை அவர் தன் மகளுக்குத் திருமணம் செய்தபோது அவருடைய வீட்டுத் திருமணப் பந்தலில் காட்சிப்படுத்தினார்.[6] பிரஞ்சுக்கிழக்கிந்தியக் குழுமம் புதுச்சேரியில் வண்ணந்தீட்டப்பட்ட துணிகளை வாங்கிப் பிரான்சுக்கு அனுப்பியது. கிழக்கிந்திய குழும அருங்காட்சியகத்தில் வண்ணந்தீட்டப்பட்ட பருத்தித் துணிகள் பாதுகாத்து வைக்கப்பட்டு இருப்பதைக் காண்கிறோம்.[7]

புதுச்சேரியில் உள்ள சேசு சபை மதப்பரப்புநர்கள் மற்றும் தாளில் வரைந்த நீர்-வண்ணஓவியங்களின் படத் தொகுப்புகள் பிரான்சுக்கு அனுப்பப்பட்டது, 1688-1725

கப்புச்சின்கள் மற்றும் சேசு சபை மதப்பரப்புநர்கள் புதுச்சேரிக்கு வந்து குடியேறினர்.[8] சேசு சபையினர் இந்துக் கடவுள்களின் ஓவியங்களின் படத்தொகுப்பைத் தயாரித்து 1727இல் கப்பலில் புதுச்சேரியிலிருந்து

பாரீசுக்கு வண்ணஓவியங்களை அனுப்பினர். இந்த ஓவியங்கள் 1688 மற்றும் 1725க்கு இடையில் மதப்பரப்புநர்களால் ஈடுபடுத்தப்பட்ட உள்ளூர் மக்களால் வரையப்பட்டது. மதப்பரப்புநர்கள் இந்தச் செய்தியின் உரையைப் பிரஞ்சுமொழியில் விரிவாக எழுதியுள்ளனர். இந்தப் படத்தொகுப்பு பிரம்மா மற்றும் அவருடைய மனைவி சரஸ்வதியுடன் தொடங்குகிறது. அதைத் தொடர்ந்து இந்து வழிபாட்டாளர்கள், வண்ண ஓவியங்களான விஷ்ணு, ஆறுமுகம் மற்றும் வள்ளியம்மா, கிருஷ்ணன், நரசிங்க அவதாரம், கூர்ம அவதாரம், ஸ்ரீரங்கநாதா, பிள்ளையார், வில்லியனூர் கோயிலின் கூம்பு வடிவ அமைப்பில் உள்ள வாயில், வில்லியனூரில் உள்ள திருக்காமீஸ்வரரின் கதவைப் பதிவு செய்யும் மற்றொரு வண்ணஓவியம், சந்திரனின் உருவம், இராவணன், சக்கரபாணி, அன்னபூரணி, நாரதர் மற்றும் இராமேசுவரம் கோயில் தெய்வம் போன்ற பிற வண்ணஓவியங்கள் உள்ளன. திருவரங்கம், இராமேசுவரம், வில்லியனூர் போன்ற பல்வேறு இடங்களில் உள்ள கோயில்களின் குறிப்பிடத்தக்க தெய்வங்கள் வண்ணந் தீட்டப்பட்டு இருந்தன. இது அதிகமாக உள்ளூரில் வரையப்பட்ட இந்துக் கடவுள்கள் மற்றும் பெண் கடவுள்களின் படத்தொகுப்பு ஆகும். இது விஷ்ணுவின் தெய்வீக அவதாரத்தின் பன்னிரெண்டு விளக்கங்களுடன் 33 வண்ணஓவியங்களைக் கொண்டுள்ளது.[9] ஒளிபுகா நீர்-வண்ணத்தைப் பயன்படுத்தி ஓவியம் வரையும் நுட்பத்தை இதில் காண்கிறோம். அதில் நிறமிகள் பசையால் பிணைக்கப்பட்டுள்ளன.

சிதம்பரத்தில் உள்ள கோயில் தெய்வங்களின் தாள் வண்ணஓவியங்களின் படத்தொகுப்பு

சிதம்பரம் கோயிலில் இருந்த தெய்வங்களையும் கடவுள்களையும் குறிக்கும் ஒளியேற்றப்பட்ட இந்துக் கடவுள்களின் படங்களுடன் இரு தொகுதிகளில் மற்றொரு படத்தொகுப்பு காணப்படுகிறது. ஓவியங்களில் உள்ள அனைத்துத் தொன்மங்களும் பிரஞ்சு மொழியில் எழுதப்பட்டுள்ளன. ஓவியங்கள் பழுப்பு மற்றும் கருப்பு என இரண்டு வண்ணங்களில் மட்டுமே உள்ளன. விளக்கப் படங்கள் அழகாகவும், துல்லியமாகவும் உள்ளன (23 செ.மீ நீளம் 34.6 செ.மீ. அகலம்). முதல் தொகுதியில் 95 ஓவியங்கள் உள்ளன. விஷ்ணுவின் அவதாரங்கள் பல வண்ணங்களில் சித்தரிக்கப்பட்டுள்ளன. சிதம்பரம் கோயில் தேரின் ஓவியத்துடன் தொகுதி நிறைவடைகிறது.[10]

இரண்டாம் தொகுதியில் எண் 96 முதல் 195 முடிய படங்கள் உள்ளன. இந்த ஓவியங்கள் விஷ்ணுவின் மறுஅவதாரத்தை சித்தரிக்கின்றன.[11]

இது கிருஷ்ணரின் உருவப்படத்துடன் முழுக்க முழுக்க வழங்கப்பட்டு உள்ளது. மேலும் மன்னர் பசவப்பா (காண்க எண்.161), வேலூர் மன்னர் வெங்கடபதி தேவராயர் (காண்க எண்.168), விஜயநகர மன்னர் நரபதி (காண்க எண்.175) போன்ற தொடர் ஆட்சியாளர் படங்களுடன் மற்றும் சீதையுடன் இராமர் திருமணம் (காண்க எண்.195) போன்றவற்றையும் இந்த ஓவியங்கள் சித்தரிக்கின்றன. இந்தப் படத்தொகுப்பின் முதல் பக்கத்தில் இது சார்லஸ் அட்ரியன் பிகார்டு நூலகத்திற்குச் சொந்தமானது என ஒரு குறிப்பு உள்ளது. இவ்வாறு புதுச்சேரியில் உள்ள பிரஞ்சுக் காரர்கள் இந்தியத் தொன்மங்கள் மற்றும் வரலாற்றுடன் கருப்பொருளாகப் பிணைக்கப்பட்ட வண்ணஓவியத்தின் உள்ளூர் முறையைக் கவனித்து உள்ளனர்.

காரைக்காலில் ஆபிரகாம் பியர் பொர்ஷே தெசூல்ஷ் வண்ண ஓவியங்களின் படத்தொகுப்பு பிரான்சுக்கு அனுப்பப்பட்டது, 1754–1760

1754 முதல் 1760 வரை தஞ்சாவூர் அரசாட்சியில் இருந்த காரைக்கால் நகர், கோட்டை மற்றும் அதனைச் சார்ந்துள்ளவற்றின் பிரஞ்சுப் படைத்தளபதி ஆபிரகாம் பியர் பொர்ஷே தெசூல்ஷ் அவர்கள் கலையில் தன் ஆர்வத்தை வளர்த்துக் கொண்டார்.[12] 1758இல் அவர் ஓர் ஓவியப் படத்தொகுப்பை ஏற்பாடு செய்து தொகுத்தார். இது நான்கு தொகுதிகளைக் கொண்டிருந்தது. இப்படத் தொகுப்பின் வேலை இரு பக்கத்திலும் உள்ளூர் பாணியில் செயல்படுத்தப்பட்டது. ஓவியங்கள் பிரஞ்சு மொழிபெயர்ப்புடன் தமிழ் உரையுடன் விளக்கப்பட்டுள்ளன.

முதல் தொகுதியில் மொத்தம் 136 வண்ணஓவியங்கள் உள்ளன. இதில் உலக வரலாறு அல்லது பேரண்டத்தின் உருவாக்கம், பொர்ஷேவால் எழுதப்பட்ட தஞ்சாவூர் அரசாட்சியில் இந்துக்களின் கருத்துகள் ஆகியன உள்ளன.[13] இதில் ஆமை, நல்லபாம்பு, அரிமா போன்ற பல்வேறு வடிவங்களில் விஷ்ணுவின் அவதாரங்கள் உள்ளன. மேலும், பரசுராமர் மற்றும் கிருஷ்ணரும் உள்ளனர். பராபர வஸ்துவின் நீர்-வண்ண ஓவியங்கள் உள்ளது. அதைத் தொடர்ந்து கருத்துகள் உள்ளன. பின்னர் ஞாயிறு, திங்கள், செவ்வாய், புதன், வியாழன், வெள்ளி, சனி ஆகியவை மகரம், கும்பம், மீனம் ராசிகளுடன் ஜனவரி, பிப்ரவரி மற்றும் மார்ச் மாதங்கள் போன்றவையும் குறிப்பிடப் பட்டிருக்கிறது. பின்னர் 60 ஆண்டுக்காலத் தமிழ்நாட்காட்டியில் பிரபவ ஆண்டில் தொடங்குவதைக் காண்கிறோம். மேலும் இந்தக் கையெழுத்துப்படி தயாரிக்கப்பட்ட கி.பி. 1759ஆம் ஆண்டை

வெகுதான்ய ஆண்டுடன் ஒத்திருப்பதாகக் கையெழுத்துப்படி குறிப்பிடுகிறது. ஆண் மற்றும் பெண் தெய்வங்கள் குறிப்பிடப்பட்டு, அதன் பின்பு நட்சத்திர விளக்கங்கள் உள்ளன. கவனத்தைக் கவருகிற வகையில் 'கடவுள் வாழ்த்து' பதிவு செய்துள்ளதோடு 82 திருக்குறள்கள் தமிழில் பதிவு செய்யப்பட்டு பிரஞ்சு மொழிபெயர்ப்பும் உள்ளது. குறிப்பிட்டுள்ள குறள்கள், 1330 குறள்களில் இருந்து, எந்த வரிசை வடிவமும் இல்லாமல் தேர்ந்தெடுக்கப்பட்டுள்ளன. இந்தப் படத் தொகுப்பு பிரஞ்சுப் பார்வையாளர்களுக்காகத் தயாரிக்கப்பட்டது. எனவே, இதில் விஷ்ணு அவதார உரையின் விளக்கங்கள் மையில் எழுதப்பட்டு, பிரஞ்சு மொழியில் உள்ளது. மேலும் அதைத் தொடர்ந்து கரிக்கோலிலும் மையிலும் எழுதப்பட்ட சிலவற்றிற்குத் தமிழ் உரை உள்ளது. விஷ்ணுவின் ஒவ்வொரு அவதாரமும் தனித்தனியாக எண்களால் வண்ணத்தால் எழுதப்பட்டு விளக்கங்களும் வரிசையாகக் கொடுக்கப்பட்டுள்ளன.

இரண்டாம் தொகுதியில் இராமாயணத்தின் 132 ஓவியங்கள் உள்ளன. இது தமிழில் உரையுடன் தொடங்குகிறது. மேலும், பிரஞ்சு மொழிபெயர்ப்புடன் இணைக்கப்பட்டுள்ளது. ஒவ்வொரு படமும் ஒரு தாளில் கொடுக்கப்பட்டுள்ளதுடன் அடுத்த தாளில் உரை விளக்கங்களைக் காணலாம். இறுதிப் பக்கம் இராமாயணம் முடிந்தது எனக் கூறுகிறது. போர்ஷேரின் பெயர் 1758ஆம் ஆண்டுடன் பதிவு செய்யப்பட்டுள்ளது.[14] இராமாயணக் காட்சிகளில் கோயில்களில் காணப்படும் சுவர் ஓவியங்களைப் போலவே இந்த ஓவியங்களும் காணப்படுகின்றன.

மூன்றாம் தொகுதி உருத்ரன் அல்லது சிவன் வரலாற்றுடன் தொடங்குகிறது. ஓவியங்கள் ஒரு தாளிலும், அடுத்த தாளில் தமிழில் வாசகங்களும், அதைத் தொடர்ந்து பிரஞ்சு மொழியில் மொழிபெயர்ப்பும் உள்ளது. இதில் மொத்தம் 184 வண்ணஓவியங்கள் உள்ளன.[15] இந்தப் படத்தொகுப்பின் முதன்மையான பொருள் சைவ மதம் பற்றியதாகும்.

நான்காம் தொகுதியில் 192 வண்ணஓவியங்கள் உள்ளன. இது கிருஷ்ணரின் வரலாற்றைக் கையாள்கிறது. தமிழில் உரை தொடங்குவதோடு பிரஞ்சு மொழிபெயர்ப்பும் உள்ளது.[16]

போர்ஷேரின் படத்தொகுப்பில் தமிழ்நாட்டில் உள்ள இந்து மதத்தை ஆவணப்படுத்தும் மடிப்புத்தாள்களில் 644 வண்ணஓவியங்கள் உள்ளன. இந்த ஓவியங்கள் பல்வேறு வடிவங்களில் அய்ரோப்பியத்தாளில் பசையுடன் கலந்த நீர்-வண்ணத்திலும் மற்றும் ஒளிபுகா நீர்-வண்ணத்திலும் உள்ளன.

புதுச்சேரியில் கோந்த் தெ லல்லி வண்ணஓவியங்களின் படத்தொகுப்பு பிரான்சுக்கு அனுப்பப்பட்டது, 1758 - 1761

கோந்த் தெ லல்லி மே 1757இல் பிரான்சை விட்டு கப்பலில் ஏறி, டிசம்பரில் மஸ்கரேன் தீவுகளை அடைந்து நாற்பது நாட்கள் தங்கினார். 1758 சனவரி 26ஆம் நாள் மீண்டும் கப்பலில் பயணம்செய்து, 1758 ஏப்ரல் 28ஆம் நாள் பிற்பகலில் காரைக்காலைச் சென்றடைந்தார். மேலும் 1758 ஏப்ரல் 28ஆம் நாள் நண்பகல் புதுச்சேரிக்கு வந்தடைந்தார். அனைத்துப் பிரஞ்சுக் குடியேற்றங்களின் பொது படைத்துறை தலைவராகவும், பிரான்ஸ் மன்னரின் படையின் பொறுப்பாளராகவும் இருந்தார்.[17] புதுச்சேரியில் பிரஞ்சுக் கிழக்கிந்தியக் குழுமத்தின் படைத்துறை அதிகாரியாக இருந்த அவர் கலையின்பால் ஆர்வத்தை வளர்த்துக்கொண்டார். அவர் ஓவியங்களை வாங்கியதோடு 1757 மற்றும் 1760க்கு இடையில் புதுச்சேரியிலிருந்து பிரான்சுக்கு ஒரு படத்தொகுப்பை அனுப்பினார். அது லாலியின் தனிப்பட்ட நூலகத்தில் வைக்கப்பட்டது. விற்பனையில் உள்ள விலைப்பட்டியலில் இது பற்றிய குறிப்பு உள்ளது. படத்தொகுப்பின் பொருள் பட்டியல் எண்.3749 என்பது பிரஞ்சுப் புரட்சியின் போது இது கையகப்படுத்தப்பட்டது என்பதைக் குறிக்கிறது.[18]

லாலியின் படத்தொகுப்பு மொத்தம் 100 வண்ணஓவியங்களை உள்ளடக்கியது. இதில் ஆண்கள் மற்றும் பெண்களின் சொந்த உருவங்கள் மற்றும் அவர்களின் பல்வேறு கலைகள் சிறிய உருவ ஓவியமாக உள்ளன.[19] இந்த நேர்த்தியான படத்தொகுப்பில் கடவுள்கள், முஸ்லிம் மன்னர், நவாப், கிறித்தவத் தம்பதிகள், சிப்பாய், இந்துப் படைவீரர், முஸ்லிம் படைவீரர், மைசூர் படைவீரர், கோல்கொண்டா படைவீரர், முகலாயப் படைவீரர், வில்லாளி, பிச்சைக்காரன், குடுகுடுப்பைக் காரன், பார்ப்பனத் தூதுவர் மற்றும் கடிதம் கொடுப்பவர், சிறுவணிகர், இசைக்கலைஞர், தட்டார், கொல்லர், புகையிலை வணிகர், வீட்டு வேலைக்காரர், கூடை முடைபவர், செருப்புத் தைப்பவர், எழுத்தர்/படியெடுப்பவர், தையற்காரர், முடிதிருத்துநர், மரவிற்பனையாளர், உப்பு வணிகர், பணம் மாற்றுபவர், பாதுகாப்புக் காவலர், வேட்டைக்காரர், வித்தைக்காரர், மேய்ப்பவர், குதிரைலாடம் கட்டுபவர், பால் விற்பவர், தோட்டக்காரர், நகைச்சுவையாளர், வளையல் விற்பவர், பாத்திரம் செய்பவர், தொம்பரவர், பாம்பாட்டி, கல்தச்சர், நீர் எடுத்துச் செல்பவர், மந்திரவாதி, உடற்பயிற்சியாளர், சுமைதூக்கி, கறிக்கடைக்காரர், மரப்பலகை ஓவியர், கொத்தனார், நகைக்கடைக்காரர், மரம் வெட்டுபவர், சக்கரை வணிகர், நெசவாளர், எண்ணெய் வணிகர்,

உழவர், பூட்டு செய்பவர், மூடு வண்டியோட்டி, மருந்து கலப்பவர், பனை ஓலையில் எழுதுபவர், மெய்க்காப்பாளர், சக்கிலி, மீன் விற்பனையாளர், மற்போர் வீரர், பழ விற்பனையாளர் மற்றும் தச்சர் ஆகியோரின் படங்கள் உள்ளன.

தாளில் இராமாயண வண்ணஓவியங்களின் படத்தொகுப்பு, 1770-1785

1770 மற்றும் 1785களில் புதுச்சேரியில் இருந்து, கடவுள்களின் வண்ணஓவியங்களில், இராமாயணத்தின் பக்கங்கள் என்ற தலைப்பில் கையெழுத்துப்படி அனுப்பப்பட்டது. இராமாயணத்தின் காண்டங் களையும் மொத்தமாக 88 ஓவியங்கள் உள்ளதையும் கூறுகிறது. இராமரைக் கொண்டாடும் பண்டிகைகள் குறித்த 11 ஓவியங்களையும் நாம் காண்கிறோம். உரையின் விளக்கங்கள் தமிழிலும் அதன் மொழி பெயர்ப்பு பிரஞ்சிலும் காணப்படுகிறது.[20]

கலைஞர் சாமியால் செய்து முடிக்கப்பட்ட வண்ணஓவியங்கள்: புதுச்சேரியிலிருந்து பிரான்சுக்குப் பிரஞ்சுக் கிழக்கிந்தியக் குழுமத்தால் வாங்கி அனுப்பப்பட்டது, 1780-1784

புதுச்சேரியில் பிரஞ்சுக் கிழக்கிந்தியக் குழுமத்தின் வழிகாட்டுதலின் கீழ் பல வண்ணஓவியங்கள் 1780இல் செய்து முடிக்கப்பட்டன. உள்ளூர் கலைஞர்களில் ஒருவரான சாமி என்பவர் இந்துக்களின் கடவுள்கள், பெண் கடவுள்கள், திருவிழாக்கள் மற்றும் சடங்குகளின் படங்களை வரைவதற்குக் கேட்டுக்கொள்ளப்பட்டார். முதல் தொகுதியின் முதல் வண்ணஓவியம் மச்ச அவதாரம் பற்றியது. அதைத் தொடர்ந்து கூர்ம அவதாரம், வராக அவதாரம், நரசிம்ம அவதாரம் ஆகியன உள்ளன. பிரஞ்சு மொழியில் உரை காணப்படுகிறது. மேலே உள்ள புராணம் தெலுங்கில் உள்ளது. இந்தப் படத்தொகுப்பில் மொத்தம் 194 படங்கள் (20 செ.மீ. நீளம், 26 செ.மீ. அகலம்) உள்ளன.[21] ஓவியங்கள் எளிமை யானவை. கருப்பு, மஞ்சள் மற்றும் இளஞ்சிவப்பு நிறம் கொண்டவை. இத்தொகுதியில் மன்னார்குடி, திருவல்லிக்கேணி, திருப்பதி, கும்பகோணம், திருவரங்கம், சிதம்பரம், திருவாதவூர் மற்றும் திருவண்ணாமலை போன்ற பல்வேறு இடங்களில் உள்ள கடவுள்களின் உருவங்கள் உள்ளன.[22] இந்த வண்ணஓவியங்கள் வரிசையாக எண்ணிடப்பட்டுள்ளன. மீண்டும் விஷ்ணுவின் விழாக்கள் மற்றும் பண்டிகைகளின் வண்ணஓவியங்கள் சேர்க்கப்பட்டு அவை எண்ணிடப் படாமல் பொருத்தமான இடங்களில் வைக்கப்பட்டுள்ளன. அந்த இடங்களில் வழிபடப்படும் பல்வேறு வடிவிலான கடவுள்கள் உள்ளன. அவை பெரிய அளவில் சிறந்த தொடர் வரிசைபோல

செய்து முடிக்கப்பட்டுள்ளது. (தொகுதி ஒன்று காண்க எண்.41-65). சிவனுக்குக் காணிக்கையாக்கப்பட்ட ஒரு கோயில் (காண்க எண். 93-4) இத்தொகுதியில் ஒரு படமாக உள்ளது. இதை லெ ஜெந்தில் என்ற பயணி தன் சிறு உருவ ஓவியத்தில் பயன்படுத்தினார்.[23]

ஓவியர் சாமி, செய்து முடித்தப் படத்தொகுப்பின் இரண்டாம் தொகுதி மொத்தம் 67 வண்ணஓவியங்களைக் கொண்டுள்ளது.[24] இது ஒரு குறவனின் ஓவியத்துடன் தொடங்குகிறது. நிலத்தை உழுதல், கலப்பையைப் பயன்படுத்துதல், நாற்றுக்களை நடுதல், அறுவடை செய்தல், முறத்தால் புடைத்தல், பெண்கள் அரிசி குத்துதல், நெல்லில் உமி எடுத்தல், பால் கறத்தல், வெண்ணெய்-நெய் செய்தல், இடையர், பால் விற்பவர், கள் இறக்குபவர், தோட்டி, விறகு விற்பவர், துணி வெளுப்பவர், சக்கிலி - செருப்பு தைப்பவர், முடி திருத்துபவர், செங்கல் செய்பவர், கூடை முடைபவர், செம்புக் கொல்லர், கொல்லர், சிக்கெடு நெசவு, பஞ்சு தூய்மை செய்தல், பஞ்சு பிரித்துச் சாயம் தோய்த்தல் (காண்க எண்.32-8), வளையல் செய்பவர், வளையல் விற்பவர், முச்சியர், வண்ண-ஓவியம் வரைவதற்காக தங்கத்தைப் பயன்படுத்தும் முச்சியர், தாளில் எழுதுபவர், அய்ரோப்பியப் பணியில் படைவீரர், மராட்டிய படைவீரர், இராஜபுத்ரப் படைவீரர், முகலாயப் படைவீரர் (காண்க எண்.48-51, 53-55), 7 வகையான கத்தி, 7 வகையான ஈட்டி, 7 வகையான வாள், சோப்புதார், சந்நியாசி, குடுகுடுப்பைக்காரன், பாம்பாட்டி, கரடி வித்தைக்காரன், பண்டாரம் பொதுக் கண்காட்சியில் துணி விற்பது, இந்துக்களின் திருமணம் மற்றும் பிணத்தை அப்புறப்படுத்துவதற்காக எடுத்துச் செல்லும் காட்சி போன்ற உள்ளூர் மக்களின் அன்றாடச் செயல்பாடுகளை வண்ண ஓவியங்கள் சித்தரிக்கின்றன. இந்த ஓவியங்கள் புதுச்சேரி (பாண்டிச்சேரி) மக்களின் பொதுவான மற்றும் எளிமையான செயல்பாடுகளைச் சித்தரிக்கிறது. இந்தப் படத்தொகுப்பில் ஒரு மரபான இந்துச் செருப்புத் தைப்பவர் (காண்க எண்.22) மற்றும் ஒரு முஸ்லிம் செருப்புத் தைப்பவர் (காண்க எண்.23) படங்களும் உள்ளன.

உள்ளூர்காரரர் ஆளுயர உருவப் படங்கள் உள்ளூர் ஓவியர்களால் வரையப்பட்டதும் பாதுகாப்பாக உள்ளவையும்

புதுச்சேரியில் உள்ள உள்ளூர் மக்களும் கலை ஆர்வத்தை வளர்த்துக் கொண்டனர் என்பது குறிப்பிடத்தக்கது. அவர்கள் உள்ளூர் கலைஞர் களால் வரையப்பட்ட தன் உருவப்படங்களை வைத்திருந்தனர். பெத்ரோ கனகராய முதலியாரின் உருவப்படம் அவருடைய

வழித்தோன்றல்களால் அவருடைய குடும்ப வீட்டில் நன்றாகப் பாதுகாக்கப்படுகிறது. ஒரு மடிநாயின் முன்னிலையில் பார்வையாளர் ஒருவரால் பெட்டியிலிருந்து எடுக்கப்பட்ட வெற்றிலையைக் கொடுக்கும் போது, அவர் வலது கை அதை ஏற்கத் தயாராக உள்ளது. அவருடைய இடப்புறத்தில் ஒரு வேலைக்காரன் குறியீடாகச் சிறிய உருவத்தை ஓவியருக்குக் கொடுப்பது குறிப்பிடத்தக்கது. கனகராய முதலியாரை ஒரு சிறு கைக்குட்டையால் மூடுவதற்கு தன்னால் ஆன அனைத்தையும் ஓவியன் செய்கிறான். சைகையைக் கவனிக்க வேண்டியது முதன்மை யானது; காட்சி உட்புறத்தில் நடப்பதால் ஒரு சிறு குடை சின்னமாக உள்ளது. அவருடைய மார்பில் சிலுவை போன்ற வடிவிலான தொங்கட்டானைக் காண்கிறோம். அவர் மன்னர் லூயியின் உருவம் கொண்ட பதக்கத்தை அணிந்துள்ளார். அவர் மன்னர் கையின் கீழே ஒரு கைத்தடி உள்ளது.[25] பெத்ரோ கனகராய முதலியாரின் வாரிசுகளின் அதே இல்லத்தில் தியாகு முதலியார் (1780-1849) ஓவியமும் உள்ளது. மேலும் புதுச்சேரியில் ஆனந்தரங்க ரவிச்சந்தர் வீட்டில் ஆனந்த ரங்கப்பிள்ளை. திருவேங்கடம் பிள்ளை மற்றும் முத்து விஜய திருவேங்கடம் பிள்ளை உள்பட பல உருவப்படங்களைக் காணலாம். இவற்றில் சில உருவப்படங்கள் இன்றும் நல்ல நிலையில் உள்ளன.[26]

புதுச்சேரி வண்ணஓவியங்கள் பொறிக்கப்பட்டும் அய்ரோப்பாவில் அச்சிடப்பட்ட புத்தகங்களிலும் காணப்படுவதும்

இத்தாலியரான ஜியோவான்னியோ போர்ஹெசி அவர்கள் 1703இல் புதுச்சேரிக்கு வருகை புரிந்தார். சிறுத்தையின் படத்தையும் இரண்டு பட்டைகள் கொண்ட பெரும்பல்லியை அவர் வியப்புடன் கண்டார். இவை அய்ரோப்பாவிற்கு அனுப்பப்பட்டு 1705இல் உரோமில் அச்சிடப்பட்ட அவருடைய நூலில் காணப்படுகிறது.[27] ஆங்கிலேயரிடம் சரணடைந்து கிட்டத்தட்ட அய்ந்து மாதங்களுக்குப் பிறகு, 1761 சூன் மாதம் புதுச்சேரியை ஆங்கிலேயர் அழித்த பிறகு புதுச்சேரியின் துயர்மிகு படத்தை லெ ஜெந்தில் என்ற பிரஞ்சுப் பயணி தாளில் உருவாக்கினார். இந்தப் படம் அவருடைய பயண நூலில் அச்சிடப்பட்டுள்ளது. இந்தப்பட விளக்கங்களில் 'ஏ முதல் கே வரை' பீரங்கிக் கிடங்கு, துப்பாக்கி மருந்துத் தொழிற்சாலை, கப்புச்சின் தேவாலயம், கபபுச்சின் குடியிருப்பு இடிபாடுகள், கோட்டையின் இடிபாடுகள், அரசக் கட்டடம் மற்றும் கண்காணிப்புக் கட்டடத்தின் இடிபாடுகள் மற்றும் பல அடையாளங்கள் குறிப்பிடப்பட்டுள்ளது.[28]

வண்ண ஓவியங்களில் மக்களின் படத்தொகுப்பு, 1796

ஒரு குறிப்பேட்டில் பல்வேறு தொழில்கள் மற்றும் மக்களின் சாதிகளின் 26 வண்ணஓவியங்கள் உள்ளது. இது பிரான்சின் தேசிய நூலகத்தில் பாதுகாக்கப்படுகிறது. முதல் ஓவியம் தஞ்சாவூர் மன்னர் இரண்டாம் சரபோஜியின் வண்ணஓவியம். இரண்டாவது 1736இல் ஆற்காடு நவாபின் ஓவியம். இதில் ஒரு பார்ப்பனர், வளையல் விற்பவர், காவடிக்காரன், மொழிபெயர்ப்பாளர், நடனக்கலைஞர், பறவை விற்பனையாளர், போயு என்ற தெலுங்கு நாட்டைச் சேர்ந்த பல்லக்குத் தூக்கிகள், முடி திருத்துபவர், பால் விற்பவர், துணி துவைப்பவர், துணி அழுத்துபவர் மற்றும் மடிப்பு போடுபவர், வேட்டைக்காரர், வீட்டு வேலைக்காரர், முக்குவர், குறவர், பட்டு நெசவாளர், கறிக்கடைக்காரர், உழவர், கொல்லர், தச்சர் மற்றும் செம்புக் கொல்லர் போன்ற பல வண்ணஓவியங்கள் உள்ளன.[29]

காட்சிப்பதிவுகள் மற்றும் கலைப்படைப்புகள்: புதுச்சேரியில் சாதிகள் மற்றும் தொழில்கள் குறித்த வண்ணஓவியங்கள், 1831

1831இல் புதுச்சேரியில் தயாரிக்கப்பட்ட 204 வண்ணஓவியங்களின் படத்தொகுப்பு மிகவும் சிறப்புள்ளது. அது தமிழர்கள், தெலுங்கர்கள் மற்றும் மராத்தியர்களின் பல்வேறு சாதிகள் மற்றும் தொழில்களைப் பட்டியலிடுகிறது. இந்தத் தொழில்கள் ஏறக்குறைய தமிழ் உரையுடன் பதிவு செய்யப்பட்டன. அதைத் தொடர்ந்து பிரஞ்சில் மொழிபெயர்க்கப் பட்டுள்ளன. ஆண் மற்றும் பெண் வண்ணஓவியங்கள் தனித்தனியாகக் காணப்படுகிறது.[30]

இந்தப் படத்தொகுப்பு பார்ப்பனர், சத்ரியர், வைசியர், சூத்திரர், உழவர், பார்ப்பன அய்யங்கார், அவர் மனைவி, தத்துவாரி பார்ப்பனர், அவர் மனைவி, வடஇந்தியாவைச் சேர்ந்த குஷிலியப் பார்ப்பனர் (நகை விற்பனையாளர்), அவர் மனைவி, கணக்காளராகப் பணியாற்றிய மராத்திப் பார்ப்பனர், அவர் மனைவி, ஜாதக வேலை செய்து கொண்டிருந்த பஞ்சாங்கப் பார்ப்பனர், துறவி, அவர் சீடர், வெள்ளாளப் பண்டாரம், அவர் மனைவி, லிங்கக் கட்டிப் பண்டாரம், அவர் மனைவி, சிவ யாத்திரை செல்பவர், அவர் மனைவி, காசி யாத்திரை செல்பவர், அவர் மனைவி, காவடி சுமக்கும் புனிதப் பயணி, அவர் சீடர், தம்பிரான், அவர் சீடர், கவரைச் சாதிக்காரர், அவர் மனைவி, கைக்கோளரின் நூல் வேலை, நூலுக்குக் கஞ்சிபோடுதல், துணி நெசவு, நெசவாளர் மனைவி, கவரை - துணி ஓவியர், அவர் மனைவி, செட்டிச் சாதியைச் சேர்ந்த துணி வணிகர், அவர் மனைவி,

கோமுட்டி, அவர் மனைவி, பணப் பரிமாற்றம் செய்யும் சராஃப் செட்டிச் சாதி, அவர் மனைவி, வளையல் விற்கும் தெலுங்கு நாட்டு பாலிகா, அவர் மனைவி, பல்லக்குத் தூக்கிகள் முன் தீச்சுடர் ஏந்திச் செல்லும் மட்சலாட்சி, வெற்றிலையை மெல்வதற்காகச் சுண்ணாம்பு விற்கும் பெண், பொயே சாதியைச் சேர்ந்த தெலுங்கு நாட்டுப் பல்லக்குத் தூக்கி, அவர் மனைவி, எண்ணெய் விற்பவரான வாணியன், சூலியா என்ற சோனவனான மணி விற்பவர், அவர் மனைவி, சாத்தானி என்றழைக்கப்படும் பூக்கடைக்காரர், அவர் மனைவி, வேளாளர் மற்றும் அவர் மனைவி, மசாலாப் பொருட்கள் விற்கும் கோமுட்டி, மராட்டிய நாட்டு கறிக்கடைக்காரன், சாணை பிடிக்கிறவர், தெலுங்கு தேசத்தின் கத்தியைக் கூர்மைப்படுத்துபவர், கம்மாள ஆசாரி என்கிற கன்னான் மற்றும் அவர் மனைவி, கம்மாளர் பத்தர் மற்றும் அவர் மனைவி, பூட்டுகள் மற்றும் சாவிகள் தயாரித்த கம்மாளர் மற்றும் அவர் மனைவி, அரைப்பதற்கு அம்மி மற்றும் குழவி தயாரித்த கல் தச்சர், அவர் மனைவி, கம்மாளர் தச்சன் மற்றும் அவர் மனைவி என இந்தப் படத்தொகுப்பு தொடங்குகிறது. படத் தொகுப்பிற்குப் பசையுடன் கலந்த ஒளிபுகா நீர்-வண்ண ஓவியங்களை உருவாக்க 33 தாள்கள் பயன்படுத்தப்பட்டதாக ஒரு குறிப்பு உள்ளது.

கையெழுத்துப்படி பல வண்ணஓவியங்களுடன் தொடர்கிறது. வெள்ளாளச் சாதியைச் சேர்ந்த வண்ணார், அவர் மனைவி, குயவர் மற்றும் அவர் மனைவி, தெலுங்கு நாட்டைச் சேர்ந்த முச்சியர் ஓவியர் மற்றும் அவர் மனைவி, தெலுங்கு நாட்டைச் சேர்ந்த முச்சியர் சாதியைச் சேர்ந்த பெட்டித் தயாரிப்பாளர், அவர் மனைவி, பாம்பாட்டி ஆகியோரைக் காண்கிறோம்.

அடுத்தத் தொகுப்பு ஓவியங்களில் பல்வேறு குழுக்களின் இசைக் கலைஞர்கள் உள்ளனர். இது கடத்தாடி என்று மராத்தி இசைக் கலைஞரில் தொடங்குகிறது. இந்நூல் தானி / மராத்திக் குழுவைச் சேர்ந்த ராவன் குட்டுவன், துத்து ஊதும் அம்பட்டர், கைக்கோளத்தாசி, நடனதாசி, நட்டுவன் அம்பட்டர் சாதியின் தாளங்களைப் பயன்படுத்து கிறார். அம்பட்டர் சாதியைச் சேர்ந்த புல்லாங்குழல் வாசிப்பவர், அம்பட்டர் சாதியைச் சேர்ந்த மத்தளக்காரர், கஞ்சினிச்சி முஸ்லீம் தாசி, கஞ்சினி முஸ்லீம் நடனக் கலைஞர், கைத்தாளம் அடிக்கும் ஒரு முஸ்லிம், மத்தளம் அடிக்கும் முஸ்லீம், இந்துஸ்தானி/மராத்திக் குழுவின் வீணைவாசிக்கும் ஆண், தொட்டியர் சாதிப்புல்லாங்குழல் வாசிப்பவர், அவர் மனைவி, முஸ்லீம் மேளக்காரன், கம்பத்தில் உடற்பயிற்சிக் கலையைச் செய்யும் ஒரு முஸ்லீம் பெண், ஒரு முஸ்லீம்

இசைக் கலைஞரான நாகசனக்காரன், உடற்பயிற்சிக் கலையைச் செய்யும் துலுக்க பயில்வான், அவர் மனைவி, ஒரு முஸ்லீம் முரசு கொட்டுபவர், தெலுங்கு நாட்டைச் சேர்ந்த செருப்புத் தைப்பவரான சக்கிலி மற்றும் அவர் மனைவி ஆகியோரை அத்தொகுப்பில் காண்கிறோம்.

இந்தப் படத்தொகுப்பு தென்னை மரச் சாணார் ஓவியத்துடன் கள் விற்கும் அவர் மனைவி, பனைமரச் சாணார், பதநீர் விற்கும் அவர் மனைவி, சோனவர் சாதியைச் சேர்ந்த வெற்றிலை உழவரான இராவுத்தர், அவர் மனைவி மற்றும் பள்ளர் சாதியைச் சேர்ந்த உழவர், அவர் மனைவி ஆகியோரின் ஓவியத்துடன் படத்தொகுப்பு தொடர்கிறது. பிறகுடி பள்ளி (பிறபயிரிடும் குழுக்கள்) விதையை விதைப்பவர், படையாட்சி என்றழைக்கப்படும் நெற்பயிரை அறுவடை செய்து அறுக்கும் பிறகுடியாளர், கதிர் அடித்தல் மற்றும் போர் அடித்தல் காட்சிகள், பள்ளிச் சாதியைச் சேர்ந்த நெல் குத்துபவர் மற்றும் அவர் மனைவி, பள்ளிச் சாதியைச் சேர்ந்த தோட்டக்காரன் மற்றும் அவர் மனைவி, ரெட்டிச் சாதியைச் சேர்ந்த நஞ்சை உழவர், அவர் மனைவி, பருத்தி நூல் நெய்தல், நீர் எடுக்கக் கிணற்றுக்குச் செல்லும் பெண்கள் குழு, தெலுங்கு நாட்டிலிருந்த அம்பட்டர், தமிழ்நாட்டிலிருந்த அம்பட்டர், பறையர் சாதியைச் சேர்ந்த சமையற்காரர், அவர் மனைவி, கூடை முடையும் குறவர், அவர் மனைவி, பறையர் சாதியைச் சேர்ந்த புல் விற்பவர், அவர் மனைவி, விறகு விற்கும் கள்ளர், அவர் மனைவி, பட்டணவரான மீனவர் மற்றும் அவர் மனைவி, தெலுங்கு நாட்டிலிருந்து வந்த தண்ணீர் எடுத்துச் செல்பவர், பள்ளிச் சாதியின் தபால்காரன் என்று அழைக்கப்படும் அஞ்சல்காரர், பறையர் சாதியைச் சேர்ந்த ஒரு தோட்டி, செங்கல் சூளையின் ஒரு காட்சி, சுடுகாட்டில் தோட்டி வேலையில் ஈடுபடும் ஒரு தோட்டி, மாட்டுச் சாணத்திலிருந்து வரட்டி தட்டும் பறையர் சாதிப் பெண், வெள்ளிக்கிழமைகளில் தரையிலும் திண்ணையிலும் மாட்டுச் சாணத்தைப் பூசி, வீட்டின் முன் விளக்கு ஏற்றும் தமிழ்ப் பெண்கள், ஆப்பம் விற்கும் ஒரு பெண்மணி, தமிழ்ப் பள்ளிக்கூடம், எண்ணெய் வாணியன் என்றழைக்கப்படும் எண்ணெய் உற்பத்தியாளர், இராவுத்தர் என்றழைக்கப்படும் பாக்கலியுடன் நீர் எடுத்துச் செல்லும் முஸ்லீம் ஆண், அவர் மனைவி, குடுகுடுப்பைக்காரன் மற்றும் அவர் மனைவி, குள்ளப் பக்கிரி, மற்றும் துலுக்கச் சாதியைச் சேர்ந்த அவர் மனைவி, முஸ்லீம் சயதானிப் பெண், இரப்பாயி பக்கீர், அவர் மனைவி சர்க்கு பக்கீர், அவர் மனைவி, பாலக்கா பக்கீர் அவர் மனைவி, நச்சுப்

பூச்சிக் கடிக்கு மருந்து கொடுக்கும் மராத்தியரான பயிராயி மற்றும் அவர் சீடன் எனத் தொடர்கிறது.

பன்றிகளை வளர்க்கும் குறவர், அவர் மனைவி, தெலுங்கு நாட்டைச் சேர்ந்த தாதன்/தழன் மற்றும் அவர் மனைவி, ஒருவன் இறந்த பின் தாரை ஊதும் அவர் மனைவி, நாட்டுக்கோட்டைச் செட்டி வணிகர், ஒரு பூசாரி, உடுக்கைக்காரன், வள்ளுவன் அல்லது மருத்துவம் பார்க்கும் பறையர் சாதி, அவர் மனைவி, பால் விற்கும் இடையர், அவர் மனைவி, முஸ்லீம் சமய அறிஞர் மற்றும் அவர் மனைவி, மலையில் வசிக்கும் மலையாளி, அவர் மனைவி, மறவனான வேட்டைக்காரன் மற்றும் அவர் மனைவி, மேலும் குடிநீருக்காக கிணறு தோண்டும் ஒட்டன் போன்ற ஓவியங்களையும் காண்கிறோம்.

காரைக்காலில் உள்ள மக்களின் திருவிழாக்கள், வழிபாட்டு முறைகள் மற்றும் சமயச் சடங்குகள் பற்றிய வண்ணஓவியங்களின் படத்தொகுப்பு, 1831

நெருப்பு மற்றும் காளை மாடு, மேலும் கோயில்கள் தொடர்பான பிற சடங்கு முறைகள், மக்களின் திருமணம் மற்றும் இறப்பு, மேலும் கோயில் தேர்த் திருவிழாக்கள் பற்றிய ஓவியங்களின் படத்தொகுப்பு தமிழ் மற்றும் பிரஞ்சு மொழிகளில் விளக்கங்களுடன் 1831இல் செய்யப்பட்ட 17 ஓவியங்களைக் கொண்டுள்ளது. இது சைவ வெள்ளாளப் பெண்களின் இறப்புச் சடங்கு ஓவியத்துடன் தொடங்குகிறது. அதைத் தொடர்ந்து காரைக்கால் அரசு இல்ல நுழைவு ஓவியம், திருநள்ளாறு மாகாணத்தில் அத்திப்படுகை என்ற சிற்றூரில் பானை செய்யும் காட்சி, திருநள்ளாறு மாகாணத்தில் உள்ள அத்திப்படுகைச் சிற்றூர் பற்றிய சித்திரக் காட்சி, காரைக்கால் அருகேயுள்ள கோவில்பத்து என்ற சிற்றூரில் உள்ள நெத்தீஸ்வரன் கோவில், முஸ்லீம்களின் கொடியேற்றத் திருவிழா, காரைக்காலுக்கு மேற்கேயுள்ள பெரிய பள்ளிவாசல் தெரு, ஆவணி மாதத்தில் நடைபெறும் உரியடித் திருவிழா, ஆடி மாதம் பதினெட்டாம் பெருக்கில் நடைபெறும் தேர்த்திருவிழா, வைகாசி மாதம் திருநள்ளாறு தியாகராஜ சுவாமி கோயில் தேர்த்திருவிழா, ஆடி மாதம் நடைபெறும் ஆடிப்பூரம் திருவிழா, தாழ்ந்த சாதியினரின் தீமிதித் திருவிழா, புரட்டாசி மாதத்தில் நடைபெறும் செடல் திருவிழா (குறிப்பாக, பட்டணவர் மற்றும் செம்படவர் மூலம்), பெண் பருவமடைதல் சடங்கு, திருமணச் சடங்கு, வெள்ளாளத் திருமணச் சடங்கு மற்றும் திருமணத்தின் மறுநாள் நடக்கும் ஊஞ்சல் சடங்கு ஆகியவைகள் உள்ளது.[31]

பிரான்சில் கல்அச்சுக் கலையும் புதுச்சேரியின் வண்ணஓவியங்களை அச்சிடுதலும், 1827-1835

புதுச்சேரியில் இருந்து அவ்வப்போது அனுப்பப்பட்ட ஓவியங்கள் பிரான்சில் கல்அச்சு முறையில் அச்சிடப்பட்டன. 1781இல் பாரீசில் அச்சிடப்பட்ட பியர் சோனாரேயின் பயணக்குறிப்பில் அவற்றைக் காண்கிறோம்.[32] புதுச்சேரியின் வண்ணஓவியங்கள் 1827 மற்றும் 1835க்கு இடையில் பாரீசில் இரு தொகுதிகளாக அச்சிடப்பட்ட புத்தகத்தில் வெளிவந்தன.[33] சில ஓவியங்கள் கேப்டன் சார்லஸ் கோல்டு அவர்களின் கீழ்த்திசை ஓவியங்கள் புத்தகத்திலிருந்தும், பியர் சோனாரே பயணக்குறிப்புகளிலிருந்தும் எடுக்கப்பட்டதாக அது கூறுகிறது.

இதில் பிரம்மா, விஷ்ணு, சிவன் மற்றும் பார்வதி, மச்ச அவதாரம், கூர்ம அவதாரம், வராக அவதாரம், நரசிம்ம அவதாரம், வாமன அவதாரம், பரசுராமன், இராமன், கிருஷ்ணன், புதுச்சேரிக்கு அருகிலுள்ள அரியாங்குப்பத்தில் காணப்படும் பூதம் சிலை, கணேசா (பிள்ளையார்), இந்திரன் (தேவேந்திரன்) போன்ற 16 தெய்வீக ஓவியங்கள் உள்ளன.

இந்நூலில் 14 உருவப்படங்களைக் காண்கிறோம். இதில் புதுச்சேரியில் வசிக்கும் பார்ப்பனர் கணபதி சுப்ரமணியன், அவர் மனைவி மாரியம்மாள், புதுச்சேரியில் உள்ள ஆணவப்பதிவு எழுத்தர் கிருஷ்ணசாமி, துளுவ வேளாளர் முத்துவீர சுப்புராயர், சந்தோசு, மொழிபெயர்ப்பாளர் இலட்சுமணன், முச்சியர் சாதித் தலைவன் வரதப்பா, நடனக் கலைஞர் காமாட்சி, வெங்கடேசன், துணித் தயாரிப்பாளரும் துணி வணிகருமான கனகசபாபதிச் செட்டி, கிறித்தவ மொழிபெயர்ப்பாளரான நல்ல சுவாமி, நம்பூசி மற்றும் வீரபத்திரன் ஆகியோர் உருவப்படங்கள் உள்ளன.

புத்தகத்தில் 60 மற்ற ஓவியங்கள் கல்அச்சு முறையில் அச்சிடப் பட்டன. புதுச்சேரியில் நடைபெறும் பார்ப்பனத் திருமணம், பார்ப்பன இறுதிச்சடங்கு, மாரியம்மன் திருவிழா, மாட்டுப் பொங்கல், நெருப்புத் திருவிழா, புதுச்சேரியில் நடந்த சதி என்ற உடன்கட்டை ஏறுதல் போன்ற சமயச் சடங்குகள் இதில் அடங்கும். பார்ப்பனப் புரோகிதர் பார்ப்பனப் பிச்சைக்காரன், பார்ப்பன மருத்துவன், பார்ப்பனப் பூசாரி, பார்ப்பனச் சோதிடன், பல்வேறு வகையான படைவீரர்கள், உள்ளூர்ப் படைவீரர்கள், இராசபுத்திரப் படைவீரர்கள் மற்றும் மராட்டியப் போர்வீரர்கள் போன்ற ஓவியங்களைக் காண்கிறோம்.

பாளையக்காரர், ஏவலர்கள், பால் விற்பவர், சாணார், தோட்டக்காரன், மீனவர்கள், பல்லக்குத் தூக்கிகள், முடி திருத்துபவர், துணி துவைப்பவர், தோட்டி, கூலித் தொழிலாளிகள், செருப்புத் தைப்பவர், ஒட்டன், கோமுட்டி வணிகர், தச்சர், கொல்லன் மற்றும் குயவர் ஆகியோரின் தனிப்பட்ட ஓவியக்காட்சிகள் இதில் உள்ளன. வில்லியனூர் கோயில், வேலூர் கோட்டை, திருநெல்வேலி சத்திரம் மற்றும் சீர்காழிச் சத்திரம் ஆகியவற்றின் ஓவியங்களைக் காண்கிறோம். புத்தகத்தில் மொத்தம் 90 ஓவியங்கள் உள்ளன.

இரண்டாம் தொகுதியில் 22 தெய்வங்களின் ஓவியங்கள் உள்ளன. அதில் மன்மதன், இராவணன், அனுமன், சுப்பிரமணிய சுவாமி, மாரியம்மை, காத்தவராயன், மன்னார்சாமி, அய்யனார் என்றழைக்கப்படும் அரிகரபுத்திரன், சசிதேவி, அக்னி, சகாதேவி, எமன், ஷமலாதேவி, நிருத்தி, நிர்காதேவி, வருணன், காளிகாதேவி, வாயு, அஞ்சினிதேவி, குபேரன், சித்ரலேகா மற்றும் ஈசானியா ஆகிய ஓவியங்கள் உள்ளன. நீர் சுமக்கும் அஜாகு, பல்லக்குத் தூக்கியான ரங்காளி, பிரஞ்சுப் படையைச் சேர்ந்த படைவீரர், பறையர் சாதியைச் சேர்ந்த சின்னப்பா, பாம்பாட்டி, குறவர், வன்னியர், காட்டில் வாழும் இருளர், கருமார், வேடர், தொம்பரவர், கள்ளர், சுரதாக்காரர் (இசைக்கலைஞர்கள்), பண்டாரம், ஜங்குமா மற்றும் குடுகுடுப்பைக்காரன் தவிர 22 இந்து மதவிழாக்கள் உள்ளிட்ட 3 உருவப்படங்கள் இந்தப் படத்தொகுப்பில் உள்ளன.[34]

முடிவாக, கலையின் பண்பாட்டு எழுச்சிக்கு ஒரு முதன்மையான பங்கு உண்டு என்றும், மதப்பரப்புநர்கள் மற்றும் புதுச்சேரியில் உள்ள பிரஞ்சுக் கிழக்கிந்தியக் குழும அதிகாரிகளின் பங்கு மிகவும் குறிப்பிடத்தக்கதாக இருந்த ஓவியத்தின் வளர்ச்சி மற்றும் அதன் முன்னேற்றத்திற்குப் பங்களித்தது என்று கூறலாம். உள்ளூர் ஓவியப்பாணி விரும்பப்பட்டதால் படத்தொகுப்புகள் பிரான்சுக்குச் செல்ல வழிவகுத்தது. புதுச்சேரியில் உள்ள உள்ளூர் கலைஞர்கள் ஓவியங்களை உருவாக்கினர். மேலும் எழுதுகோல் மற்றும் மை மற்றும் நீர்-வண்ணங்கள் போன்ற புதிய பொருட்கள் இரண்டையும் பயன்படுத்தி முயற்சி செய்தனர். அவர்கள் தரைப்பகுதி, ஆகாயப் பகுதியை வண்ணமிடுதல் மற்றும் நிழல்களை தெரிவித்தல் போன்ற புதிய நுட்பங்களையும் பயன்படுத்தினர்.

தமிழகக் கடற்கரைக்கு வருகை தந்த பல பயணிகள் தமிழக மக்களைப் பற்றி விளக்கத் தொடங்கினர். மேலும் செயல்பாடுகளை

தெரிவித்தனர். அவற்றில் பல அய்ரோப்பாவில் அச்சிடப்பட்டன. பயணப்புத்தகங்கள் புகழ்பெற்றிருந்ததோடு பரந்த இலக்கிய வடிவமாக இருந்தது. இந்தப் புத்தகங்களில் சில படங்களும் விளக்கப்படங்களும் இருந்தன. மேலும் இது ஓவியங்களைப் பொறிக்கும் கலைபற்றியும், உருவாக்கப்பட்ட படங்கள் பற்றியும் நமக்குச் சொல்கிறது. பதினாறாம்-பதினெட்டாம் நூற்றாண்டுகளில் இருந்து பயணஇலக்கியங்கள் அய்ரோப்பாவில் நல்ல வரவேற்பைப் பெற்றிருந்தாலும், தமிழ்நாட்டில் காணப்படும் ஓவியக் கலையைப்பற்றிப் புத்தகங்கள் அமைதி காக்கின்றன. அய்ரோப்பியர்கள் தங்கள் அலுவலகங்கள், வணிகநிலையங்கள் மற்றும் துறைமுகம் நிறுவியமைகள் ஆகியவற்றின் எல்லைக்கு அப்பால், சோழமண்டலக் கடற்கரை மற்றும் தமிழகக் கடற்கரைப் பகுதிகளை எப்படித் தங்கள் கட்டுப்பாட்டில் வைத்திருந்தனர் என்ற எண்ணம் தென்னிந்தியாவின் சமகால உள்ளூர் மக்களுக்கு முற்றிலும் வியப்பாக இருந்தது. தமிழ்ப்பகுதியில் அய்ரோப்பியர்களின் வருகை பெருகியதால், அய்ரோப்பாவில் உள்ள பொதுமக்களுக்கு இங்குள்ள நிலப்பகுதியின் எல்லை மற்றும் காலனியக் குடியேற்ற நடவடிக்கைகள் பற்றிய ஆர்வம் மேலிட்டது. எழுத்துகள் மற்றும் விளக்கப்படங் களுக்கான சந்தை உருவாக்கப்பட்டு, எழுத்தாளர்களும் கலைஞர்களும் அதற்குத் தகுந்த நிலையினை நிறைவேற்ற முயன்றனர். தமிழ்நாடு முழுதும் பயணம் செய்து, நிலம் குறித்துத் தங்கள் கருத்துகளைப் பதிவு செய்தவர்கள், இடங்களையும் விளக்கினர். சித்தரிப்புகளுக்குள் அய்ரோப்பாவில் கற்பனை செய்யப்பட்ட தமிழ்ப் பகுதி ஓவியங்கள் மற்றும் வரைபடங்களின் இப்போதைய தோற்றங்களுடன் பொருந்துமாறு கையாளப்பட்டுள்ளது.

புதுச்சேரியில் பிரஞ்சுக்கிழக்கிந்தியக் குழும ஊழியர்கள் மற்றும் அதிகாரிகள் படம் வரைய ஓவியர்களை பணிக்கு அமர்த்தி அவர்கள் வரைந்த இந்துத் தெய்வங்களின் ஓவியங்களையும் உள்ளூர் மக்களால் நிறைவேற்றப்பட்ட பணிகளையும் ஆய்வு செய்தோம். மொழிபெயர்ப் பாளர்கள் போன்ற அரச தந்திரிகளின் உருவப்படங்களும் தயாரிக்கப் பட்டதோடு இந்தக் காலகட்டம் புதுச்சேரிக்கும் பாரீசுக்கும் இடையே அதிகரித்துவரும் தொடர்பு மற்றும் தகவல் பரிமாற்றத்தைக் குறித்தது. உள்ளூர் மக்களின் தொழில்கள் பற்றிய சித்தரிப்புகள், ஓவியம் வரைவதற்காக மாதிரியாக உட்காருபவர்களைப் பற்றிய அவர்களின் விளக்கக்காட்சியின் நெருக்கமான காட்சிப் பகுப்பாய்வு மூலம் கவனிக்கப்பட வேண்டியவை. ஆடை மற்றும் பழக்கவழக்கங்களின் பண்பாட்டு எல்லைகள், பற்றுறுதியுள்ள தேசிய எல்லைகள் மற்றும்

குருதியின் இன எல்லைகள் ஆகியவற்றைக் கடப்பதைப் படங்கள் முன்னிலைப்படுத்துகின்றன. இந்த உள்ளூர் மக்களையும் தனியாட்களையும் கலப்பு அல்லது கலப்பினமாகச் சித்தரிப்பதன் மூலம் வேலைகள், பேரம் மற்றும் சிக்கல் என இரண்டாக வாதிடப்படுகிறது. பதினெட்டாம் மற்றும் பத்தொன்பதாம் நூற்றாண்டைய ஓவியங்கள் பிரஞ்சு மற்றும் வெளிநாடுகளுக்கு இடையில் பிரிக்கப்பட்டுள்ளது. உருவப் படங்களின் மாறுதல், வடிவம் மற்றும் செயல்பாடு புதுச்சேரியில் காலனியக் குடியேற்றக் கொள்கைகள் மீதான பிரான்சின் ஊசலாடும் அணுகுமுறையை வெளிப்படுத்துகிறது. பிரஞ்சுப் பேரரசின் கட்டமைப்பிற்குள் அதிகம் அறியப்படாத இந்த 'மற்றவை' பிரஞ்சுக் கற்பனையை அடிப்படையாகக் கொண்டு உருவானது.

அடிக்குறிப்புகள்

1. Frederick Price, H. Dodwell and V. Rangachari, eds., The Private Diary of Ananda Ranga Pillai, Dubash to Joseph Franðois Dupleix, Knight of the Order of St. Michael, and Governor of Pondicherry: A Record of Matters Political, Historical, Social, and Personal, from 1736 to 1761, vol. I, 1904; vol. II, 1907; vol. III, 1914; vol. IV, 1916; vol. V, 1917; vol. VI, 1918; vol. VII, 1919; vol. VIII, 1922; vol. IX, 1924; vol. X, 1925; vol. XI, 1927; vol. XII, 1928, Madras, Delhi, rpt, 1980 (hereafter ARP Diary), vol. III, 388-89, vol. p. 51.
2. Ibid., vol. XI, pp. 423-424.
3. Ibid., vol. IV, p. 145.
4. Ibid., vol. IV, p. 277.
5. Ibid., vol. XII, pp. 217-218.
6. Ibid., vol. IV, pp. 110–11, 113–14.
7. Musée de la Compagnie des Indes, Lorient, Petite tenture d'indienne, Inde, côte de Coromandel, vers 1680-1725; toile de coton peinte, teinte par mordanðage et réserve; h. 196, l. 116 cm. Achat en 2014, Inv. 2014.1.2.
8. S. Jeyaseela Stephen, Pondicherry under the French: Illuminating the Urban Landscape, 1674-1793, Primus, Delhi, 2018, pp. 33-47; 510-529.
9. Bibliothèque Nationale de France (hereafter BNF), Départment des Estampes et de la Photographie, vol. 1, OD. 38, L'Album Dieux des Indiens peints a la gouache par des missionaires, 1688-1725.
10. BNF, Départment des Estampes et de la Photographie, Recueil Peintures du Sanctuaire de Chellembaram, 1820-1830, OD. 40a.
11. BNF, Départment des Estampes et de la Photographie, vol. II, OD. 40.
12. Porcher, in the beginning of his career in the French East India Company, was posted at Porto Novo and there he fell out with local merchants. One of them, named Korallu Balu Chetti, preferred to lodge

அய்ரோப்பியர்களும் உள்ளூர்க் கலைஞர்களும் / 83

a complaint against him to the new French Governor Dumas after the departure of Governor Lenoir from Pondicherry. Korallu Balu Chetti accused Porcher, the administrator of Porto Novo French factory, of having defrauded the French Company and despoiled the local traders. After ordering an enquiry, Porcher was recalled and Golard was sent in his place. Porcher was arraigned before the Superior Council and he denied the charges levelled against him. He stated that he only acted upon the orders of Governor Lenoir. Further, he added that he would go to France and explain everything to the authorities there. This was assented to and he was ordered to clear himself in France before the Directors of the French East India Company. So he departed for France in October 1737. See, ARP Diary, vol. I, p. 28. The Company's Directors considered Porcher's submission but confirmed the order of Dumas, though it granted him permission to trade in the East on his own account. Porcher returned to Pondicherry when Dupleix became the Governor. However, although the earlier case was laid again before the Superior Council and Porcher was declared innocent and restored to his councillorship, the Directors of the French East India Company refused to confirm the appointment and he was obliged to resign. See, ARP Diary, vol. I, pp. 409–10. Porcher Desoulches later became the Councilor of the French Company at Karaikal in 1754.

13. BNF, Départment des Estampes et de la Photographie, Histoire et Figures des dieux des Indiens, ou theogonie des Malabarquais par Porcher Des Oulches, 1758, vol. 1, OD. 39.
14. BNF, Départment des Estampes et de la Photographie, vol. II, OD. 39a, Illustrations du Ramayana.
15. BNF, Départment des Estampes et de la Photographie, vol. III, OD. 39b, Histoire de Rutren ou Siva; Shurapadma et le siens dans la magnifique ville de Viramahendrapatnam qu'il fit édifier par son beu-père.
16. BNF, Départment des Estampes et de la Photographie, vol. IV, OD. 39c, Histoire de Krishna.
17. ARP Diary, vol. XI, p. 144.
18. BNF, Départment des Estampes et de la Photographie, L'album de Lally: Figure Indiennes d'Hommes et de Femmes de Divers etats, Arts et Metiers et Costumes de l'Inde, OD. 48.
19. Ibid.
20. BNF, Départment des Estampes et de la Photographie, Recueil factice: Dessins en couleurs de divinités indiennes: Peinture, 1770-1785.
21. BNF, Départment des Estampes et de la Photographie, L'album, Moeurs et Usages des Indiens par Sami, 1780, vol. 1, OD. 46.
22. Ibid, Paintings no. 35, 36, 34, 33, 32, 38, 39, 90, 177.

23. BNF, Reserve du cabinet des estampes, MSS Dessins et Cartes de M. Le Gentil, Res. Ye. 62.
24. BNF, Départment des Estampes et de la Photographie, L'album, Moeurs et Usages des Indiens par Sami, 1780, OD. 46a.
25. Pierre Bourdat, Pondicherry in the Eighteenth Century, Pondicherry, 1996, pp. 46–47.
26. Gabriel Jouveau-Dubreuil, The Madras Tercentenary Commemoration Volume, Asian Educational Services, Delhi, 1994, p. 108.
27. Giovanni Borghesi, Lettera Scritta da Pondischeri a 10 di febbraio 1704 dal dottore Giovanni Borghesi medico della missione sepedita alla China dalla santita di N.S. Papa Clemente XI nella quale si contengono, oltre a un pieno raconto del viaggio da Roma fino alle coste dell' Indie oriental, Anatomische, Botanische, naturali e d' altri generi e trasportata del Manuscritto Latin in Lingua Toscana di Gio Mario de' Crescembeni custode d'Arcadia, e Accademico Affrordita, Roma, MDCCV.
28. Guillaume Le Gentil de la Galaisiére, Voyage dans les mers de l'Inde fait par ordre du Roi l'occasion du passage de Venus sur le disque du soleil le 16 Juin 1761 et le 3 du mme mois 1769, Paris, 1779-1792, plate 5.
29. BNF, Res.2f.125, Carnet de Vingt-six métiers et castes Indiens-Peintures, 1800-1831.
30. BNF, Department des Manuscrpits, Indien 743, Castes et Professions de L'Inde.
31. BNF, Department des Manuscrpits, Indien, 746, Vues, fîtes du Jamsé, du feu, des accrochés, cérémonies relatives aux pagodes, aux mariages, aux obsèques, char du soleil (avec descriptions en tamoul et en franðais), 1831.
32. Pierre Sonnerat, Voyages aux Indes Orientales, et a la Chine, Paris, MDCCLXXXII.
33. M.J.J. Chabrelieu, L'Inde francaise, ou Collection de dessins, lithographies representant les divinities, temples, costumes des peuples Hindous quit habitar les possessions franðaises de L'Inde, Paris, Tomo, I, 1827.
34. J.J. Chabrelie, L'Inde franðaise, ou Collection de dessins lithographiés représentant les divinités, temples, costumes des peuples Hindous qui habitent les possessions franðaises de l'Inde, Tome II, Paris, 1835.

இயல் 6
தமிழ்நாட்டில் ஆங்கிலேயர்களின் வண்ணஓவியங்கள் மற்றும் உள்ளூர்க் கலைஞர்களால் வரையப்பட்ட ஓவியத்தொகுப்புகள், 1701-1850

இந்தியாவுடன் வணிகம்செய்ய வந்த ஆங்கிலேயர்கள் 1640இல் உள்ளூர் நாயக்கரின் இசைவுடன் சென்னைப்பட்டினத்தில் குடியேறினர். அவர்கள் புனித ஜார்ஜ் கோட்டையைக் கட்டி அந்த இடத்தை மெட்ராஸ் என்று அழைத்தனர். அவர்கள் வணிகம் நடத்தித் துறைமுகப்பட்டினம் செழித்தது.¹ ஆங்கிலேயரின் வருகைக்குப் பிறகு ஓவியக்கலை வளர்ந்தது. அதன் வளர்ச்சியை ஆராய்வோம். முகலாயர் ஆட்சியின் கீழ் ஓவியம் வரைவதில், தாள் ஒரு முதன்மையான மூலப்பொருளாக மாறியது. பயாஸ்-இ ரூஷ்பு-ஐ என்ற தலைப்பில் (சுவையான மணமுடைய சுவடி, ஏறத்தாழ 1640), முகலாயர் காலப் பனுவல், தாளைப் பற்றிக் குறிப்பிடுவதோடு நிறமிகளின் விளக்கத்தையும், தாள் கஞ்சிப் பசையையும், மெருகெண்ணெய் குறித்த குறிப்புகளையும் கொண்டுள்ளது. இருப்பினும் இந்தக் குறிப்புகள் தொழில்முறை சிறு உரு ஓவியம் வரைவோர் பற்றிக் குறிப்பிடுகிறது. அந்தக் கலையில் சாதித்த பண்புள்ள வல்லுநர்கள் அந்தக் காலக்கட்டத்தில் அதிகம் இல்லை. இந்த ஆய்வறிக்கையில் பட்டியலிடப்பட்டுள்ள நிறமிகளில் பெரும்பாலானவை பூக்கள், பழங்கள் மற்றும் கொட்டைகளிலிருந்து தயாரிக்கப்படும் காய்கறிச் சாயங்கள். கவிதை எழுத மட்டுமின்றி, கடிதங்கள், சட்ட ஆவணங்களுக்கும் பயன்படுத்தப்படும் அழகான கையெழுத்து, மற்றும் ஒப்பனை செய்யக்கூடிய ஓவியத்திற்கான தாளை வண்ணமயமாக்க சாயங்கள் பயன்படுத்தப்பட்டது.² முகலாயர் ஆட்சிக் காலத்திற்கு முந்தைய காலத்திலிருந்து இந்தியாவில் தாள் தயாரிக்கப்பட்டதாக நம்பப்படுகிறது. ஆனால் உரை மூலமான சான்று இல்லை. அக்பரின் ஆட்சிக் காலத்தில் தாளுக்கான தேவை அதிகரித்தபோது இந்த ஓவியக் கைவினை ஊக்குவிக்கப்பட்டது.³

முகலாய அரசவைக்கு வருகைதந்த அய்ரோப்பிய பயணிகள் ஓவியங்களின் வளர்ச்சியை கவனித்தனர். இத்தாலிய பயணி

நிக்கோலோ மனுச்சி (1639-1717) அவர்கள், சிலுவையில் அறையப்பட்ட கிறிஸ்து, மடோனா மற்றும் குழந்தை, மேலும் அவர் பார்த்த புனித இக்னேஷியஸ் போன்ற சில பெயர்களைக் குறிப்பிடுகிறார். தைமூர் முதல் ஔரங்கசீப் வரையிலான அனைத்து மன்னர்கள் மற்றும் இளவரசர்கள், ஔரங்கசீப்பின் மகன்கள் மற்றும் பேரன்கள், இவர்களுடன் ஒன்றாக பீஜப்பூர் மற்றும் கோல்கொண்டாவின் ஆட்சியாளர்கள் மற்றும் சில இந்து இளவரசர்கள், மேலும் புகழ்பெற்ற தளபதிகள் ஆகியோரின் உருவப்படங்களை அவர் உருவாக்கினார். அவர் முகலாய அரசவையில் இருந்தபோது ஔரங்கசீப்பின் வீட்டு அதிகாரியான மீர்முகமது ஓவியங்களைச் செய்துமுடிக்க அவருக்கு உதவினார். இவை அரச அரண்மனையில் உள்ள மூலப்படிகளிலிருந்து தயாரிக்கப்பட்டது. அரசிகள் மற்றும் இளவரசிகளின் உருவப்படங்கள் எதுவும் இல்லை. அவற்றைப் பெறுவது முடியாதது என்பதாக அது இருக்க முடியும். பரிவட்டம் மற்றும் தலைக்கு மேல் ஒரு குடையைக் காட்டும் அனைத்து உருவப்படங்களும் அரசக் குருதியில் வந்தவர்களின் உருவப்படங்கள் என்று மனுச்சி கூறினார்.[4] இந்த ஓவியங்களின் பட்டியல் 56. இந்த உருவப்படங்கள் பிரான்சின் தேசிய நூலகத்தில் பாதுகாக்கப்பட்டு வருகிறது.[5]

கார்மேல் சபையைச்சார்ந்த சென்னையில் வாழ்ந்த பிரான்சிஸ்கோ மரியா டிசான் சிரோ அவர்கள் (1699-1710) நிக்கோலோ மனுச்சியை, சென்னை புனித ஜார்ஜ் கோட்டையில் வசிக்கும்போது சந்தித்தார். 1655லிருந்து தொடங்கி மாபெரும் முகலாயப் பேரரசு, அதன் அமைதிக் காலங்கள் மற்றும் அதன் போர்க்காலங்களைப் பற்றி எதிரெதிர் பக்கங்களில் மூன்று தொகுதிகளாகப் பிரித்து மனுச்சி ஒரு வரலாற்றை எழுதுகிறார் என்று அவர் தெரிவித்தார். மனுச்சி மாபெரும் முகலாய அரச குலத்தைச் சேர்ந்த இளவரசர்களின் அறுபது உருவங்களைச் சேமித்து வைத்துள்ளார் என்றும் அவர் கூறினார். அதில் திமுரிட் பேரரசின் நிறுவனரான மாபெரும் டேமர்லேன் (தைமூர் டேமர்லேன் என்றும் அழைக்கப்படுகிறார்) தொடங்கி, அவர் சந்தித்த அனைத்து இளவரசர்கள், தளபதிகள் மற்றும் அரசவையின் முதன்மையான அமைச்சர்கள் உருவங்கள் உள்ளன. மனுச்சி அவர்கள் மன்னரின் வீட்டில் இருந்த மூல உருவப்படங்களிலிருந்து எடுக்கப்பட்டது. இளவரசர் ஷா-ஆலமின் நூலகத்திலிருந்து அவருடைய நண்பரான ஓர் அதிகாரிக்கு நன்றிசெலுத்தி நிறையப் பணம் செலுத்தி அவற்றைச் சேமித்தார். அவர் தன் வரலாற்றின் இறுதிப்பதிப்பில் அவற்றைப் புகுத்த விரும்பினார். மனுச்சியின் பணி அய்ரோப்பாவில் மிகவும்

போற்றப்படும் என்று கூறியதோடு, ஆர்வமூட்டக் கூடியதாகவும், அரிதான ஒன்றாகவும் இருக்கும் என்று துறவி கூறினார்.[6]

சென்னையில் நிக்கோலோ மனுச்சியின் நீர்வண்ண ஓவியங்களின் தொகுப்பு, 1701

மனுச்சி தென்னிந்தியாவிற்குப் பயணம் செய்தார். மேலும் அவர் 1686 மற்றும் 1702க்கு இடையில் சென்னையில் வாழ்ந்தார். உள்ளூர் ஓவியர்களைத் தனக்காக ஓவியம் வரைவதற்குப் பணித்தார். அவர் தாளை அவர்களுக்கு வழங்கினார். மேலும் கலைஞர்கள் நீர்-வண்ண வேலைகளைச் செய்தனர். அவர் தன்னுடைய பயணங்களை விளக்கு வதற்கு ஓவியங்களைச் சேமித்து வைத்தார். இவ்வாறு அவர் தன் பயண எழுத்தில் குறிப்பிடும் இந்திய வாழ்க்கையை நேரடியாக விளக்கு வதற்காக அவருடைய தேவைகளுக்கு ஏற்ப 78 வண்ண ஓவியங்களின் தொகுப்பை உருவாக்கினார். கடவுள்கள், பெண் கடவுள்கள், மத விழாக்கள், ஊர்வலங்கள், கோயில்கள் மற்றும் வழிபாட்டு முறைகள் ஆகியவை ஓவியங்களின் கருப்பொருள்கள். இது இந்தியச் சமூகம் மற்றும் மதம் பற்றிய அய்ரோப்பியர்களின் ஆர்வத்தை மனநிறைவு படுத்தும் வகையில் இருந்தது. இந்த வண்ணஓவியங்கள் 1705இல் புதுச்சேரியில் இருந்து அனுப்பப்பட்டன. மனுச்சி அந்த நேரத்தில் பிரஞ்சுக் குடியேற்றத்தில் இருந்தார். இந்த ஓவியங்கள் இப்போது வெனிசில் உள்ள மர்சியானா தேசிய நூலகத்தில் பாதுகாக்கப்பட்டு வருகிறது.[7]

இப்போது லிப்ரோ நீரோ என்று அறியப்படும் (பெயர் அதன் அட்டையின் கருமை நிறத்தில் இருந்து வந்தது) மனுச்சியின் படைப்பு ஒரு பெரிய கையெழுத்துப்படியாகும். இது இத்தாலிய மற்றும் பிரெஞ்சு மொழித் தலைப்புகளுடன் கூடிய சிறந்த படங்களின் தொகுப்பாகும். மனுச்சியின் வழிகாட்டுதலின்கீழ் பணிபுரிந்த சென்னைப் பகுதியின் தமிழ்க் கலைஞர்களால் தாளில் செய்யப்பட்ட வேலைகள் பிசின் மற்றும் தேன் கலந்த பசையுடன் ஒளிபுகா வண்ணத்தில் அல்லாமல் நீர்-வண்ணத்தில் உள்ளன.

இந்துத் தெய்வங்களான பிரம்மா, விஷ்ணு பேரண்ட பாம்புகளுடன் சித்தரிக்கப்படுவதையும், சிவன், கணேசன் மற்றும் சில பக்தர்களையும், நாம் காண்கிறோம்.[8] காஞ்சிபுரத்தில் இரண்டு கோவில்கள் மற்றும் திருமலை திருப்பதியில் உள்ள கோயிலின் காட்சி கவனிக்கத்தக்கது.[9]

திருமணம் மற்றும் இறுதிச் சடங்குகள் போன்ற இந்துச் சடங்குகள் பின்னர் உள்ளன. ஓர் ஓவியம் நவம்பர் மாதத்தில் நடைபெறும் இந்துத்

தெய்வமான காளியின் திருவிழாவின்போது நடைபெறும் விழா மற்றும் வண்டிகளுடன் மத ஊர்வலங்கள் மற்றும் நிலவு ஒளி மறைப்புக் கொண்டாட்டங்களைக் காட்டுகிறது. கணவனின் சிதையில் தானே விழுந்து எரியும் கைம்பெண்ணின் ஒரு படம் கவனிக்கத்தக்கது. மற்றொரு படம் அலகு குத்திக்கொள்ளும் செயலில் ஈடுபட்டுத், தன்னை வருத்திக்கொள்ளும் ஓர் இந்துவைக் காட்டுகிறது. அவன் தன் உடலின் வழியாக ஒரு உயரமான கம்பத்தில் சுழலும் கொக்கிகளால் இணைக்கப் பட்டிருந்தான்.[10] படங்களில் இந்துத் துறவிகள் பேரின்ப நுகர்வுச் சடங்காகப் போதைப்பொருள் உட்கொள்வது மற்றும் யோகாவில் ஈடுபடும் துறவியின் மற்றொரு படம் ஆகியவை அடங்கும்.[11] மேலை நாட்டாரின் கண்களுக்கு இந்த வண்ணஓவியங்கள் சுவையுணர்வுகளை வெளிப்படுத்துகின்றன இந்துமதப் பொருள் குறித்த ஆர்வத்தையும் வெளிப்படுத்துகின்றன. மனுச்சியின் கலைஞர்கள் மந்தமான நிறச்சாயலுள்ள சாம்பல், பழுப்பு, மங்கலான பச்சை மற்றும் சிவப்பு நிறங்களில், மஞ்சள் மற்றும் நீல நிறங்களைத்தொட்டு, எந்த மறுப்பு மின்றி, வண்ணஓவியம் வரைந்துள்ளனர் என்பது குறிப்பிடத்தக்கது.

இந்தப் படங்களின் சின்னங்கள் பற்றிய ஆய்வானது கலையை அடையாளச் சின்னமாக உருப்படுத்தும் வகையை ஒத்திருக்கிறது. இது அய்ரோப்பியர்களை எப்போதும் கவர்ந்து 'அயல்நாட்டு'க்கான அவர்களின் நாட்டத்தை வலியுறுத்துகிறது. அத்தகைய வடிவம் கலைஞர் களுக்குப் பொதுவானதல்ல. உள்ளூர் மக்களுக்குத் தாள் என்பது கிடைக்கக்கூடிய பொதுவான பொருளாக இருக்கவில்லை. உள்ளூர்க் கலைஞர்கள் மிகவும் புகழ்பெற்றவர்களாகவும் பருத்தித் துணியில் தங்கள் படங்களை வரைந்தும் வந்தனர்.

அழகியல் தரத்தைப் பொறுத்தவரையில் மனுச்சியின் ஓவியங்கள் மிடுக்கான கலையின் அல்லது அரசவைக் கலையின் உச்சக்கட்டத்திற்கு ஓர் எடுத்துக்காட்டு அல்ல. அவை ஒரு 'முதலாளித்துவக்' கலையின் தயாரிப்புகள், தனிப்பட்டத் தேவைகளை முழுமை அடையச்செய்து பின்னர் பரந்த பண்பாட்டு பரவலுக்காகப் பல்வேறு சமூகப் பிரிவுகளுக்கு விதிக்கப்பட்டவை. இந்துக் கலையின் பட்டறிவு சார்ந்த கவனிப்பின் அடிப்படையில் மனுச்சி ஒரு புதிய கருத்தியலை உருவாக்க முடிந்ததால், கலை மற்றும் கலையின் தரம் மிகவும் குறிப்பிடத்தக்கது.

சில அறிஞர்கள் மனுச்சி மற்றும் அவருடைய உள்ளூர்க் கலைஞர் களின் படைப்புகளைக் குழுமப்பள்ளி என்று அழைக்கப்படும் கலைப்

பாணியுடன் இணைக்க முன்மொழிந்துள்ளனர்.[12] கிழக்கிந்தியக் குழுமப் பள்ளியின் படைப்புகள் அய்ரோப்பியப் புரவலர்களால் (குறிப்பாக, கிழக்கிந்தியக் குழும அதிகாரிகள் மற்றும் உயர் அதிகாரிகள்) இந்தியக் கலைஞர்களுக்கு அனுப்பப்பட்ட ஓவியங்கள் என்று குறிப்பிட வேண்டும். எனவே இந்த வரையறையை மனுச்சியின் ஓவியங்களுக்குப் பயன்படுத்த முடியாது. ஆங்கிலக் கிழக்கிந்தியக் குழுமம் மற்றும் பிரஞ்சுக் கிழக்கிந்தியக் குழுமம் ஆகிய இரண்டும் அய்ரோப்பிய வணிக நிறுவனங்களுடனான அவருடைய தொடர்புகள் இருந்தபோதிலும், அவரை ஒரு 'குழும ஆள்' என்று நாம் கருத முடியாது. மனுச்சி யாரிடமும் எந்த ஆதரவையும் பெறவில்லை. மேலும் அவருடைய படைப்புகளைக் குழும வகைக்குள் வைக்க இசைவளிக்கப்படவில்லை. எந்தவொரு அய்ரோப்பிய வணிக நிறுவனத்திற்கும் தன் வேலையை ஒப்படைக்க அல்லது அவர்களின் கடமையைச் செய்ய வேண்டும் என்ற உள்விருப்பத்தைப்பற்றி அவருடைய எழுத்துகளில் குறிப்பிடப்படவில்லை. அவரது ஓவியங்கள் உள்ளூர் ஓவியர்களால் அயல்நாட்டினருக்காக தயாரிக்கப் பட்டவையாகும்.

ஆங்கிலேயர்கள் மூலமாகச் சென்னையின் தொடக்க ஓவியங்கள், 1730 - 1734

இலண்டனில் உள்ள ஆங்கிலக் குழும இயக்குநர்கள் இந்தியாவில் உள்ள தங்கள் வணிகக் குடியிருப்புகளில் ஓவியங்களை வைக்க வேண்டும் என விரும்பினார்கள். ஜார்ஜ் லம்பேர்ட் (1700-1765) அவர்களுக்கு இயற்கையே தேர்வாக இருந்தது. ஏனெனில் அவர் முதலில் முன்னணி நிலக்காட்சி ஓவியராக இருந்தார். சென்னையில் உள்ள புனித ஜார்ஜ் கோட்டை எண்ணெய் வண்ணஓவியம், முரட்டுத் துணி திரைச் சீலையில் (81 x 123 செ.மீ அளவில்) லம்பேர்டால் செய்து முடிக்கப்பட்டது. 1731இல் சாமுவேல் ஸ்காட் என்பவரால் இந்த ஓவியம் அனுப்பப் பட்டது. இலண்டனில் உள்ள கிழக்கிந்திய இல்லத்தில் உள்ள இந்த ஓவியம் குறித்த முதல் அறிவிப்பு, 1732இல் ஜார்ஜ் வெர்ட்யூவின் சுவடியில் காணப்பட்டதோடு, உண்மையில் இதை வாங்கியது நவம்பர் 1, 1732 எனப் பதிவு செய்யப்பட்டுள்ளது. சென்னையில் உள்ள புனித ஜார்ஜ் கோட்டையின் வேலைப்பாடு எலிஷா கிர்கால் என்பவரால் செய்யப்பட்டதை 1734இல் வெளியிடப்பட்டதிலிருந்து நாம் காண்கிறோம்.[13]

பிரான்சிஸ் ஸ்வைன் வார்டு அவர்களின் இயற்கைக்காட்சி ஓவியங்கள், 1758 - 1764, 1774 - 1794

தமிழ்நாட்டில் நடந்த கர்நாடகப் போர்கள் குழும ஓவிய மரபின் வளர்ச்சியில் பெரும் தாக்கத்தை ஏற்படுத்தியது. ஆங்கிலக் கிழக்கிந்தியக் குழுமத்துடன் அல்லது பிரஞ்சிந்தியக் குழுமத்துடன் இணைந்த தமிழ்நாட்டின் ஆட்சியாளர்களுக்கிடையே தொடர்ச்சியாகப் போர்கள் நடந்தன. பெருமளவிலான படைக்குழுவினர் பணியமர்த்தப்பட்டனர். பிரான்சிஸ் ஸ்வைன் வார்டு (1736-1794) அவர்கள் 1757இல் ஆங்கிலக் கிழக்கிந்தியக் குழுமத்தின் படைத்துறைப் பணியில் சென்னையில் பணிபுரிந்தார். ஆங்கிலக் கிழக்கிந்தியக் குழுமப் படைத்துறைப் பயிற்சி மாணவருக்காக விண்ணப்பித்தபோது, இலண்டனில் தொழில்முறை நிலக்காட்சி ஓவியராகப் பயிற்சி பெற்றார். அவர் 1764 வரை சென்னையில் படைத்துறைப் பணியில் படைத்துணைத் தலைவராக இருந்தார். ஏப்ரல் 1764இல் பதவி உயர்வுக்காகக் கவனிக்கப்படாததால் ஏற்பட்ட மனக்கசப்பு காரணமாக, அவர் அய்ந்து படைத் துணைத் தலைவர்களுடன் பதவி விலகினார். அவர் 1764இல் இங்கிலாந்துக்குத் திரும்பினார். அதற்கு மாற்றாக ஒரு தொழில்முறை ஓவியராகத் தொழில்செய்யத் தீர்மானித்தார்.[14] தமிழ்நாட்டில் தங்கியிருந்த காலத்தில் பல ஓவியங்களை அவர் வரைந்தார்.

இலண்டனில் ஸ்வைன் தன் பதினான்கு ஓவியங்களை 1768இல் கலைஞர்கள் கழகத்தில் காட்சிப்படுத்தினார். 1770இல் கலைஞரின் கழகத்தின் கண்காட்சியில் அவர் மீண்டும் தன் ஓவியங்களைச் சித்தரித்தார். எண்ணெய் பயன்படுத்தி துணியில் வரைந்ததாக அவரது படைப்புகளின் கையேடு விளக்குகிறது.

தமிழ்நாட்டில் உள்ள சிதம்பரம் கோயிலில் உள்ள ‘பார்ப்பனர்களின் குளம்’ பார்ப்பனர்களுக்குப் புனிதமானது, அவர்கள் அக்குளத்தில் கழுவுதல் மற்றும் வழிபாடு செய்யும் முறை அந்த ஓவியத்தில் விளக்கப் பட்டுள்ளது.[15] வார்டின் தொடக்கக்கால ஓவியம் இது. பக்தர்கள் புனித நீராட்டு செய்யும் குளத்தை சித்தரிக்கிறது. சம இடைவெளிகள் கொண்ட தூண் வரிசைக்கு அப்பால், இடப்புறத்தில் பார்வதி கோயில் உள்ளது. ஆயிரம் தூண்கள் கொண்ட மண்டபத்தின் நுழைவாயில் வலதுபுறம் உள்ளது. மேலும் நான்கு கோபுரங்களில் ஒன்று (நுழைவு கோபுரங்கள்) அருகிலுள்ள சுவர்களுடன் தொலைவில் தெரியும். 1757 மற்றும் 1764க்கு இடையில் தமிழ்நாட்டில் வார்டு அவர்கள் அந்த இடத்திலேயே வரைந்த வரைபடங்களிலிருந்து காட்சிப்படுத்தப்பட்ட அனைத்துப் படங்களும் இங்கிலாந்தில் வரையப்பட்டவை என்பதைக்

குறிப்பிட வேண்டும். 1770 மற்றும் 1773க்கு இடையில் நடைபெற்ற கலைஞர்கள் சங்க ஆண்டுக் கண்காட்சியில் பத்து வண்ண ஓவியங்களைக் காட்சிப்படுத்தினார்.[16]

வார்டு தன் தமிழ்நாட்டு ஓவியங்களின் அடிப்படையில் தொடர்ச்சியான நிலக்காட்சிகளை உருவாக்கியதோடு 1770இல் திருச்சிராப்பள்ளியில் உள்ள பாறையிலுள்ள முதன்மையான கோயில்கள் மற்றும் கோட்டைகளை அடையாளச் சின்னமாக உருப்படுத்திக் காட்டினார். நவாப்பின் கோட்டையிருக்கும் இடத்தில் மலை ஒன்று காணப்படுகிறது. இதனைச் சுற்றியுள்ள பகுதிகள் ஆங்கிலேயரின் பாதுகாப்பின் கீழ் சிவப்பு வண்ண உடை அணிந்த அதிகாரிகளுடன், இந்து இராணுவ வீரர்கள் ஊர்வலம் செல்வது காணப்படுகிறது.[17]

1764இல் ஆங்கிலேயர்கள் மதுரை நகரை மீட்டனர். அப்போது முகமது யூசுப்கான் அந்த நேரத்தில் தூக்கிலிடப்பட்டார். பிரான்சிஸ் ஸ்வைன் வார்டு 1764இல் தன் இயக்கத்தின் ஒரு பகுதியாக இதைக் கொண்டிருந்தார். மேலும் அவருடைய ஓவியங்களில் ஒன்று, மதுரை நகரின் கிழக்குப் பக்கத்திலிருந்து சுவர்களுடன், தெப்பக்குளத்திற்கு அருகில் காட்சி அளிக்கிறது. 1763-64இல் பிரித்தானியரின் படைத்துறை முகாம் அமைந்திருந்த பகுதி இது. அவருடைய பணி படைத்துறை வாழ்க்கையைக் கொண்டு இருந்தபோதிலும், சில ஓவியங்களில் ஒரு சில வீரர்களைச் சேர்த்தது தவிர, அவர்களில் ஒருவருக்கு மட்டுமே படைத்துறை குறித்த குறிப்பால் உணர்த்தும் தன்மையுள்ளது. அவருடைய 'மதுரை மாநகரத்தின் ஒரு பார்வை' என்ற தலைப்பு கொண்ட ஓவியம் 1772இன் கலைஞர்கள் கழகத்தின் கண்காட்சிப் பட்டியலில் பட்டியலிடப்பட்டுள்ளது. 1763-64இல் நடந்த முற்றுகையின் போது வரையப்பட்ட படம் என்று அதில் குறிப்பிடப்பட்டுள்ளது. ஒரு படை அல்லது படை வீரர்களுக்குப் பொறுப்பான ஆங்கிலக் குழுமத்தின் புகழ்பெற்ற அதிகாரியாக, இந்த முற்றுகையில் பங்கேற்ற முகமது யூசுப்கானுக்கு எதிராக, வார்டு அவர்கள் இருந்தார். யூசுப்கான் தன் பற்றுறுதியை மாற்றிய பிறகு, மதரையில் தன் சொந்தப்படைகளை ஒன்று திரட்டினார். செப்டம்பர் 1763இல் அவர் ஆங்கிலேயர்களால் முற்றுகையிடப்பட்டாலும், 1764இன் இறுதியில் தன் இறுதித் தோல்வி வரை யூசுப்கான் இருந்தார். மதுரைக் கோட்டையின் தென்கிழக்கே தெப்பக்குளத்தைச் சுற்றி மூன்று மைல்கள் தொலைவில் ஆங்கிலேயர் முகாம் இருந்தது. வார்டு அவர்களின் கண்ணோட்டம் முகாமின் பாதுகாப்புக்கோடாக இருந்தது. அதன் வலப்புறத்தில் அதன் கண்காணிப்புத் தளம் உள்ளது. அதில் இருந்து பல வீரர்கள் மதுரையின்

தொலைதூரக் கோட்டையையும் திருமலை நாயக்கரின் அரண்மனையையும், அதன் சிறப்பான கோபுரங்களையும் உள்ளடக்கிய கோயிலையும் ஆய்வு செய்வது போல் தெரிகிறது. இந்தக் குறிப்பிட்ட ஓவியம் ஏதோ நில அளவைப் பணியில் ஈடுபட்டிருந்தபோது மலைகள், பள்ளத்தாக்கு, சமவெளி ஆகியவைகளைப் படம் பிடித்துக் காட்டுவதுபோல் இடைவெளிகளைக் கொண்டு சிறப்பாய் உள்ளது.[18]

மதுரையின் மற்றொரு ஓவியம் மதுரைக்கு அருகில் உள்ள புனிதக் குளமான தெப்பக்குளத்தைக் காட்டுகிறது.[19] வார்டு அவர்கள் தன் ஓவியப் பணியின் போது ‘தெப்பக்குளம் அல்லது மதுரை அருகே குளியல்’ என்ற எண்ணெய் ஓவியத்திற்கான மூல ஓவியத்தை வரைந்திருக்கலாம். அதன் அடிப்படை அமைப்பில் ஒத்திருந்தாலும், இது மிகவும் நுட்பமானது. அவருடைய வண்ணங்கள் அதிக நுணுக்கத்தைக் கொண்டுள்ளன. அதேசமயம் மக்கள் குளத்திலிருந்து நீரை எடுக்கின்றனர். மேலும் படைவீரர்கள் மிகவும் உண்மையாகவுள்ள காட்சியைப் பாராட்டுகிறார்கள். அதன் நுட்பமான கோயில் மற்றும் மண்டபங்களுடன் கூடிய இந்த எழுச்சியூட்டக் கூடிய நிலக்காட்சியில், மதுரை மற்றும் அதைச் சுற்றியுள்ள மலைகளின் தொலைதூரக் காட்சியும் அடங்கும். மதுரையின் குறிப்பிடத்தக்க இரண்டு ஓவியங்கள், உள்ளூர் மீனாட்சி சுந்தரேசுவரர் கோயிலுக்கு முக்கியம் கொடுக்கவில்லை. மாறாக, வார்டு அவர்கள் தமிழ்நாட்டில் படைத்துறை அதிகாரியாகப் பணிபுரிந்த சூழ்நிலையை நினைத்துப் பார்க்கச் செய்கிறது.

பிரான்சிஸ் ஸ்வைன் வார்டு, 1770இல் தமிழ்நாட்டில் உள்ள ஒரு சத்திரத்தின் வண்ணஓவியம் வரைந்தார். இது ஒரு புள்ளிப் பார்வை மற்றும் நடுநிலைப்படுத்தல், நல்ல வெளிச்சம் மூலம் வியத்தகு முறையில் வழங்கப்பட்டாலும், உலக வாழ்க்கைக்குரிய கட்டடங் களையும் முன்னிலைப்படுத்திக் காட்டியது. திருச்சிராப்பள்ளியில் உள்ள பாறையில் இருப்பதுபோலச் செயற்கையாக உயர்த்தப்பட்ட நிலையில்இருந்து சித்தரிக்கப்படுவதற்கு மாற்றாகப் பார்வையாளர்கள் சத்திரத்தின் நிழலின் நடுவே ஓய்வெடுக்க முடியும்.[20] தமிழ்நாட்டின் தொடக்கக்காலக் காட்சிப்படுத்தப்பட்ட சித்தரிப்புகள் ஆங்கிலக் குழுமத்தின் படைத்துறைப் பணியில் இருந்த ஒரு கலைஞரிடமிருந்து வந்தது. அவர் நிலம் அளவிடுதல் மற்றும் நுண்கலை என இரண்டிலும் பயிற்சி பெற்றிருந்தார். பிரான்சிஸ் ஸ்வைன் வார்டின் ஊக்கப்படுத்தக் கூடிய நிலக்காட்சிகள் 1730களில் ஆங்கிலக் கிழக்கிந்தியக் குழுமத்தின் வணிகத் தொழிற்சாலைகள் மற்றும் கோட்டைகளின் முந்தைய பார்வைகளிலிருந்து விலகுவதைக் குறித்தது.[21]

வார்டு அவர்கள் 1764 மற்றும் 1773க்கு இடையில் இலண்டனில் இருந்தார். அவர் நிதி நிலைமைகளில் தோல்வியுற்றதால், மீண்டும் படைத்துறையில் சேர இசைவு கேட்பதற்காக ஆங்கிலக் குழுமத்தை அணுகினார். அவருடைய கோரிக்கையை இயக்குநர்கள் குழு ஏற்றுக் கொண்டது. 1772 செப்டம்பர் 6ஆம் நாள் அவர் சென்னை படைத் துறையில் தலைவராக நியமிக்கப்பட்டார். சில கிழமைகளுக்குப் பிறகு, அவர் தன் ஓவியங்களை வழங்க விருப்பம் தெரிவித்து ஆங்கில நிறுவனத்தின் இயக்குநர்களுக்கு கடிதம் எழுதினார். 1773 மார்ச் 19ஆம் நாள் நடைபெற்ற அவைக்கூட்டத்தில் இது முறையாக ஏற்றுக்கொள்ளப் பட்டது. வார்டு தன்னுடைய ஒன்பது ஓவியங்களை 1773இல் கிழக்கிந்திய இல்லத்திற்கு வழங்கினார். அவர் வரைந்த ஓவியங்களின் ஆண்டுகள் கீழுள்ளவாறு அறியப்பட்டுள்ளன.

1. சிதம்பரம் கோபுரத்தின் கோயிலின் சுவர்களுக்கு இடையில் பார்ப்பனர்கள் குளிக்கிறார்கள், 1770
2. திருவரங்கத்தில் உள்ள கோபுரத்தின் தெற்குவாயில், 1771
3. பயணிகளின் இளைப்பாறுதலுக்கான ஒரு பொதுச் சத்திரம், 1771
4. மதுரையின் கிழக்கு முகத்தின் காட்சி, கோட்டையின் அந்தப் பக்கத்தில் குறுங்காடுகளின் வரிசை, 1772
5. பயணம் செய்யும் இந்துக்களின் ஒரு சத்திரம், 1772
6. திருவரங்கத்தில் உள்ள ஒரு சத்திரத்தில் பார்ப்பனர்கள் தங்கள் விருந்துகளில் கமுக்கச் சடங்குகளைச் செய்கிறார்கள், 1773
7. தெப்பக்குளம் அல்லது மதுரை அருகே குளியல், 1000 அடி சதுரம், பன்னிரெண்டு பெரிய படிக்கட்டுகளுடன், 1773
8. திருச்சிராப்பள்ளியிலிருந்து தெற்கே 40 மைல்கள் தொலைவிலுள்ள விராலிமலையின் தொண்டைமான் குறுங்காட்டிலுள்ள அழகான பாறை, 1773
9. 330 அடி உயரமுள்ள திருச்சிராப்பள்ளி பாறை, கோயிலுக்கு நீர் கொண்டு செல்லும் பார்ப்பனர்கள் மற்றும் ஒரு பாசறையிலிருந்து ஒரு பார்வை, 1773

தமிழ்நாட்டில் திருச்சிராப்பள்ளி மற்றும் விராலிமலை போன்ற பாறை அமைப்புகளின் மீது வார்டின் ஆர்வம் தெளிவாக உள்ளது. அவர் அவற்றை தொண்டைமான் குறுங்காட்டில் மிகவும் குறிப்பிடத்தக்க

பாறை மற்றும் கோயில் என்று விளக்கினார். திருச்சிராப்பள்ளிப் பாறை குறித்த அவருடைய பார்வை பொதுமக்களைக் கவர்ந்தது. ஏனெனில் இது ஏற்கெனவே ஒரு படைத்துறைக் கோட்டையாகக் கொண்டாடப் பட்டது. உள்ளூர் பழக்கவழக்கங்களில் வார்டின் ஆர்வம் கண்டறியப் பட்டது மற்றும் முன்புறத்தில் பாறையில் உள்ள கோயிலில் உள்ள தங்கள் கடவுளுக்கு அருகிலுள்ள குளத்தில் இருந்து நீரை எடுத்துச் செல்லும் நாள்தோறுமான சடங்கை இசைக்கலைஞர்களால் வழி நடத்தப்படும் பார்ப்பனர்களின் ஊர்வலத்தை நாம் காண்கிறோம்.

1773இல் பிரான்சிஸ் ஸ்வைன் வார்டு மீண்டும் சென்னைப் படைத் துறையில் தலைவராக நியமிக்கப்பட்டதைத் தொடர்ந்து அவர் கப்பலேறி சென்னையை வந்தடைந்தார். தமிழ்நாட்டில் பல ஓவியங்களை வரைந்தார். வார்டு செய்து முடிக்கப்பட்ட தன் ஓவியங்களில் கையெழுத்திட்டார் (எப்.எஸ்.வார்டு). அவர் மார்ச் 4, 1784 அன்று கல்கத்தா அரசிதழில் “இந்தியாவில் கலையை விரும்புபவர்களுக்கு” என்ற தலைப்பில் விளம்பரம் செய்தார்.

மேலும், பிரான்சிஸ் ஸ்வைன் வார்டு, சென்னை நிறுவனத்தின் தலைவர், இந்துக் கட்டடக் கலையின் ஓவியங்கள் மற்றும் வரை படங்கள் அய்ரோப்பாவிலும், இந்தியாவிலும் நன்கு அறியப்பட்ட தாகவும், மதிக்கப்பட்டதாகவும் பெரிய அளவில் முன்மொழியப்பட்ட மற்றும் இங்கிலாந்தின் முதல் தனித்திறக் கலைஞர்களால் உருவாக்கப்பட்ட அவருடைய படைப்புகளை வெளியிட அவருடைய நலம்விரும்பிகள் பலரால் கோரப்பட்டது. விலை இருபத்து அய்ந்து பகோடாக்கள் அல்லது ஒவ்வொரு தொகுதிக்கும் நூறு ரூபாய் ஆண்டுக் கட்டணங்கள். திரு. ஜே.மெக்லாரி அல்லது திருவாளர்கள் வில்லியம்ஸ் மற்றும் இரான்கின் கடையில் பெற்றுக்கொள்ளலாம் என்றது அந்த விளம்பரம்.[22]

1784 மார்ச் 8ஆம் நாள் கல்கத்தா அரசிதழில் கூறியதுபோல், தமிழ்நாட்டிலிருந்து பிரான்சிஸ் ஸ்வைன் வார்டின் எட்டு ஓவியங்களின் பின்வரும் பட்டியல் காட்சிக்கு வைக்கப்பட்டுள்ளது. இவை இப்போது இலண்டன் பிரிட்டிஷ் நூலகத்தில் கிடைக்கின்றன.

1. திருவரங்கக் கோயிலின் மாபெரும் நுழைவாயில்
2. திருவரங்கத்தின் மிகவும் வளமான சத்திரம்
3. மதுரை நகரின் கிழக்கு முகத்தின் ஒரு காட்சி
4. திருச்சிராப்பள்ளியின் தெற்கு முகத்தின் ஒரு காட்சி

5. மதுரைக்கு அருகிலுள்ள தெப்பக்குளத்தின் ஒரு காட்சி
6. சிதம்பரத்தில் உள்ள பார்ப்பனர்களின் குளத்தின் ஒரு காட்சி
7. வழிபாட்டிற்காக ஒரு திறந்த சத்திரத்தின் ஒரு காட்சி
8. பயணிகளின் தங்குமிடத்திற்கான சத்திரத்தின் ஒரு காட்சி

திருவரங்கத்தில் உள்ள கோயிலின் தெற்கு வாசல் மற்றும் திருவரங்கத்தில் உள்ள சத்திரத்தில் பார்ப்பனர்கள் தங்கள் விருந்துகளில் கமுக்கச் சடங்குகளைச் செய்யும் ஓவியங்கள், சேஷராயர் மண்டபத்தின் (தூண் மண்டபத்தின்) வடக்கு முகப்பின் அலங்கரிப்பு, குதிரைகளை வளர்ப்பது போன்ற செதுக்கப்பட்ட நெடு வரிசைகளைக் காண்கிறோம். மண்டபத்தின் சிற்பங்களின் சிறப்பியல்பு முழுமையடையாத கோபுரத்தின் மேற்பரப்பில் உள்ள அலங்கார வேலைப்பாடுகளுடன் வேறுபட்டுக் காணப்படுகிறது. பயணிகளின் ஓய்வு இல்லங்களில் இரண்டு ஓவியங்களைக் காண்கிறோம். இத்தகைய கட்டமைப்புகள் தமிழ்நாட்டில் அனைத்துப் பயணங்களிலும் பொதுவானவை. வார்டு அவர்கள் துணிச்சலுடன் பயன்படுத்திய வெளிச்சம் மற்றும் நிழல், வார்ப்பு நிழல்கள், சூழல் பின்னணி மற்றும் வளமான இலைத் தொகுதிகள் ஆகியவை இணைந்து, அவருடைய மிக அழகிய ஒருங்கமைப்பும் அவருடைய ஓவியங்களை உருவாக்குகின்றன. வழக்கத்திற்கு மாறாக சிவப்பு மற்றும் மஞ்சள் காவிநிறச் சாயல் கொண்ட ஓவியம், தெற்கில் இருந்து பார்க்கும்போது கோவில்களின் குழுவால் முடிசூட்டப்பட்ட மலைக்கோட்டையின் தெளிவான சித்தரிப்பு ஆகும்.

மார்ச் 4, 1784இல் கல்கத்தா அரசிதழில் பதிவு செய்யப்பட்டு விளம்பரப்படுத்தப்பட்ட பின்வரும் வண்ண ஓவியங்கள் காணவில்லை.

1. திருச்சிராப்பள்ளியில் உள்ள பாறை மற்றும் கோபுரத்தின் ஒரு காட்சி
2. தொண்டைமான் அரசாட்சியில் உள்ள பாறை மற்றும் பூசனாரிக் கோயில் கோபுரக் காட்சி
3. கீழ்க்கோட்டையில் அணிவகுப்பில் இருந்து எடுக்கப்பட்ட வேலூர்க் குன்றுகள் மற்றும் வேலூர் கோட்டையின் ஒரு காட்சி

வார்டு கல்கத்தாவில் சில ஓவியங்களைக் காட்சிப்படுத்த முடிவு செய்தார். மார்ச் 3, 1785 அன்று கல்கத்தா அரசிதழில் ஒரு விளம்பரம் செய்யப்பட்டது: 'சில காலத்திற்கு முன்பு விளம்பரப்படுத்தப்பட்டதைத் தொடர்வதைவிட, அவர் வெளியிட விரும்பும் வேலையைப் பார்த்ததில் பொதுமக்கள் மனநிறைவு அடைவார்கள் என்று தலைவர் வார்டுக்குப் பரிந்துரைக்கப்பட்டது. இங்கிலாந்தில் அதன் தொடர்ச்சியாக இப்போது இங்கு இருப்பவர்கள் அவருடைய திட்டத்தை மாற்றி பின்வரும் பகுதிகளை அவருடைய வேலையின் முதல் பகுதியாக மாற்ற அவர் தூண்டப்படுகிறார். விலை இருபத்தைந்து பகோடாக்கள் அல்லது ஒவ்வொரு தொகுதிக்கும் நூறு ரூபாய் இருக்கும். வார்டு தான் வரைந்த படங்களையும் பிறரின் படங்களையும் சேர்த்து, கல்கத்தாவில் உள்ள ஃபாரிங்டனின் நூலகத்தில் காட்சிக்கு வைத்தார்.[23]

3 மார்ச் 1785 அன்று கல்கத்தா அரசிதழில் விளம்பரப்படுத்தப்பட்ட தலைப்புகளுடன் பின்வரும் எட்டு ஓவியங்கள் காட்சிக்கு வைக்கப்பட்டன. இவை இப்போது கண்டுபிடிக்கப்படவில்லை. மேலும் காணவில்லை.

1. மதுரை அரண்மனை
2. திருச்சிராப்பள்ளியில் உள்ள குளம் மற்றும் பாறை
3. மதுரை அரண்மனையில் உள்ள கூடத்தின் உட்புறம்
4. தஞ்சாவூரில் உள்ள மராட்டாக் கோயில்
5. தஞ்சாவூரில் உள்ள அரசவைக் கோபுரத்தின் ஒரு காட்சி
6. தஞ்சாவூருக்கு அருகில் உள்ள சத்திரம் வண்ணந் தீட்டப்பட்டது
7. தஞ்சாவூரின் கிழக்குக் காட்சி
8. தஞ்சாவூரின் தெற்குக் காட்சி

வார்டும் அவருடைய குடும்பத்தினரும் முன்னாள் டச்சுத் துறைமுகமான நாகப்பட்டினத்திற்குக் குடிபெயர்ந்தனர். அவர் 1794 மார்ச் 9ஆம் நாள் தன் அறுபதாம் அகவையில் இறந்தார். அவர் நாகப்பட்டினத்தில் உள்ள கரிக்கோப் கல்லறைத் தோட்டத்தில் அடக்கம் செய்யப்பட்டார். அவர் மனைவி எலிசபெத் பிரவுன் 15 மே 1806இல் இறக்கும்வரை தன் குழந்தைகளுடன் அங்கேயே இருந்தார். வார்டு தன் கடிதம் ஒன்றில் ஆங்கிலக் கிழக்கிந்தியக் குழுமத்திற்கு வழங்கப்பட்ட 76 ஓவியங்களைக் குறிப்பிட்டு அதில் சிம்ஹாசலம், விசாகப்பட்டினம், மசூலிப்பட்டினம், பிமிலிப்பட்டினம், சில்கா ஏரி,

பூரி, கட்டாக் மற்றும் கல்கத்தா போன்ற இடங்கள் இருந்தன. இருப்பினும் தமிழ்நாட்டின் வண்ணஓவியங்களைத் தனியாக நாம் ஆய்வு செய்கிறோம். வார்டின் பின்வரும் 42 ஓவியங்கள் இன்றுவரை கிடைக்கவில்லை.[24]

1. திருச்சிராப்பள்ளியில் உள்ள பாறையில் உள்ள அரிதான கோபுரத்தின் உட்புறம்
2. மதுரை அரண்மனையில் ஓர் அழகான அடுக்குமாடிக் குடியிருப்பின் உட்புறம்
3. திருச்சிராப்பள்ளியில் உள்ள நவாப் பள்ளிவாசல்
4. திருச்சிராப்பள்ளிக்கு அருகில் உள்ள நத்தர்ஷா கல்லறை
5. திருச்சிராப்பள்ளியில் உள்ள பாறை, குளம் மற்றும் கோபுரம்
6. சமவெளியில் இருந்து திருச்சிராப்பள்ளியின் பொதுவான காட்சி
7. வடக்கில் திருச்சிராப்பள்ளியில் உள்ள பாறையின் பொதுவான காட்சி
8. தெற்கில் திருச்சிராப்பள்ளியில் உள்ள பாறையின் பொதுவான காட்சி
9. தஞ்சாவூரில் உள்ள பெரிய மராட்டாக் கோபுரம்
10. தஞ்சாவூர் கோயிலுக்குச் சொந்தமான பல்வேறு கட்டடங்களின் காட்சி
11. தஞ்சாவூரில் இருந்து 10 மைல்கள் தொலைவில் உள்ள திருவையாறு என்ற அழகிய பார்ப்பனச் சிற்றூர்
12. மயிலாடுதுறையில் (மாயவரம்) சிறந்த சத்திரம் அல்லது வணிகர் கூட்டம் தங்குமிடம்
13. மதுரையில் உள்ள அரண்மனையின் இடிபாடுகள்
14. கடலில் இருந்து புனித ஜார்ஜ் கோட்டையின் பொதுவான காட்சி
15. வடக்கிலிருந்து புனித ஜார்ஜ் கோட்டையின் பொதுவான காட்சி
16. மேற்கிலிருந்து புனித ஜார்ஜ் கோட்டையின் பொதுவான காட்சி

17. தெற்கிலிருந்து புனித ஜார்ஜ் கோட்டையின் பொதுவான காட்சி
18. புனித ஜார்ஜ் கோட்டையின் வடக்கு வாசல் தெரு
19. புனித தாமஸ் தெரு
20. புனித ஜார்ஜ் கோட்டையில் உள்ள படைப்புகளில் இருந்து ஒரு விரிவான பார்வை
21. தஞ்சாவூருக்கு அருகில் உள்ள வண்ணந்தீட்டப்பட்ட சத்திரம்
22. அந்தலூரில் ஒரு சிறிய ஆனால் அழகான கல்லறை
23. அந்தலூரில் பாழடைந்த கோபுரம்
24. கிழக்கிலிருந்து அடையாறு ஆற்றின் மீது கட்டப்பட்ட மர்மலாங் பாலம் மற்றும் புனித தோமையார் மலை
25. மேற்கிலிருந்து மர்மலாங் பாலம் மற்றும் புனித தோமையார் மலை
26. மேற்கிலிருந்து தியாகதுர்கம்
27. கானாம்பாடி சிகரம், டோபிகர் மற்றும் சங்ககிரி கோட்டை
28. சென்னையின் கறுப்பர் நகரத்தில் பிகோட் கோமகன் கோபுரம்
29. வேலூர்
30. வேலூரின் பகுதிகள் மற்றும் அரண்
31. வேலூரின் பகுதிகள் மற்றும் அரண் அமைத்தலைச் செய்யும் முறை
32. சென்னைக்கு அருகிலுள்ள புனித தோமையார் மலை
33. தஞ்சாவூர் அரசாட்சியில் வைத்தீஸ்வரன் கோயில்
34. கும்பகோணம்
35. தஞ்சைப் பெரிய கோயிலில் உள்ள சத்திரத்தில் சுவாமி காளை
36. சென்னைக்கு அருகிலுள்ள பழவேற்காடு
37. தஞ்சாவூரில் ஒரு வீடு
38. சென்னைக்கு அருகிலுள்ள சாந்தோமில் உள்ள கடற்படைத் தலைவர் வீடு

39. சந்திரகிரி கோட்டை மற்றும் அரண்மனை

40. வடஆற்காடுப் பகுதியிலுள்ள ஆம்பூர் கோட்டை

41. மதுரைப் பகுதியிலுள்ள நத்தம் குறுங்காட்டின் ஒரு காட்சி.

42. வேலூரில் நடந்த அணிவகுப்பில் இருந்து ஒரு காட்சி.

பழவேற்காடு, சந்திரகிரி, அந்தலூர், வேலூர், ஆம்பூர், திருச்சிராப்பள்ளி, திருவரங்கம், கும்பகோணம், திருவையாறு, மயிலாடுதுறை (மாயவரம்), வைத்தீஸ்வரன் கோயில், சிதம்பரம், விராலிமலை, நத்தம், சங்ககிரி மற்றும் தியாகதுருகம் ஆகிய பகுதிகளுக்குப் பணிக்காலத்தின் போதும், பல்வேறு அணிவகுப்பின் போதும், மற்றும் தனிப்பட்ட வருகைகளின் போதும், பல்வேறு நிலக்காட்சிகளின் வண்ணஓவியங்களை வார்டு அவர்கள் வரைந்தார்.

வார்டின் வண்ணஓவியங்கள் இலண்டனில் உள்ள புத்தகங்களில் அச்சிடப்பட்டது, 1802 - 1805

வார்டின் வண்ணஓவியங்கள் மிகவும் புகழ் பெற்றிருந்தன. எனவே, 1794இல் அவர் இறந்த பிறகு சிலர் செதுக்கோவியமாக வெளியிட ஆர்வமாக இருந்தனர். பிரான்சிஸ் ஸ்வைன் வார்டின் இந்த ஓவியங்களுக்குப் பிறகு பின்வரும் எட்டு செதுக்கோவியங்கள் செய்யப்பட்டு அவை இலண்டனில் இருந்து வெளியிடப்பட்டன என்று அறியப்படுகிறது.[25]

1. திருச்சிராப்பள்ளியிலுள்ள பாறையின் உச்சியில் இருந்து உயரத்தில் செதுக்கப்பட்ட ஒரு சத்திரம் அல்லது வழிபாட்டு இடம். தமிழகத்தில் உயர்ந்த நிலையில் புகழப்பட்டது. 1. சனவரி 1802, பட்டியலில் எண்.1

2. ஆற்காட்டின் மறைந்த நவாப் அரண்மனை, சென்னை, 1, சனவரி 1803

3. கோபுரச் சுவர்களுக்குள் ஒரு காட்சி, சென்னை, 1 மார்ச் 1804, பட்டியலில் எண்.52

4. புனித தோமா தெருவின் ஒரு பகுதி, புனித ஜார்ஜ் கோட்டை, 4, சூன் 1804, பட்டியலில் எண்.20

5. மன்னரின் பாசறையில் இருந்து ஒரு பார்வை, புனித ஜார்ஜ் கோட்டை, 1, மார்ச் 1804, பட்டியலில் எண்.21

6. திருச்சிராப்பள்ளிப் பாறையின் தென்கிழக்குக் காட்சி, *1, செப்டம்பர் 1804, பட்டியலில் எண்.8*

7. புனித ஜார்ஜ் கோட்டையின் வடக்குத்தெருவில் ஒரு காட்சி. *1, சனவரி 1805, பட்டியலில் எண்.19*

8. அணிவகுப்பின் தெற்குப்பக்கத்திலிருந்து கோட்டைச் சதுக்கம், புனித ஜார்ஜ் கோட்டை, பட்டியலில் எண்.23

பிரான்சிஸ் ஸ்வைன் வார்டுக்குப் பின் இந்தச் செதுக்கப்பட்ட காட்சிகள் பெரும்பாலும் அய்ரோப்பிய அல்லது காலனியக்கால கட்டடக் கலையில் ஆர்வமுள்ள சான்றுகளை வழங்குகின்றன. புனித தோமா தெருவின் தெற்குக் காட்சியை நாம் காண்கிறோம். அதில் வலதுபுறத்தில் தூய மேரி தேவாலயத்தின் கிழக்கு முனையின் ஒரு பார்வையும், புனித ஜார்ஜ் கோட்டைக்குள் இருக்கும் நேர்த்தியான ஜார்ஜியப் பாணி வீடுகளும் அடங்கும். இந்த வேலையானது கண்டிப்பாக இடஅமைப்பை, தெளிவான காட்சி உணர்வை அல்லது புனித ஜார்ஜ் கோட்டையின் தோற்றத்தை அளிக்கிறது.

துணியில் வரையப்பட்ட கற்சிலை வண்ணப்படங்கள்: மதுரையில் உள்ள ஆங்கிலக் கிழக்கிந்தியக் குழுமத்தின் டேவிட் சிம்ப்சன் மற்றும் அவருடைய தொகுப்பு, 1780

தமிழ்நாட்டில் ஆங்கிலக் கிழக்கிந்தியக் குழும அதிகாரிகள் சிலர் ஓவியம் வரைவதில் ஆர்வம் காட்டினர். கலை தொடர்பாக ஒருவருக் கொருவர் தங்களுக்குள் தொடர்புகளைப் பரிமாறிக் கொண்டனர். அவர்களில் சிலர் உள்ளூர் கலைஞர்களின் படைப்புகளுக்கு மதிப்பளித்தனர். டேவிட் சிம்ப்சன் என்ற மருத்துவர் 1768இல் தன் மருத்துவப் பணியைத் தொடங்கினார். 1780இல் மதுரையில் பணிபுரிந்த அவர் இடமாற்றம் செய்யப்படும் வரை ஆறு ஆண்டுகள் திருச்சிராப் பள்ளியில் இருந்தார்.[26]

சிம்ப்சன் ஓவியங்களின் படத்தொகுப்பிற்காகச் செயல்பட்டார். மேலும், அவர் அதற்கான பொருட்களையும் சேமிக்கத் தொடங்கினார். அவர் 1787இல் இங்கிலாந்து திரும்பினார். மேலும் அவருடைய தொகுப்புகள் 1792இல் கிறிஸ்டியில் விற்கப்பட்டது. பிரிட்டிஷ் நூலகத்தில் உள்ள ஒரு கையெழுத்துப்படி, மதுரை மீனாட்சி சுந்தரேசுவரர் கோயிலில் உள்ள சுவரோவியங்களின் படிகளைக் காட்டுகிறது. சிம்ப்சன் அவர்கள் அந்தக் கோயிலைச் சொக்கலிங்கம் கோயில் எனக் குறிப்பிடுகிறார். சிம்ப்சன் கையெழுத்துப்படியில் உள்ள வண்ணஓவியங்கள் கடினமான

துணியில் வரையப்பட்டுள்ளன. இது வடிவத்தில் பதினைந்து பிரிவுகளாக மடிக்கப்பட்டு, இருபுறமும் வண்ணம் தீட்டப்பட்டு முப்பது பலகைகளைக் கொடுக்கிறது. கையெழுத்துப்படியின் வடிவம் தமிழ்க் கோயில்களுக்குள் இடமிருந்து வலமாகப் படிக்கப்படும் பதிவேடுகளில் கதை சுவரோவியங்கள் காட்டப்படும் விதத்தைச் சரியாக நினைவுபடுத்துகிறது.

முதல் வண்ணஓவியம் விஷ்ணுவின் நிற்கும் உருவம். இது வழிபாட்டிற்காக உடை அணியப்பட்ட ஒரு வெண்கலச் சிலையை ஒத்திருக்கிறது. கடவுளின் தலைக்குமேல் ஒரு நீலக்கொடி தோன்றுகிறது. இந்த ஓவியம் கையெழுத்துப்படியின் முதல் பலகையாகும். மேலும் இது மதுரை சொக்கலிங்கம் கோயிலில் உள்ள விஷ்ணுவின் சிறப்பான வடிவத்தைக் காட்டுகிறது.[27]

மற்ற படம் வேதங்களின் தாயான அதிதி என்று அழைக்கப்படும் பெண் தெய்வம் பக்தர்களால் சூழப்பட்டுள்ளது.[28] கோடுகள் மற்றும் வண்ணங்களின் சீரிய பயன்பாடு மற்றும் இந்த அச்சுப் பலகையில் உள்ள மிகச் சிறப்பான பாத்திரத்தைக் குறிக்க அளவை பயன்படுத்துவது என இவை அனைத்தும் கோயில் சுவரோவியத்துடன் தொடர்புடைய பண்புகளாகும். அய்யத்திற்கிடமின்றி இந்த இரு படங்களும் இந்தக் கையெழுத்துப்படியில் உள்ள மற்ற 29 படங்களும் (31 எண்ணெய் ஓவியங்கள்) 1780களில் மதுரை மீனாட்சி சுந்தரேசுவரர் கோயிலின் கூரையில் உள்ள ஓவியத்திலிருந்து படியெடுக்கப்பட்டவை.

டேவிட் சிம்ப்சனுக்காகக் கோயிலின் உள்ளே சுவரோவியங்களை வரைந்த கலைஞரே வெவ்வேறு பொருட்களைப் பயன்படுத்தச் செய்யும் இந்தக் கையடக்க வடிவமைப்பில் உள்ள படங்களுக்கும் பொறுப்பேற்க வேண்டும். சிம்ப்சன் தமிழ்ப் பகுதியின் உள்நாட்டு ஓவியப் பாணியை எதிரொளிக்கும் படைப்புகளாக அளித்தார். தனிப்பட்ட தனக்கு இயல்பாக வந்ததை, அறிவுடனும், ஆர்வமுடனும், தான் இங்கிலாந்தில் கண்டுபிடித்ததை சிம்ப்சன் அவர்கள் செய்தார். அவரிடையே வாழ்ந்த மக்கள் தொடர்பான ஓவியங்களைத் திரட்டுவதன் மூலம், அவர் தன்னையே அதற்காக உரிமையானவராக்கிக் கொண்டார். அவரைப் பொறுத்தவரை அத்தகைய கலைப்பணிகளைச் செய்வது ஓர் ஓய்வுநேரச் செயலாக இருந்தது. அது அவர் வாழ்ந்த சூழலை வளர்க்கவும் புரிந்துகொள்ளவும் உதவியது. அவர் வரைந்த வண்ணஓவியங்களை எந்த வகையிலும் அவருடைய தொழில்முறைப் பணியான மருத்துவம் மற்றும் தமிழ்நாட்டில் அவர் ஆற்றிய பங்கு ஆகியவற்றுடன் தொடர்புபடுத்தவில்லை.

தாளில் மையில் தயாரிக்கப்பட்ட கற்சிலைப் படங்கள்: மதுரையில் ஆடம்பிளாக்கடர் அவர்களின் வரைபடங்கள், 1789 - 1792

ஆங்கிலக் கிழக்கிந்தியக் குழும அறுவை மருத்துவராக இருந்த ஆடம்பிளாக்கடர் 1782 மற்றும் 1789க்கு இடையில் மதுரையில் பணிபுரிந்தார்.[29] மதுரை மீனாட்சி சுந்தரேசுவரர் கோயிலின் அழகைக் கண்டு மகிழ்ந்ததால், அதை விளக்கப்படமாக வரையத் தமிழகக் கலைஞர்களைப் பணியமர்த்தினார்.[30] திருமலைநாயக்கரின் சத்திரத்தின் தூண் கலையைத் தவிர பதினேழு வெண்கல மாதிரிகள் மற்றும் மண்டபத்தின் 124 நெடுவரிசைகள் உட்பட, மீனாட்சி சுந்தரேசுவரர் கோயிலில் 141 அளவிட்ட வரைபடங்கள் 1789இல் செய்யப்பட்டு உள்ளன. குதிரையேற்ற வீரர்கள், யானி போன்ற தொன்ம உயிரினங்கள், சிவன் படங்கள் மற்றும் உள்ளூர் தெய்வங்கள் ஆகியன தூணில் விளக்கப்படமாக உள்ளவை அடங்கும். இவை விக்டோரியா மற்றும் ஆல்பர்ட் அருங்காட்சியகத்தில் பாதுகாக்கப்படுகிறது.[31]

பிளாக்கடர் தன் ஓய்வுநேரத்தில் மூன்று ஆண்டுகள் கோயிலின் வரைபடங்களையும் அதனுடன் இணைக்கப்பட்ட பெரிய சத்திரத்தின் தூண்களையும் வரைந்தார். அவர் தேர்ந்தெடுக்கப்பட்ட தூண்களில் உள்ளவற்றை மட்டுமே தாளில் மை கொண்டு வரைந்தார். மேலும் அவர் உருவாக்கிய மாதிரிகளில் பதினெட்டு நெடுவரிசைகள் இருந்தன. ஆனால், அவை சத்திரத்தின் ஒரு முனையிலிருந்து வழக்கமாக எடுக்கப் படவில்லை. ஆனால் முழுவதுமாக வெவ்வேறு தூண்களில், சிறப்பாகச் செதுக்கப்பட்ட தூண்கள் தேர்ந்தெடுக்கப்பட்டன. ஆட்சியாளர் திருமலை நாயக்கர் மற்றும் அவருடைய குடும்பத்தின் ஒன்பது அரசர்களின் வரலாற்றைக் குறிக்கும் பத்து தூண்கள் இருப்பதாக அவர் கூறினார். தூணிலுள்ள திருமலை நாயக்கரின் உருவப்படம் மட்டுமே அவருடைய படத்தொகுப்பில் சேர்க்கப்பட்டு மற்றவை விடுபட்டிருந்தன. திருமலை நாயக்கரின் தூணின் உருவப்படங்களின் விளக்கத்தை பிளாக்கடர் கவனித்துக் கொண்டார். ஓவியங்கள் ஒவ்வொன்றும் பிளாக்கடர் மேற்பார்வையில் உள்ளூர் பணிபுரியும் மதுரைக் கலைஞர்களால் அவருடைய சொந்தக் கையால் செயற்படுத்தியதைக் குறிக்கும் வகையில் தமிழில் சிறு குறிப்பு செய்யப்பட்டுள்ளது. ஆங்கிலக் குழும அதிகாரிகள் தங்கள் விளக்கங்களை ஆவணப்படுத்துவதற்கு உள்ளூர்க் கலைஞர்களைச் சார்ந்து இருந்தனர் என்பது தெளிவாகிறது. உள்ளூர்க் கலைஞர்களால் வரையப்பட்ட ஓவியங்கள் தமிழ்ச் சூழலை அதன் உண்மையான கலைப்பொருளாகக் கண்டிப்பாகக் கொண்டு வரும் என்று பிளாக்கடர் நம்பினார்.

தாளில் ஓவியம் வரைதல் என்பது, நவீன காலத்தின் தொடக்கத்தில், தாள் அறிமுகப்படுத்தப்பட்டபோது புகழ்பெற்றது. மேலும் இது அய்ரோப்பியர்களால் பரவலாகப் பயன்படுத்தப்பட்டது. தமிழ்க் கலைஞர்கள் அய்ரோப்பியர்களின் விருப்பப்படி கலையின் சிறப்பான கருத்தாக இந்துக் கடவுள்கள் மற்றும் பெண் கடவுள்கள் மற்றும் விலங்குகள் மேலும் மாந்தர்களின் உருவங்களையும் பயன்படுத்தும் தமிழ் மரபுகளை மாற்றாமல் இறக்குமதி செய்யப்பட்ட தாளில் ஓவியம் வரையத் தொடங்கினர். ஆங்கிலக் குழும அதிகாரிகள் நினைவுப் பொருட்களாக இங்கிலாந்துக்கு எடுத்துச் செல்ல விரும்பியதைச் சேமிக்க ஆர்வமாக இருந்தனர். தமிழ்நாட்டில் வாழும் அய்ரோப்பியப் புரவலர்களுக்கு உள்ளூர்க் கலைஞர்கள் மிகவும் முழுமையான கட்டடக் கலை வரைபடங்களையும் ஓவியங்களையும் வழங்க முடிந்தது என்பது கவனத்தைக் கவர்வதாக இருந்தது. இவ்வாறு மதுரைக் கோயில் போன்ற கட்டடங்களின் ஓவியங்களை, மிகத் துல்லியமாக முன்னோக்குச் சித்தரிப்புகளுடன் உள்ளூர்க் கலைஞர்கள் உருவாக்கினர். மிகப் பெரிய மற்றும் உயர்வகையான படைப்புகள் மிகப் பெரிய சந்தைக்காக உற்பத்தி செய்யப்படுவதைக் காண, காலம் சாட்சியாக இருந்தது.

சென்னை ஆளுநர் ஜான் டாலிங் வண்ணஓவியங்கள் 1785 – 86

ஜான் டாலிங் 1782இல் கிழக்கிந்தியக் குழுமப் படைக்குப் படைத்துணைத் தலைவராக இருந்தார். அவர் 1783இல் படைப்பகுதி முதல்வராகப் பதவி உயர்வு பெற்றார். பின்னர் 1784-86இல் தலைமைப் படைத்தலைவராகப் பணியாற்றினார். ஓவியம் வரைவதில் ஆர்வத்தை வளர்த்துக் கொண்ட அவர், கலைஞர்களைப் பணிக்கமர்த்தினார். 1785-86இல் 'படைப்பெருந்தலைவர் சர் ஜான் டாலிங் பார்ட் / சென்னை ஆளுநர்' என்று எழுதப்பட்ட ஒரு நடனக் கலைஞரின் ஓவியத்தை நாம் காண்கிறோம். இது இலண்டனில் உள்ள பிரிட்டிஷ் அருங்காட்சியகத்தில் பாதுகாக்கப்படுகிறது. ஓவியத்தை வரைந்த கலைஞரின் பெயர் தெரியவில்லை. இந்த ஓவியத்தில், அதிகாரி திரும்பி அமர்ந்து, கழுத்தைச் சாய்த்துப் பாராட்டுகிறார், அவருக்குப் பின்னால் பல்வேறு இசைக்கருவிகளை வாசிக்கும் நுணுக்கமான நகைகளணிந்த பெண்மணிகளால் சூழப்பட்டிருக்கிறது. அவர்களில் ஒருவர் அவரைக் குளிர்விக்க வெண்சாமரம் வீசிக் கொண்டிருக்கிறார். மற்றொருவர் அவருடைய காலடியில் அமர்ந்து அவர்களுக்குச் செய்தி அனுப்புவதோடு, அவர் முன்னால் நடனமாடும் பெண்களைப் பார்த்துக் கொண்டிருக்கிறார். இடுப்பை மெல்ல அசைத்து, பொருந்திய கைகளை மேலே உயர்த்தி, கால்களை அசைத்துப் பெண்கள்

நடனமாடுகிறார்கள். அவர்களுடன் மேலும் இரண்டு பெண்கள் பணிவான இணக்கத்துடன் அமர்ந்த நிலையில், நடனமாடும் பெண்களின் புடவைகளின் மடிப்பு அவர்களுக்கு முன்னால் விரிந்து உள்ளது. அவர்களுக்குப் பின்னால் இசைக்கலைஞர்கள் உடன் வந்துள்ளனர். அவர்களில் ஒருவர் மத்தளம் தட்டுவது, ஒருவர் பாடல் பாடுவது, ஒருவர் வீணை வாசிப்பது, அவர்கள் அனைவரையும் வழிநடத்தும் பெண் தாளத்துடன் நட்டுவாங்கம் செய்து கொண்டிருக்கிறார்.[32] டாலிங் தன் அதிகாரத்தைத் தெளிவாக முன்வைத்து அவர் நடனத்தைச் சுற்றி இருக்கும் காட்சி, மற்றும் விளக்க-உடல் அரசியலில் தன்னைச் செருகிக் கொண்டு இணைத்தும் உள்ளார். இந்த வண்ண ஓவியம் சட்டம் போடப்பட்டு படமாகப் புரவலர்களைப் பார்வையாளர்களாக மையமாக இணைக்கிறது. பார்வையாளர்கள், புரவலர்கள் ஆங்கிலேயராக இருப்பினும் ஒரு தனித்தன்மை வாய்ந்த அய்ரோப்பிய நிறுவனப் பாணியின் கூடாரத்தின் கீழ் உள்ளூர் உதவியாளர்கள் மற்றும் நிருவாக அதிகாரிகளின் துணையுடன் பின்னணியில் விலகுகிறது. இந்த ஓவியத்தின் மையம் ஜான் டாலிங் தான். எவ்வாறாயினும் இடஞ்சார்ந்த சொற்கள் ஓவியத்திற்குள் மட்டுமல்ல, அதன் பெரிய இடத்தில் இந்தக் காட்சியை மறுவடிவமைக்கிறது. இது பரந்த அளவிலான பார்வையாளர் களுக்கான இடத்தின் உறுதியான உணர்விலிருந்து பிரிக்கப்படுகிறது.

ஜான் டாலிங்கின் மற்றோர் ஓவியத்தின் கலைஞர் பெயர் தெரிய வில்லை. ஆனால், அவர் உள்ளூர்க் கலைஞராக இருக்கலாம். டாலிங் ஓவியப் பணிக்கு ஓவியரை நியமித்திருந்தார். இது ஆளுநரும் இரண்டாம் நிலை அதிகாரியும் பல்லக்கில் ஏற்றிச் செல்லப்பட்ட ஊர்வலமாகும். இது இலண்டனில் உள்ள பிரிட்டிஷ் அருங்காட்சியகத்தில் பாதுகாக்கப்பட்டு வருகிறது.

உள்ளூர்க் கலைஞர் முத்துக்கிருஷ்ணன்: திருச்சிராப்பள்ளியிலிருந்து இயற்கை ஓவியம், 1785 - 1786

மதுரை நாயக்க அரசி 1730களில் வெளியேற்றப்பட்டார் (இறுதியில் தற்கொலை செய்து கொண்டார்). சந்தா சாகிப் திருச்சிராப் பள்ளியைத் தன் கட்டுப்பாட்டின் கீழ் கொண்டு வந்தார். 1740களில் திருச்சிராப்பள்ளி சந்தா சாகிப்பிடமிருந்து மராட்டியர்களிடம் சென்றது. 1751-52இல் நடந்த இரண்டாம் கர்நாடகப் போரின் போது திருச்சிராப்பள்ளி பிரிட்டிஷ் மற்றும் பிரஞ்சு அதிகாரத்திற்கான போட்டியின் மையங்களில் ஒன்றாக மாறியது. ஆங்கிலேயர்கள் படைத்துறை உதவியின் மூலம் ஆற்காடு நவாப்பை ஆதரித்தனர்.

திருச்சிராப்பள்ளியில் பணியமர்த்தப்பட்டக் குழும அதிகாரிகள் ஓவியங்கள் வரைவதில் ஆர்வத்தை வளர்த்துக் கொண்டனர்.

தமிழ் நிலக்காட்சியில் பிரிட்டிஷார் எதிர்நோக்குகிற நிலப்பரப்புக் காட்சிகளைப் பதிவுசெய்ய குழும அதிகாரிகளால் பணியமர்த்தப்பட்ட உள்ளூர்க் கலைஞர்களால் செய்து முடிக்கப்பட்டது. முத்துக் கிருஷ்ணா தன் கை மற்றும் தூரிகையைத் திருப்பி, அவருடைய சித்திரப் பாணியைப் பிரிட்டிஷ் புரவலர்களின் தேவைக்கேற்ப வரைந்துள்ளார். 1786இல் திருச்சிராப்பள்ளியில் உள்ளூர் ஓவியராக இருந்த அவர் ஓவியம் வரைவதற்காகப் பணியமர்த்தப்பட்டார். அவர் ஒரு பெரிய அளவிலான இயற்கை வரலாற்று வரைபடங்களை உருவாக்கினார். இதில் மரங்கள், செடிகள், பட்டாம்பூச்சிகள், பாலூட்டிகள, ஊர்வன மற்றும் பறவைகள் உள்ளிட்ட 138 ஓவியங்கள் அடங்கும். இது ஒரு படத்தொகுப்பில் பொருத்தப்பட்டது. மேலும் இது வில்லியம் ஜாக்சனுக்குச் சொந்தமானது. நூலின் முதலிலோ அல்லது இறுதியிலோ வைக்கப்படும் வெற்றுத்தாளில் 1785-1786இல் திருச்சிராப்பள்ளியில் ஓர் உள்ளூர் ஓவியரால் இயற்கையிலிருந்து ஓவியங்கள் எனப் பொறிக்கப்பட்டுள்ளது. முத்துக்கிருஷ்ணா படத் தொகுப்பிலுள்ள இரண்டு நிலப்பரப்பியல் படங்களால் அடையாளப்படுத்தப்படுகிறார். தளபதி சேஸ் கெர்மிட்டேஜ் உறையூரில் உள்ள தோட்டத்தில் உள்ளது என்றும், மற்றொன்றில் தளபதி திரபுக் சென்னைப் பொறியாளர் 1784ல் திருச்சிராப்பள்ளியிலும், திருவரங்கத்திலும் 1785ம் ஆண்டிலும், தளபதி டைஸ் அமர்ந்திருந்தபோது அந்த இடத்தில் முத்துக்கிருஷ்ணா ஓவியர் வரைந்தது என எழுதப்பட்டு உள்ளது.[33] உள்ளூர் கலைஞர்களைப் பற்றிய உறுதியான வரலாற்று ஆவணங்கள் எதுவும் இல்லாததால், முத்துக்கிருஷ்ணனின் ஓவியங்கள் மிகவும் முதன்மையானது. பல உள்ளூர் ஓவியர்கள் குறிப்பிடப்படாமல் அல்லது ஏற்பிசைவு பெறாமல் இருந்தனர். சமகால வரலாற்று ஆவணங்களில் இந்தக் கலைஞர்கள் இடம் பெறவில்லை. கலைத்துறையில் அவர்களின் வாழ்க்கை அப்போதைய வரலாற்றுக் கண்ணோட்டத்தில் சரியாக மதிப்பிடப்பட்டுப் பகுப்பாய்வு செய்யப்பட வேண்டும்.

வில்லியம் ஹோட்ஜஸ் அவர்களின் இயற்கைக்காட்சி ஓவியங்கள், 1786 - 1788

வில்லியம் ஹோட்ஜஸ் (1744-1797) தொழில்முறை இயற்கைக் கலைஞர். 1772 முதல் 1775 வரையிலான பசிபிக் கடற்பகுதிக்குத், தன் இரண்டாம் கடல்வழிப் பயணத்தில் கேப்டன் குக் அவர்களுக்கு அதிகாரம்பெற்ற கலைஞராகப் பணியாற்றினார். இந்தப் பயணத்தின்

போது, அவர் மாறுபட்ட முறையில் இயற்கையை உற்றுநோக்கத் திடீரென முற்றிலும் தூண்டப்பட்டார். அத்தகையப் பட்டறிவானது அவருடைய பார்வையை மெருகேற்றியதோடு செழுமைப்படுத்தவும் செய்தது. இங்கிலாந்துக்குத் திரும்பி வந்தபிறகு எண்ணெய் ஓவியங்கள் அவர் வரைந்தது, முன்பு அவர் பெற்ற அனுபவத்துக்கு முற்றிலும் மாறுபட்டு இருந்தது. அவர் பெற்ற புதிய பட்டறிவினால், அவருடைய பிற்காலப் படைப்புகள் தாக்கம் பெற்றது. கடற்படைத் தலைமையில் தன் ஒப்பந்தத்தை முடித்துக் கொண்டு 1777இல் அவர் மனைவி இறந்ததைத் தொடர்ந்து அவர் இந்தியாவுக்குச் செல்ல முடிவு செய்தார். மேலும் அவர் சென்னை வந்தார்.[34]

வில்லியம் ஹாட்ஜஸ் அதிகப் பயணம் செய்து நிறைய ஓவியங்களை வரைந்தார். அவர் 1786 மற்றும் 1788க்கு இடைப்பட்டக் காலத்தில் தேர்ந்தெடுக்கப்பட்ட காட்சிகள் என்ற புத்தகத்தை வெளியிட்டார். வில்லியம் ஹாட்ஜஸின் பணி நினைவுச்சின்னங்களை முன்னிலைப்படுத்துதலில் மிகவும் மாறுபட்ட நிலைப்பாட்டை எடுக்கிறது. இது வெற்றிகரமான பயணப்புத்தகங்களுக்கு ஒரு தயாரான மாதிரியை வழங்கியது. வெளித் தோற்றம் சார்ந்தும் மற்றும் காட்சி வடிவத்திலும், சில மாற்றங்கள் மற்றும் தொடர்ச்சிகளைக் கொண்ட, கட்டடங்களை நாம் காண்கிறோம். 1792வாக்கில் வில்லியம் ஹாட்ஜஸ் இந்தியாவில் 48 காடிச் செதுக்குமுறை நினைவுச்சின்னங்களைக் கொண்ட தேர்ந்தெடுக்கப்பட்ட இந்தியாவில் உள்ள பார்வைகள் என்ற படத்தொகுப்பை நீண்டகாலத்திற்கு முன்பே முடித்திருந்தார். இதில் தஞ்சைப் பெரிய கோவில் இடம் பெற்றுள்ளது. மெட்லாண்ட் என்பவரால் கல்லச்சில் செய்யப்பட்டு இலண்டனிலிருந்து வெளியான பயணக்குறிப்பு நூலில் 1783ம் ஆண்டு வெளியானது.[35]

தாமஸ் மற்றும் வில்லியம் டேனியல்ஸ் ஆகியோரின் தமிழ்நிலக் காட்சியின் எண்ணெய் வண்ண ஓவியங்கள், 1786 - 1816

பிரிட்டிஷ் கலைஞரான தாமஸ் டேனியல் (1749-1840) அவருடைய மருமகனான வில்லியம் (1769-1837) அவர்களுடன், 1786இல் இந்தியாவுக்குப் பயணம் மேற்கொண்டார். இரு டேனியல்ஸும் நிலப்பரப்பியல் குறித்த கலைஞர்கள் மற்றும் இந்தியா முழுவதும் நெடும்பயணம் செல்லத் தயாராக இருந்தனர். அவர்கள் ஏழு ஆண்டுகளாக கடினப்பட்டு பரந்த அளவில் வரைபடங்களைத் திரட்டினர். அவர்கள் தங்கள் வாழ்நாள் முழுவதும் இந்த ஓவியங்களைத் தொடர்ந்து பயன்படுத்தினர். மற்ற முந்தைய கலைஞர்களைவிட, டேனியல்ஸ் பெற்ற நன்மை என்ன வென்றால், ஆங்கிலக் கிழக்கிந்தியக் குழுமத்தின் அதிகரித்து வரும்,

இந்திய நிலப்பரப்பு ஓவியக் காட்சிகள், பல ஆண்டுகளுக்குப் பிறகு வரைந்தது. டேனியல்ஸ் இங்கிலாந்துக்குத் திரும்பினார். 144 காடிச் செதுக்கு முறையிலான இந்தியக் காட்சிகளின் தொடரான கீழ்த்திசை நாடுகளின் காட்சிகள் என்ற தலைப்பில் ஆறு தொகுதிகள் பெரும் வரவேற்றைப் பெற்றன.[36] 'தேர்ந்தெடுக்கப்பட்ட இந்தியக் காட்சிகள்'' என வில்லியம் ஹாட்ஜஸ் வெளியிட்டார். மேலும் இது மிகவும் அழகிய முறையில் இருந்தது. ஹாட்ஜஸ் தன் வேலைக்கு அதிகமான துல்லியத்தை வலியுறுத்திப் பயன்படுத்தினார். இந்தக் கவனமான விளக்கம் மற்றும் நம்பகத்தன்மை அவருடைய செல்வாக்கையும் சந்தையையும் அதிகரித்தது. அறிஞர்கள் மற்றும் கட்டடக் கலைஞர்கள் இந்திய வடிவமைப்பின் தொகுப்பாக இந்த விளக்கப்படங்களைப் பயன்படுத்தினர்.[37] கீழ்த்திசை நாடுகளின் காட்சிகள் என்ற திரட்டானது பல்வேறு வகையான படங்களை உள்ளடக்கியது. பரந்த இயற்கைக் காட்சிகள், உள்ளூர் குடிமக்கள் மற்றும் கட்டடக் கலைக் கூறுகள், பெரும்பாலும் இடிபாடுகளின் வடிவத்தில் என இவை அனைத்தும் இந்தியக் காட்சிகளுக்குத் தேவையான பல்வேறு கூறுகளை உள்ளடக்கியது. தமிழ்நாட்டின் காட்சிகளையும் தோற்றங்களையும் இங்கு நாம் கருத்தில் கொள்வோம்.

தாமஸ் டேனியல் மற்றும் வில்லியம் தமிழ்நாட்டில் இயற்கைக் காட்சி ஓவியங்களை வரைந்து வெற்றி பெற்றனர். சென்னை, தஞ்சாவூர், திருச்சிராப்பள்ளி, மதுரை, திருநெல்வேலி மற்றும் பாரமகால் பகுதிகளில் அவர்களின் ஓவியங்களை நாம் காண்போம்.

சென்னையில் வண்ணஓவியம்

சென்னை, புனித ஜார்ஜ் கோட்டையின் தென்கிழக்குக் காட்சியின் ஓவியம் 1793இல் வரையப்பட்டது. இந்தக் காட்சி சென்னைக் கோட்டையின் தெற்கே கடற்கரையில் எடுக்கப்பட்டது. கொடிக்கம்பத்தின் வலது புறத்தில் உள்ள பெரிய கட்டடம் புதிய பரிமாற்றமாகும். மேலும் இடதுபுறத்தில் ஒரு முதுகெலும்பு போல் சேர்க்கப்பட்டுள்ள உயரமான தேவாலயம், தூரத்தில் சென்னையின் சாலைகளின் ஒரு பகுதியும், முன்புறத்தில் இந்தக் கடற்கரையில் வழக்கமான கொந்தளிப்புடன் கடல் பிளவுபட்டுக் காணப்படுகிறது.[38]

சென்னை, கருப்பர் நகரம் பகுதியின் ஓவியம், புனித ஜார்ஜ் கோட்டையிலிருந்து அரை மைல் தொலைவில் இருப்பதையும், கடலோரம் நடக்கும் பகுதி பிரிக்கப்பட்டதையும் காட்டுகிறது. அதனுடன் சீனா அங்காடி அல்லது சீன, இந்திய மற்றும் அய்ரோப்பிய

வணிகப் பொருட்களுக்கான சந்தை இயங்குகிறது. நகரத்தில் ஆர்மேனியர்கள் ஒரு தேவாலயத்தை அமைத்துள்ளனர். அது தூரத்தில் பிரிந்து இருக்கிறது. மேலும் அதன் இடப்புறத்தில் கர்நாடக நவாப் முகமது அலி கட்டிய அழகிய பள்ளிவாசலின் கோபுரங்கள் உள்ளன.[39]

புனித ஜார்ஜ் கோட்டை அரசு இல்லத்தின் ஓவியம் நன்றாக உள்ளது. அரசு இல்லம் கோட்டைக்குள் உள்ளது. ஆளுநரின் குடியிருப்பு சென்னையிலிருந்து கால் மைல் தொலைவில் உள்ளது. வலப்புறம் உள்ள சமஇடைவெளிகளில் உள்ள தூண் வரிசை, கடல்வாயிலின் கீழே செல்கிறது. அங்கு பல்வேறு வகையான வணிகப் பொருட்கள் சாலைகளிலிருந்து கப்பல்களுக்குச் சென்று வருவதைக் காணலாம்.[40]

புனித தோமையார் மலைக்கு அருகில் உள்ள ஆர்மேனியப் பாலத்தின் ஓவியம் அழகாக இருக்கிறது. இந்தப் பாலம் மயிலாப்பூர் ஆற்றின் மீது நீட்டிக்கப்பட்டது. இது 410 இரு கை முழ அளவு (கஜம்) மற்றும் 24 வளைவுகளைக் கொண்டது. தொலைதூரக் கட்டடம் என அழைக்கப்படும் சிறிய மலை உச்சியில் உள்ளது.[41]

குதிரை பந்தயத் திடலில் உள்ள பேரவை அறையின் ஓவியம் குறிப்பிடத்தக்கது. சென்னையிலிருந்து 7 மற்றும் 8 மைல்களுக்கு இடையில் பந்தயத்திடல் உள்ளது. மேலும் தோமையார் மலைக்கு அருகில் உள்ளது. இந்தப் பார்வையில் பேரவை அறைகளின் வலதுபுறத்தில் பந்தயத்திடல் தெரியும். சென்னையில் வசிக்கும் ஆங்கிலேயர்களால் குதிரைப் பந்தயங்கள் ஆதரிக்கப்பட்டது.[42]

புனித ஜார்ஜ் கோட்டையின் மேற்கு நுழைவாயிலின் ஓவியம் முதன்மையானது. புனித ஜார்ஜ் கோட்டை பொறியாளர்களால் மிகவும் வலிமையான வேலையாகக் கருதப்படுகிறது. இந்தப் பாலம் இங்குள்ள ஆளுநர் தோட்டத்திலிருந்து சாலை வழியாகக் கோட்டைக்குள் செல்கிறது.[43]

தஞ்சாவூரில் வண்ணஓவியம்

இரு டேனியல்களும் தஞ்சாவூருக்கு வந்து ஓவியங்களை வரைந்தனர். ஓவியங்களில் ஒன்று நந்தியின் சாலை. மேலும் இது 16 அடி 2 விரற்கடை நீளம், 12 அடி 6 விரற்கடை உயரம் கொண்ட ஒற்றைக் கல்லால் ஆனது.[44]

தஞ்சாவூர் பெரிய கோயிலின் ஓவியம் மற்றும் அதன் காட்சி செப்டம்பர் 1792இல் தயாரிக்கப்பட்டது. இது ஏறக்குறைய 200 அடி

உயரம் கொண்டது. மேலும் உயரமான சுவர்களால் சூழப்பட்ட ஒரு பகுதிக்குள் அது நிற்கிறது. அதன் மேற்பகுதி முழுவதுமாக அழகு படுத்தப்பட்டுள்ளது. கீழ்ச்சுவர்களில் காணப்படும் சிவப்புக் கோடுகள் அது பார்ப்பனர்களின் உடைமையாக இருப்பதைக் குறிக்கிறது.[45]

திருச்சிராப்பள்ளியில் வண்ணஓவியம்

இரு டேனியல்களும் திருச்சிராப்பள்ளிக்குச் சென்று வண்ண ஓவியங்களை வரைந்தனர். அதில் ஒன்று காவிரி ஆற்றில் எடுக்கப்பட்ட திருச்சிராப்பள்ளிப் பாறை. இந்தக் காட்சியானது சூன் 1792இல் காவிரி ஆற்றின் வடக்குப்பகுதியில் வறண்ட காலங்களில் தயாரிக்கப்பட்டது.[46] திருச்சிராப்பள்ளிக் கோயிலின் ஓவியம் வடக்கிலிருந்து எடுக்கப்பட்ட சிறிய கட்டடத்தின் தெற்கு பார்வையினைக் கொண்டிருந்தது.[47]

திருச்சிராப்பள்ளிக் கோட்டையின் ஓவியம் பார்ப்பதற்குச் சிறப்பானது. திருச்சிராப்பள்ளிக்கோட்டை நவாப்பிற்குச் சொந்த மானது. ஆனால், ஆங்கிலேயர்களின் பாதுகாப்பு அரணாக இருந்தது. அதன் சுவர்கள் கிட்டத்தட்ட நான்கு மைல்கள் அளவிலும் பரந்த மற்றும் ஆழமான பள்ளத்தாலும் சூழப்பட்டுள்ளன. இங்கு சிறந்த நீரினையுடைய பல குளங்கள் உள்ளன.[48]

திருச்சிராப்பள்ளியின் தென்கிழக்குக் காட்சியின் வண்ணஓவியம் அழகாக இருக்கிறது. திருச்சிராப்பள்ளி பாறையின் இந்தக் காட்சியில் இந்துக் கோயில், உயரமான கட்டடங்கள் கோயிலுடன் இணைக்கப்பட்ட சத்திரங்கள் வருகின்றன. அங்கு பக்தர்கள் தங்கள் மதக்கடமைகளைச் செய்தபின் இந்த இடத்தில் தங்க வருகின்றனர்.[49]

பிரஞ்சுக்காரர்களுக்கு எதிராகக் கர்நாடக நவாப் மற்றும் பிரிட்டிஷார் இடையிலான கூட்டணியை மெய்ப்பிப்பதால் திருச்சிராப் பள்ளிப் பாறை வீரத்தின் தேசிய அடையாளமாகக் கருதப்படுகிறது. இது 1752இல் இராபர்ட் கிளைவ் அவர்களால் பாதுகாக்கப்பட்டது. அந்தத் தோற்றம் மறுபக்கத்தில் இருந்து பாறையை எதிரொலிக்கிறது. பிரான்சிஸ் ஸ்வைன் வார்டின் பார்வையில் கவனம் செலுத்துவதில் தெளிவு இல்லை. இது ஒரு தொழில்முறை ஓவியராக அவருடைய பயிற்சியை படைத்துறை கணக்கெடுப்புடன் இணைத்தது.[50] எனவே டேனியல்கள் தங்கள் கீழ்த்திசைக் காட்சிகளுக்காகப் பாறையில் சில காட்சிகளை உருவாக்கினர். அவர்கள் வடமேற்கில் இருந்து அதிக தொலைவில் உள்ள பிரான்சிஸ் ஸ்வைன் வார்டினிடமிருந்து மிகவும் மாறுபட்ட பார்வையில், அருமையான கருத்துகளை எடுத்தனர். முன்புறம் மற்றும் தென்கிழக்கில் ஒரு குளம் உள்பட பாறையின் சாய்ந்த

கோணத்தை எடுத்து, ஸ்வைன் வார்டால் குறிப்பிடப்படும் கட்டமைப்புகளால் வரைந்தனர்.

மதுரையில் வண்ணஓவியம்

டேனியல்ஸ் இருவரும் மதுரைக்கு வந்து வண்ணஓவியப் பணியைச் செய்து முடித்தனர். அரண்மனையிலுள்ள நாயக்கர் வண்ணஓவியம் சிறப்புக்குரியது. ஏனெனில் இது முதன்மையாகத் திருமலை நாயக்கரைப் பற்றிய படைப்பாகும். இந்தக் காட்சி சூலை 1792இல் செய்யப்பட்டது.[51] மதுரைக் கோட்டையில் உள்ள ஓவியக் காட்சி முதன்மையானது. இந்தக் காட்சியில் சிறப்புக்குரிய பொருள் மதுரைக் கோட்டையின் கிழக்குப் பகுதியில் அமைந்துள்ள ஒரு கூடார மண்டபமாகும். இது கற்களால் கட்டப்பட்டது. மேலும் 1751இல் இது முற்றுகையிடப்பட்டதால் கோட்டையில் உள்ள பல கட்டடங்கள் கணிசமாகப் பாதிக்கப்பட்டுள்ளன.[52]

அரண்மனையின் அடுக்குமாடி ஒன்றின் உட்புறக்காட்சியின் ஓவியம் சிறப்பு வாய்ந்தது. வண்ணம் பூசப்பட்டபோது கால்நடைகள் தங்குமிடமாக இது பயன்படுத்தப்பட்டது.[53] மதுரையில் உள்ள இந்தக் கோயிலின் ஓவியம், இந்தக் கட்டடத்தின் உயரமான பகுதியை சொக்கலிங்கம் சிலையுள்ள தலைமைக் கோயிலுக்குச் செல்லும் வாயிலைக் காட்டுகிறது.[54] மதுரையில் உள்ள அரண்மனையின் இடிபாடுகளில் உள்ள ஓவியங்கள் கோட்டைக் காவற்படை, தானியக்களஞ்சியம், வெடிமருந்து கிடங்கு ஆகியவற்றைக் காட்டுகிறது.[55]

திருமலை நாயக்கர் சத்திரத்தின் ஓவியம் முதன்மையானது. இதன் பொதுவான வடிவம் ஓர் இணை வரைபடம். 312 அடி நீளம், 12 அடி அகலம், என ஒரு பெரிய மண்டபத்தைக் கொண்டுள்ளது. இதன் உள்கூரை ஆறு நெடுவரிசைகள் மற்றும் 24 அடி உயரம் ஆகியவற்றால் தாங்குகிறது. அவற்றில் பல ஒற்றைக் கற்களால் உருவாக்கப்பட்டு உள்ளதோடு முழுவதும் சாம்பல் நிறக் கருங்கல்லால் ஆனது.[56]

திருநெல்வேலிப் பகுதியில் வண்ணஓவியம்

டேனியல்ஸ் இருவரும் திருநெல்வேலிப் பகுதிக்குச் சென்று ஓவியங்கள் வரைந்தனர். அப்பகுதியில் உள்ள பாபநாசம் நீர்வீழ்ச்சியில் மிகப் பெரிய பாறையுச்சிகள் மற்றும் இடியுடன் கூடிய நீர்வீழ்ச்சிகள் சிறிய உருவங்களுக்கு அழகிய பின்னணியை அமைத்துள்ளன. இந்த ஓவியம் மிகவும் சிறப்பு வாய்ந்தது. ஏனென்றால் அணை கட்டப் பட்டதால் இந்த இடம் இப்போது இல்லை. இந்த ஓவியம் நம்

நிலப்பரப்பினை மீட்டுருவாக்குவதில் இப்போது கொண்டிருக்கும் முதன்மையான பணிக்குச் சிறந்த எடுத்துக்காட்டு.[57]

1804இல் பாபநாசம் நீர்வீழ்ச்சியின் வண்ணஓவியம் டேனியல்ஸ் மூலம் உள்நாட்டிற்கும் வெளிநாட்டிற்கும், அல்லது தனக்கும் மற்றும் பிறருக்கும் இடையிலான, அனைத்து வகையான எல்லைகளையும் மங்கலாக்கியது. இரண்டு இளம் பனை மரங்களைக் கண்டறிவதற்கு ஒருவர் ஓவியத்தைக் கூர்ந்து கவனிக்க வேண்டும். இதுபோன்ற நீர்வீழ்ச்சிகள் அய்ரோப்பாவில் காணப்படவில்லை என்பதற்கான ஒரே அறிகுறி இதுவாகும்.

பாரமகால் பகுதியில் வண்ணஓவியம்

இரு டேனியல்ஸ்களும் பாரமகால் பகுதிக்குப் பயணம் செய்தனர். மலைக்கோட்டைகளைக் கண்டுபிடித்து வண்ணஓவியம் வரையத் தொடங்கினர். ஜெகதேவி துர்கம் வண்ணஓவியம் முதன்மையானது. இந்தக் கோட்டை கிருஷ்ணகிரியிலிருந்து கிழக்கு நோக்கி 7 மைல் தொலைவில் இருந்ததாகக் குறிப்பிடப்படுகிறது. இக்கோட்டை அதன் பாறை உச்சியில் மிகவும் வலிமையுடன் கட்டப்பட்டுள்ளது. அந்தக் கோட்டையை அணுகுவது மிகவும் கடினமாக உள்ளது. இந்தக் கோட்டை எந்த வகையான எதிர்ப்பும் இல்லாமல் 1792இல் ஆங்கிலேயரிடம் ஒப்படைக்கப்பட்டது.[58]

இராயக்கோட்டை என்ற கோட்டை ஓவியம் திப்புசுல்தானுக்கு எதிராக சூலை 1792இல் படைத்துறைத் தலைவர் கௌடியால், ஏர்ல் காரன்வாலிஸ் அவர்களின் மூன்றாம் மைசூர் போர் நடவடிக்கையின் போது எடுக்கப்பட்டது.[59] வீரபத்ர துர்க்கம் கோட்டையின் வண்ண ஓவியம் அழகாக இருக்கிறது. இது மிகவும் வீரம்மிக்க கோட்டைகளில் ஒன்றாகும். கோட்டையின் பக்கங்களில கணிசமான அளவுக்கு மரங்களால் மூடப்பட்டும் கீழ்ப்பகுதி ஊடுருவ முடியாத காட்டினால் சூழப்பட்டுள்ளது. புலிகள் பெருமளவில் இருப்பதாகக் கூறப்படுகிறது.[60]

ஒசூர் வண்ணஓவியம் அழகாக இருக்கிறது. பெங்களூருவிலிருந்து 21 மைல் தொலைவில் உள்ள ஓசூர் கோட்டை தாங்கிக் கொள்ளக்கூடிய அளவில் தரையில் கட்டப்பட்டுள்ளது. இந்த ஓவியக்காட்சி கோட்டைக்குத் தெற்கே உள்ள உயரமான இடத்திலிருந்து எடுக்கப்பட்டது. கணிசமான அளவில் உயர்த்தப்பட்டாலும், இது சூலை 1792இல் ஏர்ல் காரன்வாலிஸின் மூன்றாம் மைசூர் போர் நடவடிக்கையின்போது படைத்துறைத் தலைவர் கௌடியால் எடுக்கப்பட்டது.[61]

டேனியல்ஸ் அச்சிடுதலில் செம்பு மற்றும் அமிலம் கலந்த நிறம் கொண்ட முறையைக் கையாள்வதில் வல்லவர். ஓவியம் வரைவதற்கு மங்கொளிப் படக்கருவி (கேமரா) என்ற ஒரு குறிப்பிட்ட கருவியைப் பயன்படுத்தினார். படக்கருவியில் ஒரு ஒளிப்பட வில்லை (லென்ஸ்) இருந்தது. அது குறிப்பிட்ட காட்சியின் எதிரொலித்தப் படத்தை வெள்ளைத்தாளில் அனுப்பும். ஓவியர் கருப்புத் துண்டால் முகத்தை மூடிக்கொண்டு, புகைப்படம் எடுப்பவர் போல், தலையை நுழைத்து காணப்படும் ஓவியத்தை வரைவார். பின்னர் வண்ணங்களை பூசுவார். இந்த தொழில்நுட்பத்தில் கைதேர்ந்தவராக டேனியல்ஸ் விளங்கினார். இருப்பினும், பிந்தைய ஆண்டுகளில் டேனியல்ஸ் வண்ணம் தீட்டி அச்சிடும் கருவியைப் பின்பற்றினார். அவருடைய முந்தைய அச்சுகள் சிவப்புப் பழுப்பு நிற மையில் இழுக்கப்பட்டன. ஆனால், அடுத்தடுத்த ஆண்டுகளில் வில்லியம் டேனியல்ஸ் குறைந்தது இரு வண்ணங்களைப் பயன்படுத்தினார். அடைவான சாம்பல் வெளிர் பழுப்பு, பின்னர் ஒரு வெளிர் நீலச் சாம்பல் நிறம் சேர்க்கப்பட்டது. மங்கலான நிறங்களை முதலில் உபயோகித்து பின்னர் சக்திமிக்க நிறங்களைப் பயன்படுத்தியதால், கையினால் தொட்டால் சாயத்தின் கறை விரல்களில் பட்டாலும், பின்னர் சரிசெய்யப்பட்டு மிக நேர்த்தியாக ஓவியங்கள் மிளிரத் தொடங்கின.

டேனியல்களின் திட்டத்திற்கு எவ்வாறு நிதியளிக்கப்பட்டது என்பது ஆராயத்தகுந்தது. மைசூர் சுற்றுப்பயணத்திற்கு ஒரு கலப்பின ஏலத்திற்கு நிதியளிப்பதற்காகப் பரிசுச்சீட்டைப் பயன்படுத்திய ஒரே ஓவியர் டேனியல்ஸ் என்று அறியப்படுகிறது. பரிசுச்சீட்டுக்கும் சந்தாவுக்கும் இடையில் பாதி வழியில் அவர்கள் பிடிபட்டனர். ஒவ்வொரு நுழைவுச்சீட்டு தாளை வாங்குபவரும், ஒரு எண்ணெய் ஓவியத்தை வென்றார். இவ்வாறு அவர்கள் கண்டிப்பான அந்தப் புரவலரிடம் முறையிட்டனர். பரிசுகள் பல்வேறு அளவுகளில் இருந்தன. இவை அனைத்தும் தாமஸ் டேனிலின் பொதுவானக் கட்டணத்தைவிட மிகக் குறைந்த விலையில் இருந்தன. ஒரு விரிவான சுற்றுப்பயணத்தை தென்னிந்தியாவில் மேற்கொள்வதற்குத் தேவையான தொகையான 5500 பவுண்டுகள் திரட்ட முடியும் என டேனியல்ஸ் நம்பினார். டேனியலின் வழக்கமான தொகை 55,500 இந்திய ரூபாயாக இருந்தது. ஆனால், முழுவதையும் சரிசெய்ய 150 நுழைவுச்சீட்டுகளை ஒவ்வொன்றுக்கும் 250 ரூபாய்க்கு ஒரு பரிசுச் சீட்டை (மொத்தத் தொகையான 37,500 ரூபாய்க்கு) முன்மொழிந்தனர். ஒவ்வொரு சந்தாதாரரும் ஒவ்வொரு நுழைவுச்சீட்டுக்கும் குறைந்தது சந்தாவின் மதிப்பில் ஒரு படத்தைப் பெறுவதற்கு உரிமையுள்ள சூழ்நிலையுடன்

உழைப்பின் விலைகளை அவர் கணிசமாகக் குறைத்தார். அவர்களின் முயற்சி தூண்டுதலைத் தராது என்று அவர் புகழ்ந்து கொண்டார். முதல் பரிசான படங்களின் மதிப்பு ஒவ்வொன்றும் 1200 - 2400 ரூபாய் வரை இருந்தது. ஒரு படத்தின் மொத்தத் தொகையான 79 பரிசுகள் 25,19,750 ரூபாயாக இருந்தது. பரிசுச் சீட்டு 1792 மார்ச் 1 அன்று காக்கரேல் டிரெயில் குழுமத்தில் நடத்தத் திட்டமிடப்பட்டது.

படங்கள் பழைய நல்லிணக்கப் பொது விடுதியில் இரண்டு மாதங்களுக்கு முன்னதாகவே காட்சிக்கு வைக்கப்பட்டன. நாள்தோறும் காலை 10.00 மணி முதல் பிற்பகல் 02.00 மணி வரை பார்க்கலாம். அவர்களுடைய கண்காட்சியில் 1792 சனவரி 12ஆம் நாள் பிளெச்சிண்டன் அவர்கள் கலந்துகொண்டு, கண்காட்சி மிகவும் நன்றாக இருந்ததாகவும், நான்கு அறைகளும் நிரம்பியிருந்ததாகவும் தெரிவித்தார்.[62]

ஓவியரும், செதுக்குநருமான வில்லியம் பெய்லி என்பார் திரு.ஸ்பேக் என்பவருக்குப் பல ஓவியங்கள் விற்கப்பட்டதாகவும், பரிசுச்சீட்டில் அவருக்கு டேனியல்ஸ்களின் படங்கள் அதிக அளவில் கிடைத்ததாகவும் குறிப்பிட்டார்.[63] இராயல் கலைக்கழகத்தில் ஏறக்குறைய 150 எண்ணெய் ஓவியங்களை டேனியல்ஸ் கண்காட்சிக்கு வைத்திருந்தார். டேனியல்ஸ்களுடன் ஒப்பிடக்கூடிய அளவுள்ள மற்றுமொரு சித்திரத் திட்டமானது இந்துக்களின் பழக்கவழக்கங்கள் மற்றும் பழநெறிமுறைகளை விளக்கும் சோல்வின்ஸ் 250 செதுக்கு முறை ஆகும் (1796). தாமஸ் டேனியல் அவர்கள், சிறந்த முறையில் அழகியலுக்குள் முன்வைக்கக்கூடிய காட்சிகளைத் தேடினார். ஆனால், இதில் அவர் பண்பாடு, கட்டடக் கலை, பழநெறிமுறைகள், மதம் மற்றும் உடை ஆகியவற்றின் அடிப்படையில், பிரிட்டனுக்கும் இந்தியாவுக்கும் இடையிலான வேறுபாடுகளை நிறுவும் சிறப்பியல்புகளைச் சேர்க்க முயன்றார்.

சென்னையில் இராபர்ட் ஹோம் மற்றும் அவருடைய வண்ண ஓவியங்கள் 1792 - 1793

இராபர்ட் ஹோம் (1752-1834) 1790இல் சென்னை வந்து அவர் இறக்கும் வரை இங்கேயே இருந்தார். அவர் இங்கே வந்தவுடன், உள்ளூர் நாடக அரங்குக்கான காட்சிகளை வடிவமைப்பு செய்து சிறிய அளவில் பணம் பெற்றார். இது அவருடைய கலைப்பயணத்தின் தொடக்கமாகும். மூன்றாம் மைசூர் போரை முடிவுக்குக் கொண்டுவந்த ஸ்ரீரங்கப்பட்டினம் உடன்படிக்கைக்குச் சற்று முன்பு, 1791-92இல் காரன்வாலிஸ் பிரபுவின் படையில் அலுவல்சார் கலைஞராகச் சேரும்

நல்வாய்ப்பு அவருக்குக் கிடைத்தது. பிப்ரவரி 26, 1792 அன்று மைசூர் பணயக் கைதிகளான மைசூர் இளவரசர்களை மார்க்விஸ் காரன்வாலிஸ் வரவேற்கும் ஓவியம் இராபர்ட் ஹோமால் செய்து முடிக்கப்பட்டது.[64] இதற்கிடையில் புனித ஜார்ஜ் கோட்டையில் உள்ள இராபர்ட் ஹோாம் ஓவிய அறைகளிலும் அந்த ஓவியம் காட்சிப்படுத்தப்பட்டது. பிறகு ஓவியத்திற்கான வேலைப்பாடுகளுக்கான சந்தாக்கள் கண்காட்சிக்காக இலண்டனுக்குக் கப்பலில் அனுப்பப்படுவதற்கு முன் எடுக்கப்பட்டது.[65]

1791 மார்ச் 7ஆம் நாள் பெங்களூருவின் பெட்டாகேட் மீது தாக்குதல் நடத்தியதில் படைப்பிரிவுத் தலைவர் மூர்அவுஸ் இறந்த சமகால வரலாற்றுப் பகுதியை ஓவியமாக இராபர்ட் ஹோம் செய்து முடித்தார். இவ்வோவியம் இலண்டன் தேசியப்படைத் துறை அருங்காட்சியகத்தில் பாதுகாக்கப்படுகிறது.[66] 1792இல் பெங்களூருவி லிருந்து சென்னை திரும்பியதும், படைத்துறையுடனான ஹோமின் தொடர்பு பணம் திரட்ட உதவியது. தொடர்ச்சியாக ஓவியங்களை வரைவதற்கு அவருக்கு சந்தா கிடைத்தது. மார்க்விஸ் காரன்வாலிஸின் உருவப்படமும் இதில் சேர்க்கப்பட்டது.[67]

சென்னை திருவெற்றியூர் இந்துக் கோயிலின் ஓவியம் 1793இல் இராபர்ட் ஹோமால் வரையப்பட்டது. இது தென்னிந்தியக் கோயிலின் தெளிவான அடையாளச் சின்னமாக உருப்படுத்துவதாகும். இசைக் கலைஞர்கள் மற்றும் நடனக் கலைஞர்களின் உருவங்கள் கோயில் கோபுர உச்சியில் இடதுபுறத்தில் ஒரு பெரிய வளாகச் சுவருக்குப் பின்னால் சித்தரிக்கப்பட்டுள்ளது. கோபுர உச்சியின் பாதி வெளிச்சமாக இருந்தாலும், மற்ற பாதி இருளாகவும், மேலும் இருள் மற்றும் வெளிச்சத்தின் விளையாட்டையும் காட்டுகிறது. அது கதிரவன் மறைந்து, அந்தி நேரம் வந்து கொண்டிருந்ததைக் குறிக்கிறது. ஒளி மற்றும் இருளின் இந்த வேறுபாடு, முகில்களின் சித்தரிப்பிலும் காட்டப்பட்டுள்ளது. தென்னிந்தியாவில் பொதுவாகக் காணப்படும் இரண்டு கல் மேற்கவிகைகள் கோயில் சுவருக்கு வெளியே சித்தரிக்கப்படுவது குறிப்பிடத்தக்கது. கோயிலைச் சுற்றினால் வாழ்க்கையைப் பார்க்கலாம் என்பதாக இராபர்ட் ஹோம் பல்வேறு செயல்களில் ஈடுபட்டுள்ள மக்களின் உருவங்களைச் சித்தரித்துள்ளார். ஒரு சிறிய கடை வியாபாரி கோயில் சுவர் அருகே வாடிக்கையாளர்களிடம் விலைக்குப் பேரம் பேசிக்கொண்டுள்ளார். கோயில் சுவருக்கு அருகில் ஒரு பெரிய பெட்டியை சிலர் தோளில் தூக்கிக் கொண்டுள்ளனர். சிலர் மும்முரமாக அரட்டை அடித்துக்கொண்டிருக்கும் வேளையில், சிறிது தூரத்தில் ஆண்கள் பல்லக்குகளை ஏந்தியவாறு சித்தரிக்கப்படுகிறார்கள்.

இந்தச் சித்தரிப்பு மூலம் தென்னிந்தியாவில் கோயிலைச் சுற்றிப் பின்னப்பட்ட ஆன்மீக மற்றும் மதச்சார்பற்ற வாழ்க்கை இரண்டையும் இராபர்ட் ஹோம் கொண்டுவர முடிகிறது. கிளர்ச்சியூட்டக் கூடிய வண்ணங்களின் தசை போன்ற கலவையைப் பயன்படுத்துவது கூர்மையான ஒளி மற்றும் நிழலின் தாக்கத்துடன், ஒரு புதிய காட்சியை உருவாக்குகிறது. முழு ஓவியமும் ஒரு வலிமையான எளிமை மற்றும் உயரிய ஒற்றுமையைக் கொண்டுள்ளது. பின்னர் அது ஹோம் அவர்களின் உண்மை அழகியல் வலிமையை நிறுவுகின்றன.

இராபர்ட் ஹோமின் நிலப்பரப்பியல் குறித்த திறன்கள் அவருடைய பெரிய அளவிலான ஓவியங்களில் மட்டுமல்லாமல், நிலப்பரப்பின் விளக்கங்கள் உன்னிப்பாகக் கொடுக்கப்பட்டுள்ள அவருடைய பெரிய உருவப்படங்களிலும் தமிழ்நாட்டைப் பற்றிய உண்மையான உணர்வைத் தூண்டுவதற்கு அவருக்கு உதவியது. படைப்பிரிவுத் தலைவர் வில்லியம் சிடன்ஹாம் மற்றும் அவர் மனைவி அமெலியா ஆகியோரின், 1794இன் முழு நீள இரட்டை உருவப்படம் அத்தகைய ஓர் எடுத்துக்காட்டு ஆகும். சென்னை, புனித ஜார்ஜ் கோட்டைக்கு அருகில் உள்ள புனித தோமையார் மலைப் பின்னணியில் அவ்வோவியம் சித்தரிக்கப்பட்டது. அங்கு சிடன்ஹாம் முதல் படைப்பிரிவுக்குப் படைப்பிரிவுத் தலைவராகப் பணியாற்றினார்.[68]

இராபர்ட் ஹோம் மேலும் தன் ஓவியத் திட்டங்களைத் திட்டமிட்டார். மைசூர்ப் பகுதியின் நிலப்பரப்பு ஓவியங்களை வரைவதற்கு ஜான் ஷார்ப் அவர்கள் இராபர்ட் ஹோமைப் பரிந்துரைத்தார். இது அவரைக் கவர்ந்தது. மேலும் அவர் பல வரைபடங்களை உருவாக்கினார். அவற்றில் 29 படங்கள் பொறிக்கப்பட்டு பிப்ரவரி 1794இல் 'திப்புசுல்தானின் தேசமான மைசூரில் தேர்ந்தெடுக்கப்பட்ட காட்சிகள்' என்ற பெயரில் வெளியிடப்பட்டன. அவருடைய ஓவியங்கள் கொள்ளையடிக்கப்பட்ட பின், அவர் தன்னுடைய சொந்த நிலப்பரப்பு ஓவியம் மற்றும் நான்கு பெரிய எண்ணெய் ஓவியங்களைப் புதுப்பித்தார். இந்த நான்கு ஓவியங்களும் நினைவுச் சின்னங்கள் மற்றும் பழங்காலப் பொருட்களைப் போலவே இந்திய வாழ்க்கையைப் பற்றிய ஆய்வுகளாக இருந்தன.[69] இராபர்ட் ஹோம் 1795 முதல் 1834 வரை 39 ஆண்டுகள் இந்தியாவின் பல்வேறு பகுதிகளில் செயல்பட்டாலும், அய்ந்து ஆண்டுகள் (1790-1795) கர்நாடகப் பகுதியுடன் இராபர்ட் ஹோம் எப்படி இருந்தார் என்பதை, ஒவ்வொரு உடன்பாட்டின் அமைதியாய் எதிரொலிக்கிறது. 1790 முதல் 1792 வரை புனித ஜார்ஜ் கோட்டையின் ஆளுநராக இருந்த பெருந்தலைவர் வில்லியம்

மெடோஸ் மற்றும் 1795இல் சர் அயர்கூட் ஆகியோரின் உருவப் படங்களை இராபர்ட் ஹோம் செய்து முடித்தார். இந்த ஓவியங்கள் 1802இல் மைசூர் மீதான வெற்றியின் நினைவாக கிளைவ் பிரபுவால் புதிதாகக் கட்டப்பட்ட விருந்து மண்டபத்திற்கு (தற்போது இராசாசி மண்டபம்) மாற்றப்பட்டது. மன்னர் மூன்றாம் ஜார்ஜ் மற்றும் அரசி சார்லோட் ஆகியோரின் உருவப்படங்களும் அந்த நேரத்தில் கண்காட்சிக்கு வந்தன.[70]

சென்னையில் ஜார்ஜ் சின்னேரி மற்றும் அவருடைய ஓவியச் செய்முறைகள், 1802 – 1807

ஜார்ஜ் சின்னேரி (1774-1852) என்ற பிரிட்டிஷ் கலைஞர் 1802இல் சென்னைக்கு வந்து அவர் தன்னுடைய சொந்த கவனிப்புகள் மற்றும் ஓவியச் செய்முறைகளை நம்பியிருந்தார். மிகவும் மனநிறைவளிக்கும் படியான முறை அவரால் கண்டறிய முடிந்தது. அவர் தன் கலையைச் சான்று காட்டுவதற்காக வந்த வளைவுகளும் நெளிவுகளுமுடைய சக்தியைக் குறிக்கும் வரைபடங்களைச் சென்னையில் வரைந்தார். இந்தப் பணியில் சென்னையில் உள்ள மசூலா படகு ஓட்டுபவர்கள், மற்றும் எட்டு பல்லக்குத் தூக்கிகள் உள்ளனர். சின்னேரி தன் சமகால ஆங்கிலேயரான தாமஸ் கீர்டினை நினைவுபடுத்தும் வகையில், புள்ளிகள் மற்றும் சிறிய கோடுகளைப் பயன்படுத்தி சென்னையின் சுற்றுப்புறங்களின் வரைபடங்கள் மற்றும் நீர்-வண்ணங்களை ஓவியப் பாணியில் உருவாக்கினார். ஆங்கிலேய நீர்-வண்ணத்தில், அண்மைக் காலத் தொழில்நுட்பங்கள் மற்றும் செய்முறைகளைப் படிக்கும் வாய்ப்பைச் சின்னேரி இழந்து விட்டார். அவருடைய படைப்புகளின் சான்றுகள் குறிப்பிடுவது போல் இது அவருக்குப் பெரிய பாதகமாக இல்லை.[71]

தஞ்சாவூரில் உள்ளூர் கலைஞர்களின் பசையுடன் கலந்த ஒளிபுகா வண்ணஓவியங்கள், 1805

1776இல் தஞ்சாவூரில் ஒரு பிரிட்டிஷ் காவற்படை நிறுவப்பட்டது. கலைஞர்கள் அய்ரோப்பியர்களால் நியமிக்கப்பட்ட ஓவியங்களை உருவாக்கினர். அய்ரோப்பாவிலிருந்து வந்த தாள் பரவலாகப் பயன்படுத்தப்பட்டது. இருப்பினும், மங்கிய வண்ணஓவியத்திற்கு மாற்றாக, நீர்-வண்ண நுட்பம் பின்பற்றப்பட்டது. இந்த வேலைகளில் நிறங்கள் மந்தமான நிறங்களாக இருக்கின்றன. 1805இல் தஞ்சாவூரில் உள்ளூர்க் கலைஞரால் சாதிகள் மற்றும் தொழில்களைச் சித்தரிக்கும் ஏழு ஓவியங்கள் வரையப்பட்டது. அதில் தாசி (நடனப் பெண்),

கோமுட்டித் தாதிப்பட்டம் (தங்க எழுதுகோல் பெட்டியைப் பிடித்திருக்கும் வணிகன்), குசனிக்காரன் (சமையற்காரன்), மராட்டியத் தையல்காரன், முச்சியன் மற்றும் அவன் மனைவி, லாலாசாத்தி (வணிகன் மற்றும் அவன் மனைவி), மற்றும் மராட்டியன் (மராத்தியக் காரன் மற்றும் அவன் மனைவி) ஆகியோர் அடங்குவர். இதற்கான உரை இருமொழிகளான தமிழ் மற்றும் ஆங்கிலத்தில் காணப்படுகிறது.[72] இவ்வாறு தமிழ்நாட்டில் பல மையங்களில் ஓவியங்கள் உருவாக்கப் பட்டன. அதில், ஆங்கிலக் கிழக்கிந்தியக் குழுமம் தன் காலனிய ஆதிக்கத்தைக் குறிப்பாக மதுரை, வேலூர், திருச்சிராப்பள்ளி மற்றும் தஞ்சாவூர் ஆகிய முன்னணி அரசவை நகரங்களில் நீட்டித்தது.

காலின் மெக்கன்சி மற்றும் அவருடைய ஓவியங்கள் மற்றும் வண்ணஓவியங்களின் தொகுப்பு, 1809 - 1822

திப்புசுல்தானின் தோல்விக்குப் பிறகு புதிதாகக் கைப்பற்றப்பட்ட மைசூரின் முதல்முதன்மையான நிலப்பரப்பியல் அளக்கையை மேற்கொள்ளுமாறு 1800இல் காலின் மெக்கன்சி கேட்டுக் கொள்ளப் பட்டார். இப்பகுதி ஆங்கிலக் குழுமத்தால் இணைக்கப்பட்டதால், ஆளுநர்-படைப்பெருந்தலைவர் வெல்லெஸ்லி பிரபு (1798-1805) ஆட்சிப் பகுதிகளின் துல்லியமான செய்திகளைப் பெற மிகவும் ஆர்வமாக இருந்தார். இந்த நிலப்பரப்பியல் அளக்கை, நிலப்பரப்பை ஆய்வுசெய்து வரைபடமாக்குவது மற்றும் குறிப்பாக ஆளுகைக்கு உட்பட்ட எல்லைகள் மற்றும் சிற்றூர்களைக் குறிக்கும். மெக்கன்சி 1809இல் பொது நில அளவையாளராக ஆனார்.[73] மேலும், அவர் சென்னைப் பகுதியில் நிலப்பட வரைவியல் ஆய்வுகளை மேற்கொண்டார். இதற்காக அவர் உள்ளூர்க் கலைஞர்களை நியமித்தார். மேலும், அவர்களால் படங்கள், இயற்கைக்காட்சிகள் மற்றும் கரிக்கோல் (பென்சில்) வரி வரைபடங்கள் ஆகியன உருவாக்கப்பட்டன.

சென்னைக்கு அருகில் உள்ள புனித தோமையார் மலைக் காட்சியுடன் கூடிய வண்ணமயமான காடிச் செதுக்குமுறையில் உருவாக்கப்பட்டு அது இலண்டனில் உள்ள பிரிட்டிஷ் நூலகத்தில் கிடைக்கிறது. இது 1805இல் மைசூர் பேரரசில் மெக்கன்சி என்பவரால் எடுக்கப்பட்ட சித்திரக் காட்சியில் இருந்து எடுக்கப்பட்டது. காலின் மெக்கன்சியால் நியமிக்கப்பட்ட ஓர் அறியப்படாத கலைஞரால் கட்டடங்கள், கோயில்கள் மற்றும் சுற்றியுள்ள நிலக்காட்சியைக் காட்டும் திருப்பதியின் புனிதத்தலத்தைக் காண்கிறோம். அது 1815இல் சென்னையின் தலைமை நீதிபதியான சர் தாமஸ் ஸ்ட்ரேஞ் அவர்களிடம் வழங்கப்பட்டது.[74] மேலும் மாமல்லபுரத்தின் வடக்கே உள்ள

அழிவுற்ற கோயிலை, 1816இல் அறியப்படாத கலைஞரால் எழுதுகோல் மற்றும் மை கொண்டு நீர்-வண்ணத்தில் செய்து முடிக்கப் பட்டது.[75] மேலும் அது மெக்கன்சி தொகுப்பில் இருந்து கிடைக்கிறது. பதினெட்டாம் நூற்றாண்டின் இறுதியில், தமிழ்நாட்டில் ஆங்கிலக் குழுமத்தின் வட்டார எல்லைக்கு உட்பட்டக் கட்டுப்பாடு வலுப் பெற்றதால், நிலப்பரப்புத் தேடலும் பதிவும் பெருகிய முறையில், தேடிக் கண்டுபிடித்தலும் முன்னோடித் தரத்தினையும் பெற்றன. ஆங்கிலேய கம்பெனியின் அதிகாரபூர்வ நிலஅளவை செயல்பாடு களுடன், தனிமனிதர்களின் ஆர்வமும் சேர்ந்திருந்தது. எடுத்துக் காட்டாக, ஆங்கில-மைசூர்ப் போர்களுக்குப் பின் மெக்கன்சியின் விரிவான ஆய்வுகள், குழும ஆட்சிக்குத் தேவையான நிலப்பரப்பியல் குறித்துச் செய்திகளைப் பெறுவதற்கும், தொல்பொருள் தளங்களைப் பற்றிய அதிகக் கீழ்த்திசை குறித்த அறிவுமுறைகளை நோக்கிய காட்சி மற்றும் வரலாற்றுச் செய்திகளைத் திரட்டுவதற்கும் இடையே உள்ள செயல்பாடுகள் மாமல்லபுரத்தைப் போலத் தொடர்ந்தது.

1801 மற்றும் 1805க்கு இடையில் புதுமண்டபம் தவிர அனைத்துத் தூண் சிற்பங்களிலும் நாயக்கரை மட்டும் அடையாளப்படுத்தும் வகையில் மீனாட்சி சுந்தரேசுவரர் கோயிலின் 51 கோட்டு வரைபடங்களை மெக்கன்சியின் குழுவினர் மதுரையில் செய்தனர்.[76]

மெக்கன்சி தன் ஆய்வுகளில் கட்டடக்கலை பறறிய ஆவணங் களையும், மக்கள் மற்றும் அவர்களின் பழக்கவழக்கங்கள் பற்றிய செய்திகளையும் இணைத்தார். அவர் வரைபடங்கள், கையெழுத்துப் படிகள், நிலவரைபடங்கள் மற்றும் 1822இல் கிழக்கிந்தியக் குழுமத்திற்கு விற்கப்பட்ட கட்டடங்கள் குறித்த விளக்கங்களின் ஒரு பெரிய தொகுப்பை, அவருடைய இறப்பிற்கு அடுத்த ஆண்டு பெறப் பட்டது. மெக்கன்சியின் கலையின் கட்டாயம் அப்போது வளர்ந்து வரும் சமகால படைத்துறை நிலப்பட வரைவியலுடன் தொடர்பு கொண்டிருந்ததைக் காண்கிறோம்.

சென்னையில் தாமஸ் ஹிக்கி மற்றும் அவர் வரைந்த உருவப்பட ஓவியங்கள், 1798 - 1824

அயர்லாந்து நாட்டுக் கலைஞரான தாமஸ் ஹிக்கி மார்ச் 1784இல் கொல்கத்தா வந்து பல வண்ணஓவியங்களை வரைந்தார். இருபது ஆண்டுகள் தங்கிய பிறகு அவர் இங்கிலாந்துக்குச் சென்றார். அவர் மீண்டும் இந்தியா திரும்ப விரும்பினார். மேலும் 2, ஆகஸ்ட் 1797 அன்று ஹிக்கிக்குக் கிழக்கிந்தியக் குழுமம் இசைவு வழங்கியது. நவம்பர் 1798இல் அவர் சென்னை வந்தார்.

மார்ச் 1799இல் நான்காம் மைசூர்ப் போர் வெடித்த போதிலும், அவருடைய தொழில்முறைத் திறமை காரணமாக ஹிக்கி வந்தவுடன் தனியார் உருவப்பட ஆணையம் மற்றும் பொதுமக்களின் ஆதரவினைப் பெற்றார். 1799 சூலை 10ஆம் நாள் திப்புசுல்தானின் தோல்வியைத் தொடர்ந்து, குறிக்கோளுடன் கூடிய வரலாற்று ஓவியங்களின் திட்டத்தை மெட்ராஸ் கூரியரில் விளம்பரப்படுத்தினார். 'ஸ்ரீரங்கப்பட்டணத்தில் ஏற்பட்ட புயல்', 'அரண்மனையில் இளவரசர்களுடன் நேர்காணல்', 'திப்புவின் உடலைக் கண்டெடுத்தல்', 'அரச குடும்பத்தினருடன் மைசூர் ஆணையரின் முதல் நேர்காணல்', 'திப்புவின் இறுதி ஊர்வலம்', 'புனித ஜார்ஜ் கோட்டையில் திப்புவின் படைத்துணைத் தலைவர் ஹாரிஸின் வரவேற்பு' மற்றும் 'முஸ்னுட் மீது அரசர் வைப்பது' (அரசாட்சியின் அடையாளமாக 'மதிப்புமிகு மெத்தை') என ஏழு வண்ணஓவியங்களின் வரிசையை முன்மொழிந்தார்.⁷⁷

4 மே, 1799 அன்று ஸ்ரீரங்கப்பட்டணத்தின் வெற்றியின் விளக்கங்களிலிருந்து தலைமை ஆளுநர் எர்ல் ஆஃப் மார்னிங்டன் மற்றும் ஜார்ஜ் கோட்டையின் ஆளுநரான கிளைவ் பிரபு போன்ற அவருடைய திட்டத்தின் உயர்மட்டப் புரவலர்களிடம் ஹிக்கி கவனத்தை ஈர்த்தார். இலண்டனில் உள்ள புகழ்பெற்றக் கலைஞர்களால் செயல் படுத்தப்பட வேண்டிய, அடுத்தடுத்தச் செதுக்கோவியங்களுக்கான சந்தாக்களையும் அவர் குறிப்பிட்டார். 1799 அக்டோபர் 17 அன்று கல்கத்தா அரசிதழில் திட்டத்தின் விளக்கங்களை ஹிக்கி விளம்பரப் படுத்தினார்.⁷⁸

ஹிக்கி, டப்ளின் கழகப் பள்ளியில் தன் தொடக்கப் பயிற்சியின் போது, உருவாக்கப்பட்டத் தன் திறமைகளைச் சுண்ணக்கட்டி போன்ற உலர் ஊடகங்களில் பயன்படுத்த முடிவு செய்தார். அதற்குள் அவர் சுண்ணக்கட்டியில் 55 வேலைப்பாடுகளை முடித்திருந்தார். ஹிக்கியின் பிரிட்டிஷ் குடிமக்களின் 33 சுண்ணக்கட்டி ஓவியங்கள் இப்போது வெலிங்டன் பிரபுவின் தொகுப்பில் உள்ளன. அவற்றில் பெரும்பாலானவை எளிமையான தலை மற்றும் தோள்பட்டை சார்ந்த ஓவியங்களாக இருந்தன. திப்புவின் ஆறாம் மகன் முகம்மது சுபான் சுல்தான் போன்ற அவருடைய சில ஓவியங்கள் உட்கார்ந்திருப்பவரின் முழு நீளத்தையும் நல்ல உடையையும் காண்பிக்கிறது.⁷⁹ ஹிக்கியால் தன் திட்டத்தில் வெற்றி பெற முடியவில்லை. இதற்கு அவர் போதுமான சந்தாதாரர்களை ஈர்க்கத் தவறியதே முதன்மையான காரணம். மீண்டும் வேலையை முடிக்கத் தேவையான தொழில்நுட்பத் திறன் அவருக்கு இல்லை.⁸⁰

இந்தியாவில் உள்ள தலைமை ஆளுநர் வெல்லெஸ்லி அவர்கள், தாமஸ் ஹிக்கி மூலம் அவருடைய உருவப்படத்தை வரைவதற்காக அமர்ந்தார். இந்தப் படம் பொதுக்காட்சிக்கு வைக்கப்பட்டபோது மெட்ராஸ் அரசிதழ் செய்தியாக வெளியிட்டது. ஸ்ரீரங்கப்பட்டண வெற்றியைக் கொண்டாடும் வகையில் இந்த வண்ணஓவியம் முதன்மையாகச் செயற்படுத்தப்பட்டது என்று அரசிதழ் கூறியது. 1808 மே 4ஆம் நாள் நண்பகல் புனித ஜார்ஜ் கோட்டையில் வெல்லெஸ்லியின் உருவப்படம் பொதுக்காட்சிக்கு வைக்கப்பட்டபோது அரச மதிப்பு செலுத்தப்பட்டது. மெட்ராஸ் அரசிதழ் இது வடிவமைப்பு மற்றும் செயல்படுத்திய முறையிலும் ஒரு சிறந்த உருவப்படம் எனக் கூறியது. இந்த புகழ் திரு. ஹிக்கியின் கரிக்கோலுக்குச் செல்கிறது. அந்த உருவப்படம் மிக அழகான சட்டத்தில் வைக்கப்பட்டது. இது மாற்றத்தக்க வகையில் தெற்குப் பகுதியின் இறுதி முனையில் மார்க்வெஸ் காரன்வாலிஸின் படத்திற்கு எதிரே வைக்கப்பட்டது.[81]

சென்னையில் உள்ள பிரிட்டிஷ் சமூகத்தில் மேன்மைமிகு உறுப்பினர்கள் வெல்லெஸ்லியின் உருவப்படத்தை ஹிக்கியிடம் இருந்து வாங்க ஆணையிடப்பட்டது. புனித ஜார்ஜ் கோட்டையில் உள்ள அரசு மாளிகையில் தாழ்வாரத்தில் வெல்வெஸ்லி அமர்ந்திருப்பதை முழு உருவப்படம் காட்டுகிறது. அவருக்குப் பக்கத்தில் இருந்த மேசையில் மைசூர் ஒப்பந்தம் இருந்தது. அதற்கு அப்பால், திடலில் புனித ஜார்ஜ் மற்றும் செயிண்ட் ஆண்ட்ரூவின் குறுக்குக்கோடுகளை உள்ளடக்கிய பழைய ஒன்றியக்கொடி - யூனியன் ஜாக்-கொடி, திப்புசுல்தானிடமிருந்து கைப்பற்றப்பட்ட சிவப்புப் பருத்திக் கொடி மீது சூரியனிலிருந்து வெள்ளை ஒளியை பரப்புவது போல் வண்ணம் தீட்டப்பட்டுள்ளது.

புனித மேரி தேவாலயத்தின் கோபுரம் பின்னணியில் காணப் பட்டது. இதனால் படத்தின் தளத்தை மெட்ராஸ் என்று மட்டும் நிறுவ வில்லை. ஆனால் நான்காம் மைசூர்ப் போரின் வெற்றியாளரான வெல்வெஸ்லிக்கும் மூர்ஹவுஸீக்கும் இடையே ஒரு தொடர்பை உருவாக்கியது.[82] ஹிக்கியின் வரைபடங்கள் ஒன்றிலிருந்து ஓர் உருவப்படம் வரையப்பட்டது. அந்த உருவம் சிறியதாகவும், மெல்லிய தாகவும் வெள்ளை கையில்லா அரைச்சட்டை கால்சட்டையுடன் ஓர் இணைப்பு ஆடையை உருவாக்குவது போல் வரையப்பட்டிருக்கிறது.[83]

ஹிக்கி தன்னுடைய வரலாற்று ஓவியங்களின் திட்டத்தை அறிவித்த நாளுக்குப் பிறகு மதிப்புமிக்கப் பொதுத் தரகுகளைப் பெற்றதால்,

இதைச் செய்வதில் மிகவும் சுறுசுறுப்பாக இருந்தார். இந்த உருவப் படத்தைச் செய்து கொண்டிருக்கும்போது, அவருக்குக் கால்கள் மற்றும் கைகளில் சிக்கல் ஏற்பட்டது. அட்டவணை ஒப்பந்தம் மற்றும் மூடப்பட்ட நெடுவரிசை ஆகியவற்றுடன் தொடர்புடைய உருவத்தின் கைப்பிடி கண்ணோட்டத்தின் அடிப்படையில் தவறாக இருந்தது. ஹிக்கியின் சொந்தத் தொழில்நுட்பம் தவறாக இருந்திருக்கலாம். மேலும் அந்த ஓவியத்தின் பின்னணியை வரைவதற்கு உதவியாளர்களை அவர் நியமித்திருக்கலாம்.

சென்னையில் ஹிக்கி தொடர்ந்து ஓவியம் வரைந்தார். நான்காம் மைசூர்ப் போரின் போது வெல்லெஸ்லியின் படைத்துறைச் செயலாளராகப் பணியாற்றிய உதவியாளர்களுடன் துணைப்படை பிரிவுத் தலைவர் வில்லியம் கிர்க்பாட்ரிக் உருவப்படத்தை ஹிக்கி வரைந்தார்.[84] ஸ்ரீரங்கப்பட்டணத்தில் ஆங்கிலேயர் வெற்றியைத் தொடர்ந்து கிர்க்பாட்ரிக் புதிதாகப் பொறுப்பேற்றுள்ள அரசர் கிழக்கிந்தியக் குழுமம், அய்தராபாத் நிசாம் மற்றும் மராட்டியர்களுக்கு இடையேயான மேற்பார்வை அல்லது மைசூர்ப் பகுதிக்கு மட்டுமின்றி திப்பு சுல்தானின் நூலகத்தைச் சிதறடித்ததாகவும் குற்றம் சாட்டப்பட்டது.[85] அவருடைய உள்ளூர் உதவியாளர்களுடன் கிர்க்பாட்ரிக்கின் முழு உருவப்படம், பிரிட்டிஷ் மற்றும் இந்தியாவில் உள்ள அவர்களின் பேரரசினை அடையாளச்சின்னமாக உருப்படுத்தியது, படத்தின் இடது பக்கத்தில் நிறைய இடைவெளி இருப்பதைக் காணும்போது படம் வரைய அமர்ந்தவருக்கும் ஓவியருக்கும் இடையே ஒரு புரிதல் சரியாக இல்லை என்பதைக் காட்டுகிறது.[86] இந்தியாவில் பிரிட்டிஷ் நலன்கள் பெருகிய நிலையில் சாமானிய காலனிய நோக்கு நிலையில் இருந்தபோதிலும் ஒன்றுக்கொன்று சார்ந்திருப்பதன் செயலில் உள்ள தொடர்புகளை நாம் காண்கிறோம்.

தாமஸ் ஹிக்கி 1804 சூலை 17ஆம் நாள் எழுதிய கடிதத்தில் ஆங்கிலக் குழுமத்திற்கு வரலாறு மற்றும் உருவப்பட ஓவியராக நியமிக்கக் கோரினார். அஞ்சுகிற இந்துக்கள் என்கிற அய்ரோப்பியக் கருத்தை அவர் மீண்டும் வலியுறுத்தினார். அதே வேளை தடையற்ற வெற்றி மற்றும் அடாதவழியில் கைப்பற்றுதலுக்காக முசுலிம்கள் மீது குற்றம் சாட்டுகின்றார்.[87] இவ்வாறு அவர் வளர்ந்துவரும் ஆங்கிலக் காலனியக் குடியேற்ற விரிவாக்கத்தை நாகரீகம் என்று ஞாயப்படுத்தத் தொடங்கினார். ஆங்கிலக் குழும ஓவியர் பதவியைப் பெறுவதில் அவர் வெற்றி பெற்றாரா என்பது பதிவுகளில் இருந்து தெரியவில்லை.

1782இல் சென்னைப் பொறியாளர்கள் பணியில் சேர்ந்த மெக்கன்சியின் உருவப்படத்தை ஹிக்கி வரைந்தார்.[88] அவர் 1816இல் இந்தியாவில் புதிதாகப் பணியமர்த்தப்பட்ட தலைமை நில அளவை யாளராகக் கொல்கத்தா செல்வதற்கு முன் மெக்கன்சியின் உருவப் படத்தை வரைந்தார். மைசூரில் 1800 முதல் 1810 வரை நடத்தப்பட்ட ஆய்வில், மெக்கன்சியின் பங்கை இந்த உருவப்படம் சிறப்புச் செய்தியாக எடுத்துக்காட்டுகிறது. உள்ளூர் கூட்டாளி ஓவியர்கள் உள்ளடக்கிய ஓவியம், காலனியக் குடியேற்ற விரிவாக்கத்தின் செய்தித் திரட்டலில் உள்ளூர் ஓவியர்களின் பங்கு அதிகரித்து வருவதாகப் பரிந்துரைத்தது.

ஹிக்கி 1823இல் பாரிசின் அந்நிய வேதபோதக சபை பாதிரியார் ழான் அந்துவான் துபுவா (1765-1848) அவர்களின் உருவப்படத்தை வரைந்தார். அதற்கு மெட்ராஸ் இலக்கியக் கழகம் சார்பில் உறுப்பினர் கட்டணம் கட்டப்பட்டது. துபுவா பாரீசுக்குத் திரும்புவதற்கு முன் தன் உருவப்படம் வரைவதற்காக அமர்ந்திருந்தார். துபுவா தன் வழக்கப்படி இந்திய ஆடைகளை அணிந்து காட்டப்படுகிறார். 1897இல் அச்சிடப்பட்ட ஒரு புத்தகத்தில் ஹிக்கியின் செதுக்கு ஓவிய உருவப் படத்திற்குப் பின், அதன் முன்பகுதியில் ஒரு வேலைப்பாடு இருப்பதைக் காண்கிறோம்.[89]

சென்னையில் ஹிக்கியின் உருவப்படப் படைப்புகள் மீட்டுருவாக்கம், 1812 - 22

1762 மற்றும் 1767க்கு இடையிலும், 1801 மற்றும் 1805களில் மூன்றாம் ஜார்ஜ் மன்னர் மற்றும் அரசி சார்லோட் உருவப்படங்கள் சென்னைக்கு அனுப்பப்பட்டு இந்த ஓவியங்கள் பழுதுபார்ப்பதற்காக ஹிக்கி அவர்கள் புனித ஜார்ஜ் கோட்டையின் அதிகாரிகளால் பணியமர்த்தப்பட்டார். இந்த வகையான வேலை கடினமாக இருந்தாலும் ஹிக்கி அதனைச் செய்யத் தொடங்கினார். இது தொடர்பாக ஹிக்கி அவர்கள், சென்னையில் உள்ள நவாப்பிற்குச் சொந்தமான அரசர் மற்றும் அரசியின் ஒத்த உருவப் படங்களைக் கடனாகப் பெற்றார். மேலும் அவருடைய ஓவியம் புதுப்பிக்கும் பணி களுக்கு, இது வழிகாட்டியாகவும் கருவியாகவும் செயல்பட்டன.[90]

1812இல் ஹிக்கி மீண்டும் ஓர் ஆணையைப் பெற்றார். கடற்காற்றால் கடுமையாகப் பாதிப்பிற்குள்ளான சர் அயர்கூட் (1726-93) உருவப் படத்தை மீட்டெடுக்கவே இந்த ஆணை. அவர் அதை முழுவதுமாக மீண்டும் வரைய வேண்டியிருந்தது. அதன் மூல உருவப்பட ஓவியம்

1795இல் இராபர்ட் ஹோம் என்பவரால் வரையப்பட்டது. எண்ணெய் ஓவியங்கள் இந்தியக் காலநிலையால் ஏற்பட்டச் சிக்கல்களை ஹிக்கி அவர்கள் சரிசெய்து சிறப்பாக ஆக்கினார். ஓவியம் மிகவும் சிதிலமடைந்து காணப்படுவதால் புதியதாக வரைந்து விடலாம் என கூறினார். இருப்பினும் கொல்கத்தாவில் உள்ள திரு. ஜார்ஜ் குருட் டெண்டன் என்ற பெருமகன் வசம் இருந்த ஜோஹன் ஸோஃபானி (1733-1810) வரைந்த சர் அயர்கூட்டின் உருவப்படத்தை ஹிக்கி அவர்கள் கோரினார். வாங்கிய அந்த உருவப்படத்தின் தலைப்பகுதியில் தேவையான பணிகளை மேற்கொண்டார்.[91] ஓவியச் சீரமைப்பு பணியின் முன்னேற்றம் மிகவும் மெதுவாகவே இருந்தது. மேலும், உருவப்பட வேலை 1822இல் தான் முடிந்தது.

ஹிக்கி 20 மே 1824இல் இறந்தார். அவர் முடித்திருந்த உருப்படங்கள் அவருடைய பழக்கப்பட்ட உயிர்த்துடிப்பு, மேதைமை மற்றும் திறமையின் ஒவ்வொரு தோற்றத்தையும் கொண்டதாக இருந்தது என மெட்ராஸ் கெசட் தெரிவித்துள்ளது.[92] ஹிக்கியின் இறுதி ஆண்டுகளில் அவருக்கு மெட்ராஸ் நகரத்தால் நிதியுதவி அளிக்கப் பட்டது. தொடக்கத்தில் பரிசுத்தாள் நிதியில் இருந்து மெட்ராசில் உள்ள விருந்து மண்டபத்தில் உருவப்படங்களை மீட்டெடுக்கப் பணம் செலுத்தப்பட்டது. பின்னர் ஒரு சிறு ஓய்வூதியம் வழங்கப்பட்டது.[93]

26 ஆண்டுகளாக ஹிக்கியின் நீண்ட கால மெட்ராஸ் பணியின் போது அவர் பல உருவப்படங்களைச் செய்வதில் ஈடுபட்டிருந்தார். மேலும் இவை காலனியக் குடியேற்ற ஆய்வுகள் மற்றும் போட்டிக்குரிய அறிவு வடிவங்களின் சூழலில், காலனிய நிலப்பகுதிகளின் கட்டுப் பாட்டைக் குறிப்பிடும் வகையில் நிறைய செய்ய வேண்டியிருந்தது. அந்த நேரத்தில் காலனியக் குடியேற்றங்கள் குறித்தக் கருத்துப் பரப்பலில் ஹிக்கி வரைந்த உருவப்படத்தின் பங்கு பெரும்பாலும் ஆங்கிலப் படைத்துறையின் வெற்றியாக இருந்தது. மேலும், புதிதாகக் கைப்பற்றப்பட்ட நிலப்பகுதிகளை ஆட்சி செய்வதற்கு, பயனுள்ள அறிவைத் திரட்டும் நோக்கத்துடன், ஆங்கிலக் குழுமத்தால் ஆய்வுகள் மேற்கொள்ளப்பட்டன. அந்த நேரத்தில் ஹிக்கி படைத்துறை அளவையாளர்கள் மற்றும் அவர்களுடைய உள்ளூர் உதவியாளர்களின் உருவப்படங்களை வரைந்தார். அவருடைய ஓவியங்கள் ஆங்கிலப் பேரரசின் பரந்த செயல்முறைகளின் காலனியக் குடியேற்றத்தின் அழகியல் அறிகுறிகளின் அடிப்படையில் தோன்றுவன. பிரித்தானிய கலைஞர்கள் காலனியக் குடியேற்றத்தினுடைய பரிமாணத்தின் தோற்றம் ஹிக்கியின் வேலையின் ஒரு பகுதியாகும். குழு

உருவப்படங்கள் போட்டியிடும் மற்றும் வெட்டும் வடிவங்களின் அடிப்படையில், மேற்கத்திய மற்றும் உள்ளூர் சொந்த அறிவினைக் கொண்டு தயாரிக்கப்பட்டன.

வேலூரிலிருந்து ஓவியங்களின் படத்தொகுப்பு: 1820ல் காட்சிகளின் மதிப்பீடு

1790 மற்றும் 1805க்கு இடையில் அறிமுகப்படுத்தப்பட்ட படை வீரர்களின் புதிய ஆடைக் குறியீடு முறை குறித்து உள்ளூர் படைவீரர் களிடையே ஏற்பட்ட மனநிறைவின்மையின் விளைவாக 10, சூலை 1806 அன்று வேலூர் கோட்டையில் கலகம் ஏற்பட்டது. பல கட்டடங்கள் சேதமடைந்துள்ளன. அவற்றில் சில முற்றிலும் அழிந்தன. விசாரணை ஆணையம் சூலை-ஆகஸ்ட் 1806க்கு இடையில் நடைபெற்றது. முடிவுகள் அறியப்பட்டன. கலகத்தின் பின்விளைவுகள் ஆங்கிலேயர் களால் திட்டமிடப்பட்டது.[94] 1828இல் வேலூரில் தொடங்கப்பட்ட ஓவியங்களின் படத்தொகுப்பைக் கண்டுபிடிப்பது மிகச்சுவையானது. அப்படத்தொகுப்பில் ஓர் ஓவியரின் ஓவியங்கள், பருத்தி நூல் நெசவு நெய்பவர், தையல்காரர் மற்றும் அவர்களின் மனைவிகள், வளையல் செய்பவர், பல்லக்குத் தூக்கிகள், முடிதிருத்துபவர் மற்றும் அவர்களின் மனைவிகள், மோர் விற்பவர், பருத்தி நூற்பவர், குயவர் மற்றும் அவர்களின் மனைவிகள், மீன் விற்பவர், குளம் வெட்டுபவர் மற்றும் கூடை முடைபவர் அவர்களின் மனைவிகளுடன், காலணி செய்பவர், புதை செருப்பு செய்பவர் மற்றும் தூதர் அவர்களின் மனைவிகளுடன், எண்ணெய் விற்பவர், தீப்பந்தம் பிடிப்பவர் மற்றும் கூடை செய்பவர் தங்கள் மனைவிகளுடன், உழவர், தோட்டக்காரர் மற்றும் செங்கற் சூளை போடுபவர் தங்கள் மனைவிகளுடன், கொல்லர்கள், வெள்ளிக் கொல்லர்கள், தச்சர் மற்றும் பொற்கொல்லர் தங்கள் மனைவிகளுடன், ரொட்டி தயாரிப்பாளர், துணை மடிப்பு போடுபவர் மற்றும் துணி துவைப்பவர் தங்கள் மனைவிகளுடன், வேட்டைக்காரர், பறவை பிடிப்பவர், நரி மற்றும் குள்ளநரி பிடிப்பவர் தங்கள் மனைவிகளுடன், வைணவ மற்றும் சிவத்துறவிகள் தங்கள் மனைவிகளுடன், பணப் பரிமாற்றம் செய்பவர் தன் மனைவியுடன், குஜராத் மலபார் மற்றும் கனராவிலிருந்து வணிகர்கள் தங்கள் மனைவிகளுடன், இந்து சௌகார் மற்றும் அவர் மனைவி சிவ மற்றும் வைணவப் பார்ப்பனர்கள் தங்கள் மனைவிகளுடன், நீர் எடுத்துச் செல்பவர் மற்றும் மாட்டு வண்டி, சவாரிக் காளை மற்றும் எருமை வண்டி, உள்ளூர் பல்லக்கு, அய்ரோப்பியர்கள் பயன்படுத்தும் ஒரு பயணிக்கும் பல்லக்கு, ஒரு படைத்துறை அதிகாரியுடன் ஒரு நிலையப் பல்லக்கு,

பெரும்பாலும் கோட்டை துணைத் தளபதி, நடனப் பெண்கள் மற்றும் இசைக்கலைஞர்கள், முகரம் திருவிழா, ஹோலிப் பண்டிகை, கோட்டைத் துணைத் தளபதி அலுவலகத்தில் பணிபுரியும் அய்ந்து எழுத்தர்கள், ஓய்வூதிய எழுத்தாளர் ஆறுமுகம், ஓய்வூதிய எழுத்தாளர் சுப்புராயலு, தலைமை எழுத்தாளர் அப்பு முதலியார், வேலூர் கோட்டையில் எழுத்தாளர் வீராசுவாமியும், குடும்ப எழுத்தாளர் வேதமல்லியும், நான்கு படைத்துறை அலுவலர் ஏவலர்கள் மற்றும் வேலைக்காரர்கள், இரண்டு பணியாட்கள் தங்கள் மனைவிகளுடன் மற்றும் இறுதியாக வேலூர்க் கோட்டைத் துணைத் தளபதியின் வீடு ஆகியன அடங்கும்.[95]

ரிச்சர்டு பரோன் வரைந்த நீலகிரி மலைக்காட்சிகளின் வண்ண ஓவியங்கள், 1835 - 1837

தமிழ்நாட்டில் மிகவும் அணுகக்கூடிய மலைப்பகுதிகளில் நீலகிரி போன்ற மலைப்பகுதி ஆங்கிலேயர்களை ஈர்த்தது. இது பெரும்பாலும் ஆங்கிலேயர்கள் சமவெளிப் பகுதிகளின் கோடை வெப்பத்திலிருந்து தப்பிக்கவே நிகழ்ந்தது. நீலகிரி மற்றும் வெலிங்டன் பிரிட்டிஷாரின் கோடைக்காலத் தலைமையகமாக விளங்கியது. இதன் இயற்கை அழகு அவர்களை ஈர்த்தது. இதன் விளைவாக இந்தப் பகுதிகள் ஓவியங்களுக்குப் புகழ்பெற்ற இடங்களாக மாறின.

ரிச்சர்டு பரோன் (1815-1838) பிரிட்டிஷ் படைத்துறையின் பல படைப்பிரிவுகளில் பணியாற்றினார். 1834இல் அவர் சென்னை ஆளுநருக்கு மெய்க்காப்பாளராகப் பணியமர்த்தப்பட்டார். அவர் நீலகிரியின் அழகான கலைப்படைப்புகளின் 6 தொகுப்பை உருவாக்கினார். 1835இல் ஒற்றைக்கல் மந்தைக்கு (உதகமண்டலம்) அருகில் உள்ள கேத்தி மலையின் வடக்குப் பகுதியைச் சித்தரிக்கும் முரட்டுத்துணி வண்ணஓவியம் இதில் அடங்கும். அந்த ஆண்டு நீலகிரிக்கு ஒரு சிறிய சுற்றுப்பயணத்தின் போது ரிச்சர்டு பரோன் அந்த ஓவியத்தை வரைந்தார்.[96] நீலகிரியின் கண்டல்மந்துவில் உள்ள தோடர்களின் குழு மற்றும் உதகமண்டலத்திற்கு அருகிலுள்ள கேத்தி நீர்வீழ்ச்சிகளை உள்ளடக்கிய பிற படைப்புகளை அவர் பின்னர் வரைந்தார். இவை இராபர்ட் ஹாவெல் (இளையர்) என்பவரால் செதுக்கப்பட்டு, 1837இல் இலண்டனில் வெளியிடப்பட்டது. ஹாவெல் குடும்பம் இங்கிலாந்தில் காடிச்செதுக்கு முறையில் முன்னணியில் இருந்தது. வில்லியம் ஹாவெல் தவிர அக்குடும்பத்திலிருந்து யாரும் இந்தியாவிற்கு வரவில்லை.

ரிச்சர்டு பரோனின் மூலப்படைப்பின் மேல் ஆர்வமிகுந்ததற்கு எடுத்துக்காட்டாக, அவருடைய நீர்-வண்ண ஓவியங்கள் மீட்டுருவாக்கம் செய்யப்பட்டன. ஆனால், இராபர்ட் ஹாவெல் செய்த ஆறு காடிச் செதுக்கு முறை வேலைப்பாடுகளில், வெளிப்படையான தொழில் நுட்பத்திறன் அல்லது அழகிய சூழலை மீட்டுருவாக்க நீர்வண்ண ஓவியங்கள் வெளிப்படுத்தவில்லை.[97] இதற்கு நேர்மாறாக அழகான மேய்ச்சல் நிலக்காட்சிகள், முல்லை நிலக்காட்சிகள், உதகமண்டலத்தில் உள்ள ஏரியின் காட்சிகள், குடிசைக்கு வெளியே ஒரு தோடா குடும்பம் மற்றும் வளமான தாவரங்களின் தெளிவான சித்தரிப்புடன் கேத்தி நீர்வீழ்ச்சி ஆகியன இதில் அடங்கும். மலைகளுக்கு செல்லும் அனைவருக்கும் இந்த நீர்வீழ்ச்சி மிகவும் கவர்ச்சிமிக்க ஒன்றாகும் என பரோன் விளக்கினார். இது பிரிட்டிஷ் படைவீரர் குடியிருப்பிலிருந்து ஏறக்குறைய ஏழு அல்லது எட்டு மைல்கள் தொலைவில் இருந்தது. மேலும் ஒருவர் மலையிலிருந்து கீழே இறங்கினால் வெப்பமானியில் பல வெப்ப குறியீடுகளின் அளவு அதிகரிக்கும். கேத்தியிலுள்ள பண்ணைத் தோட்டத்திற்கு ஒரு சேடன் இருக்கை மூலமாக மட்டுமே பயணிக்க முடியும். மிகவும் விரும்பத்தக்க வகையிலான இன்பச் சுற்றுலாக்களுக்கு இந்த மகிழ்ச்சியூட்டக்கூடிய இடம் அடிக்கடி செல்லத் தூண்டும். நீர்வீழ்ச்சியின் அடிப்பகுதியானது ஒரு பெரிய மரத்தால் மறைக்கப்பட்டது. இது மருளுகிற கடம்பைமான், கொடூரமான சிறுத்தை, புலி அல்லது கரடிக்கு மட்டுமே தெரியும். இது பெரும்பாலும் இந்தச் சுற்றுப்புறத்திற்குள் அடிக்கடி சந்திக்கும்படி இருந்தது.[98]

புனித ஸ்டீபன் தேவாலயம் உட்பட கிழக்கிந்தியக் குழுமத்தால் கட்டப்பட்ட சில கட்டடங்கள் சிலவற்றையும், ஊட்டி குறித்தத் தன் பார்வையையும் படைத்தளபதி ரிச்சர்டு பரோனின் ஓவியங்கள் காட்டுகின்றன. அவர் ஓவியங்கள் மிகவும் சரியாக பல இடங்களின் உயர அளவுகளுக்கு ஏற்ப பலவித கோணங்களிலும் பார்வைகளிலும், நேர்த்தியாக வரையப்பட்டுள்ளது. இயற்கையை அப்படியே பிரதிபலிப்பது அவரின் திறமை. பல நண்பர்களின் வேண்டுகோளுக்கும் தூண்டுதல்களுக்கும் ஏற்ப, அவர் ஓவியங்கள் அச்சிட முனைந்து வெளியிடப்பட்டதைக் காண்கிறோம். ஊட்டி மற்றும் அதன் சுற்றுப்புறங்களின் இயற்கைக்காட்சி ஒருவித மனிதக் கூட்டங்களின் நடுவே மொத்தமாக தயாரிக்கப்பட்டாலும், ஆங்கிலேயர்களின் மலைப்பகுதி போல் தமிழக மலைவாழ்ப்பகுதி மக்கள் தங்குமிடம் என காட்டப்பட்டுள்ளது.

புதுச்சேரியில் இருந்து வில்லியம் தாம்சன் மற்றும் மக்கள் பற்றிய அவருடைய ஓவியங்களின் படத்தொகுப்பு, 1836 - 1849

பிரஞ்சுக் குடியேற்றமான புதுச்சேரியைக் கைப்பற்றிய ஆங்கிலேயர் 1793 முதல் 1815 வரை தங்கள் கீழ் வைத்திருந்தனர். ஆங்கிலேய ஆளுகையின் கீழான புதுச்சேரியின் 21 ஆண்டுக்கால வரலாறு இன்னும் எழுதப்படவில்லை. பல கட்டடங்கள் சிதைவுற்று அழிக்கப்பட்டன, சில தப்பிப் பிழைத்தன.[99] 1836 முதல் 1849 வரை பிரிட்டிஷ் மதப்பரப்புநராக இருந்த வில்லியம் தாம்சன் (1811-89) என்பவருக்குச் சொந்தமான ஓவியங்களின் படத்தொகுப்பு இலண்டனில் உள்ள கீழைத்தேய மற்றும் ஆப்ரிக்க பள்ளி நூலகத்தில் பாதுகாக்கப்படுகிறது. தாம்சன் 15 ஆண்டுகள் தங்கியிருந்த காலத்தில், சென்னையிலும் தன் நேரத்தைச் செலவிட்டதோடு, புதுச்சேரி உள்ளிட்ட இடங்களுக்கும் சென்றார். 1849இல் அவருடைய மனைவி ஜெஸ்ஸி இறந்த பிறகு, அவர் தென்னாப்பிரிக்காவில் தன் மதப்பரப்பல் பணியைத் தொடர, இந்தியாவை விட்டு வெளியேறியதோடு, 1889இல் இறக்கும் வரை கேப்டவுனில் வாழ்ந்தார். புதுச்சேரியிலுள்ள உள்ளூர்க் கலைஞர்களை ஓவியங்கள் வரையப் பணிக்கு அமர்த்தினார். இந்தப் படத்தொகுப்பில் புதுச்சேரியில் உள்ள பிரஞ்சு அரசு இல்லத்தின் ஓவியம் உள்ளது. படத்தொகுப்பின் முதல் 28 மடிப்புத்தாள்களில் இணை உருவங்கள், முக்கால்வாசிப் பார்வையில், ஓர் ஆண் மற்றும் பக்கவாட்டுத் தோற்றத்தில் ஒரு பெண், அவர்களின் தொழில்கள் அடையாளக் குறிப்புகளுடன் உள்ளன. ஒரு கூடை செய்பவர், ஓர் இணை அய்ரோப்பியக் காலணிகளை வைத்திருக்கும் ஒரு செருப்புத் தைப்பவர், அய்ரோப்பிய நிலைப்பேழையைச் செய்யும் தச்சர், சக்கரத்துடன் ஒரு குயவர், ஒரு கல் உடைப்பவர் மற்றும் ஒரு கொல்லன், வெள்ளிக் கம்மியர், கன்னான், ஒரு செப்புத் தண்ணீர் பாத்திரத்தை தயாரிப்பவர் ஆகியன இப்படத்தொகுப்பில் அடங்கும். பறவைகள் விற்பவர், கள் விற்பவர், மீன் விற்பவர், வண்ணக் கண்ணாடி வளையல்கள் விற்பவர் மற்றும் மருந்து விற்பனையாளர் சித்தரிப்புகளுடன், கைவினைப் பணியாளர்கள் ஓவியத்தில் இணைந்துள்ளனர். மற்ற ஓவியங்கள் மற்றும் குழுக்களில் புலால் வணிகர், முடி திருத்துபவர், துணி வெளுப்பவர், இரு அய்ரோப்பியப் பெண்களைப் பார்த்துக் கொள்ளும் வீட்டு வேலையாட்கள், குடையுடன் ஒரு தலைமைப் பணியாளர் மற்றும் உயர் பதவியில் உள்ள உறையிடப்பட்ட வாளைப் பிடித்துக் கொண்டு அழகான பூத்தையலிட்ட மேலாடை அணிந்திருக்கும் ஓர் உள்ளூர்த் தலைவனைச் சித்தரிக்கிறது. பெயர் அறியப்படாத இந்த உருவங்களின்

சித்தரிப்பு தரப்பட்டாலும், கலைஞர் தன் தொழில்களின் பாட விளக்கங்களைத் தெளிவாக அறிந்திருந்தார். கூடுதலாக, தென்னிந்தியாவின் பல்வேறு உடைகள் மற்றும் துணிகள் அனைத்தும் வண்ணம் மற்றும் தையல் தொடர்பான குறியீடுகள் ஆகியன வடிவமைப்பில் மிகுந்த கவனத்துடன் சித்தரிக்கப்பட்டுள்ளன.[100]

காக்கைப்பொன் மற்றும் காட்சித் தொடர்புகள் மேம்பாட்டிற்கான ஓவியங்கள்

காக்கைப்பொன் ஆங்கிலேயர்களால் அறிமுகப்படுத்தப்பட்டு தெலுங்கு நாட்டில் உள்ள கடப்பாவில் இருந்து கொண்டு வரப்பட்டது. பத்தொன்பதாம் நூற்றாண்டின் தொடக்கத்திலிருந்தே தமிழ்நாட்டு ஓவியங்களில் புதிய நுட்பங்கள் தோன்றின. சிறிய அளவிலான இந்த ஓவியங்கள் (120 x 90 மி.மீ.) மிக மெல்லிய நெகிழ்வான காக்கைப் பொன் தாள்களின் ஒரு பக்கத்தில் வரையப்பட்டுள்ளன. காக்கைப் பொன் மிகவும் உடையக்கூடியதாக இருந்தாலும் கூட, தாளை விட மலிவான விருப்பத்தேர்வாக இருந்தது. 1803இல் தஞ்சாவூரில் ஒரு நடனப்பெண்ணின் ஓவியத்தைக் காக்கைப்பொன்னில் ஒரு பசையுடன் கலந்த ஒளிபுகா வண்ண ஓவியமாக உருவாக்கி வளர்ந்ததை நாம் காண்கிறோம். இவ்வோவியம் விக்டோரியா மற்றும் ஆல்பர்ட் அருங்காட்சியகத்தில் பாதுகாக்கப்பட்டுள்ளது. மேலும், சென்னை உள்ளூர் காலாட்படையின் படைவீரர், சென்னைக் காலாட்படையின் ஓர் உள்ளூர் அதிகாரி, சென்னை இலகு வகைக் குதிரைப்படையின் ஒரு குதிரைப்படை வீரர் மற்றும் சென்னை இலகுவகைக் குதிரைப் படையின் ஓர் அதிகாரி ஆகியோர் தங்கள் சீருடையில் காக்கைப் பொன்னில் பசையுடன் கலந்த ஒளிபுகா வண்ண ஓவியமாக 1820-1830இல் செய்து முடிக்கப்பட்டது.[101] ஒரு குற்றவியல் நீதிபதி நீதிமன்றத்தில் ஒரு வழக்கு விசாரணை 1805இல் காக்கைப்பொன்னில் செய்யப்பட்டது.[102] தூண்கள் மற்றும் உயர்ந்த வளைவுகளுடன் கூடிய திறந்த தாழ்வாரத்தையுடைய நீதிமன்றத்தை இது சித்தரிக்கிறது. அங்கு வெள்ளை உடை மற்றும் தலைப்பாகை அணிந்த ஆண்கள் அமர்ந்துள்ளனர். அவர்களுக்கு முன்னால் ஒரு கறுத்த வேலைக்காரர் அல்லது தொழிலாளி கைகள் கட்டப்பட்ட நிலையில் கொண்டு வரப்பட்டனர். இது கச்சேரி எனப்படும் தீர்ப்பளிப்பு அல்லது மனு கொடுக்கும் நீதிமன்றமாகும். திருச்சிராப்பள்ளியில் இந்துத் தெய்வங்களை சித்தரிக்கும் ஓவியங்கள் மற்றும் ஜம்புநாதசுவாமி மேலும் அரங்கநாத சுவாமிகளின் தேர் ஊர்வலங்களும் காக்கைப் பொன்னில் வரையப்பட்டுள்ளது.[103]

அய்ரோப்பாவில் காக்கைப்பொன் ஓவியங்களுக்குக் கிடைத்த எதிர்உணர்வு ஆய்வுக்குரியது. ஜேம்ஸ் ஃபிரேசரின் உடன்பிறப்பான வில்லியம் ஃபிரேசர் காக்கைப்பொன் மேலடுக்கு ஓவியங்களை வெறும் பொம்மைகள் என்று சிறுமைப்படுத்தினார். அவர் 1819இல் ஸ்காட்லாந்தில் உள்ள தன் தந்தைக்கு 40 காக்கைப்பொன்னில் செய்யப்பட்ட உருவ ஓவியங்களை அனுப்பியதாக எழுதினார். அவர் அய்ரோப்பாவுக்குத் திரும்பியபோது இந்தக் காக்கைப்பொன் ஓவியங்கள் நிச்சயமாக அவருடைய நெஞ்சத்தை விட்டு நீங்காத நினைவுகளாக இருக்கும் என்றும் கூறினார்.[104] இந்தப் பார்வையானது காக்கைப்பொன்னில் செய்யப்பட்ட படங்கள் அவருடைய பயணத்தின் நினைவுச் சின்னங்கள் என்று கூறுகிறது. 1836இல் ஆங்கிலப் பெண்மணியான எமிலி ஈடன் எழுதிய கடிதத்தில் காக்கைப்பொன் ஓவியங்கள் கலைக்கு மாறாக வெறும் விளையாட்டுப் பொருட்கள் என்று குறிப்பிடப்பட்டிருந்தது. ஆக்லாந்து பிரபு ஜார்ஜ் அவர்களுக்கு அனுப்பப்பட்ட வேறு சில பொருட்களில் சில காக்கைப்பொன் ஓவியங்களுடன் ஒரு பெரிய பெட்டியில் மொத்தப் பொருட்களுடன் இருந்ததாகக் கூறப்பட்டது.[105]

காக்கைப்பொன் ஓவியங்கள் சிறந்த கலைப்படைப்புகள் என்று கூறப்பட்டாலும், அய்ரோப்பியர்கள் பல ஓவியங்களைத் தாளில் வரைந்தனர். தஞ்சாவூர் பெரிய கோயிலின் தெய்வங்கள் ஊர்வலமாகச் செல்லும் ஓவியத்தை நாம் காண்கிறோம். மற்றொரு படம் 1789இல் ஒரு தமிழ் நடனப்பெண்ணைக் காட்டுகிறது. அது இலண்டனில் உள்ள விக்டோரியா மற்றும் ஆல்பர்ட் அருங்காட்சியகத்தில் பாதுகாக்கப்பட்டு வருகிறது. வேலைக்கு அமர்த்தப்பட்ட பெண் தொழிலாளர்கள் மற்றும் ஆங்கிலேயர்களின் கீழ் வேலைகளை மேற்பார்வையிடும் உள்ளூர் ஆண் ஒருவரும் வண்ண ஓவியம் தீட்டப்பட்டது.[106]

ஓவியங்களைச் செதுக்குதல்: இலண்டனிலிருந்து சென்னைக்கு ஓவியங்களை அச்சிட்டு இறக்குமதி செய்தல்

எல்லா வகையான அரிய தாவரங்கள் மலபாரில் காணப்பட்டதும், மலபார் தோட்டங்களின் தாவரங்களும் என இலத்தீனில் எழுதப்பட்ட நூலை டச்சுக்காரர்கள் தயாரித்தனர். இது 1678 மற்றும் 1693க்கு இடையில் வெளியிடப்பட்டது. மொத்த தொகுதி பன்னிரெண்டில் 725 மலபார்த் தாவரங்கள் 791 செப்புத்தகடுகளில் பொறிக்கப்பட்ட செய்திகள் உள்ளன. இந்த நூலின் இலத்தீன் பதிப்பில் இரண்டு படத்தகடுகள் மட்டுமே கையெழுத்திடப்பட்டன. முதலில் பாஸ்டியன் ஸ்டூபெண்டேல் மற்றும் இரண்டாவதாக கோன்சலேஸ் அப்பல்மேன்.

இதர தாவர நீர்வண்ண ஓவியங்கள் எதுவும் இல்லை. விளக்கப் படங்கள் இரட்டை மடிப்புத்தாள் வரைபடங்கள். இப்போது பிரிட்டிஷ் நூலகத்தில் உள்ள மூல வரைபடங்கள் (சின்னங்கள்) ஒரே வண்ணமுடைய மையால் வரையப்பட்ட, முதல் பத்து வெளியிடப்பட்ட தொகுதிகளுக்குச் செய்யப்பட்ட வேலைப்பாடுகளுடன் அது சரியாக ஒத்துப்போகின்றது. பிரிட்டிஷ் நூலகத்தில் உள்ள 651 வரைபடங்களில் இரண்டில் மட்டுமே கலைஞர்கள் கையொப்பம் உள்ளது. மலபாரில் இருந்து திரட்டப்பட்ட எழுதுகோல் மற்றும் மையால் ஆன தாவரங்களின் வரைபடங்கள், நெதர்லாந்தில் உள்ள செப்புத்தகடு வேலைப்பாடுகளின் அச்சுத்தொழில் நுட்பத்திற்கேற்ப மீண்டும் கட்டமைக்கப்பட்டன.

ஆங்கிலக் கிழக்கிந்தியக் குழும ஊழியர்கள், தமிழ் நிலப்பகுதிகள் மற்றும் பழங்காலப் பொருட்களின் காட்சிகளை வெளியிடுவதில் தொழில் முறைக் கலைஞர்களுடன் சேர்ந்து, அண்மையில் உருவாக்கப்பட்ட காடிச்செதுக்கு முறை மற்றும் கல்லச்சகம் போன்ற அச்சுத் தொழில் நுட்பங்களைப் பயன்படுத்தினர். இந்த அச்சு உருவாக்க செயல்முறைகள் நீர்-வண்ணம் அல்லது கரிக்கோல் ஓவியத்தின் காட்சித்தன்மைகளை வெற்றியுடன் மறுபடியும் உருவாக்கக்கூடிய நன்மையினைக் கொண்டிருந்தன. நேரடியாக அந்த இடத்திலேயே இருந்து வரையப்பட்டு, பல நபர்களின் உதவிகளைப் பெற்றே ஓவியங்கள் அச்சிடப்பட்டன.

பொதுவாக இத்தகைய காட்சிகளின் வெளியீட்டை வரைவாளர்கள், செதுக்குநர்கள் அல்லது கல் அச்சிட்டாளர்கள், தாள் அச்சிட்டாளர்கள் மற்றும் வெளியீட்டாளர்கள், 1795 மற்றும் 1807க்கு இடையில் கீழ்த்திசை நாடுகளின் காட்சி போன்ற படைப்புகளை அச்சிடுவதில் அனைத்து நிலைகளுக்கும் பொறுப்பேற்ற டேனியல்ஸ் போன்ற தொழில்முறைக் கலைஞர்களின் நிலவரைவியல் ரீதியில் தொலைதூர வலையமைப்பைக் குறிக்கிறது.

வில்லியம் பெய்லி என்ற தொழில்சாரா பொழுதுபோக்கு ஓவியர் இலண்டனில் இருந்து கப்பலேறி சென்னை வந்தார். அவர் ஒரு செதுக்குநர் ஆனார். உயர் பதவியில் இருப்பவர்கள் மட்டுமே அதிக விலைக்கு வாங்க முடியும், அல்லது குறிப்பிடத்தக்க கலைஞர்களை வேலைக்கு அமர்த்த முடியும், என்று அவர் கூறினார். தலைக்கு 500 அல்லது 600 ரூபாய் கொடுக்கக்கூடிய, அல்லது நடுத்தர வர்க்கத்தினரில் கொடுக்கக்கூடிய பெரும் எண்ணிக்கையிலானவர்கள் இருப்பதாகவும், இன்னும் 200 அல்லது 300 ரூபாய்க்கும் படம் வரைய துணிவார்கள் என்று கூறினார். ஒரு நல்ல படத்திற்கு மிகக் குறைவானவர்களே தீர்மானிப்பவர்களாக இருந்தனர். பெரும்பாலான மக்கள் விரும்புவது

ஒரு மாதிரியைத்தான். அதைத் தன்னால் வழங்க முடியும் என்று வில்லியம் பெய்லி கூறினார்.[107]

வில்லியம் பெய்லி செதுக்குவதில் (காடிச்செதுக்குமுறை) ஒரு பெரிய உருப்பெருக்கியைப் பயன்படுத்தி வரையத் தொடங்கினார். செம்பை பயன்படுத்தி அச்சுக்கு படங்கள் தயாராவதை, அவர் தன் கண் பார்வைக்கு பாதிப்பு ஏற்படுத்துகிறது எனக் கூறினார். தன்னைவிட அதிக திறமை படைத்தவர்கள் இத்தகைய வேலைகளில் ஈடுபட முடியும் என தெரிவித்தார். மக்கள் தன்னை ஒரு தொழில்நுட்ப கலைஞர் என ஏற்றுக்கொள்ளவில்லை எனவும், இந்தியாவில் தாள் தேவையான அறிவினைப் பெறவில்லை என்றால், எதுவும் செய்ய முடியாது எனவும் எழுதியுள்ளார்.[108]

அச்சிடுதலின் மிக அடிப்படையான நிலை என்னவென்றால் அரிப்பொறிப்பு முறை விரைவாகவும், மலிவாகவும் இருந்தது. பிரிட்டனில் வண்ணத்தில் அச்சிடப்பட்டால் அவற்றின் விலை தானாகவே இரட்டிப்பாகும். வில்லியம் பெய்லி, ஓசியாஸ் ஹம்ப்ரிக்கு எழுதிய கடிதத்தில் காக்கரெல் மற்றும் டிரெயில், இந்துஸ்தானின் 24 தேர்ந்தெடுக்கப்பட்ட காட்சிகள் பொறிக்கப்படவுள்ள திரு. டேனியலின் வரவிருக்கும் வெளியீட்டின் விளம்பரத்தை வெளியிட்டதாகக் கூறினார். மூல வரைபடங்களைப் போலவே, அவருக்குக் கூடுதலான மதிப்பினை அளிக்கும்படியான வண்ணத்தைத் தீட்டவும் அவர் திட்டமிட்டார்.[109] செம்பை பயன்படுத்தி அச்சுக்கு தயாராகும் ஓவியங்கள் பல நேரங்களில் வெற்றிடங்களை உருவாக்கும். அந்த இடங்களில் மையை பயன்படுத்தி கையினால் வரைந்து ஒருவித தோற்றத்தை உருவாக்கலாம்.[110] இதனால் அத்தகைய அச்சுகளின் விலையை உயர்த்த முடியும். பிரான்சிஸ் ஸ்வைன் வார்டு மற்றும் தாமஸ் ஹிக்கி போன்ற தொழில்முறை ஓவியர்கள் 1804இல் ஆங்கிலக் கிழக்கிந்தியக் குழுமத்தைக் குறிக்கோளுடன் கூடிய இனவரைவியல் மற்றும் இயற்கைசார்ந்த அச்சுத்திட்டங்களுடன் அணுகினர். ஆனால், அவர்களின் திட்டங்கள் உடனடியாக மறுக்கப்பட்டன.[111]

ஹேஸ்டிங்ஸின் கூட்டாளியான சார்லஸ் ஸ்டீவர்ட் வழியாகச் சென்னைக்கு பன்னிரண்டு செம்பாதிச் சாயல் நிற அச்சுக்களை அனுப்ப வுட்மேன் அவர்கள் ஏற்பாடு செய்தார். போர்லண்ட் துரையின் பொருளாளர் வழியாகக் கொல்கத்தாவிற்கு 60 செம்பாதிச் சாயல் நிற அச்சுக்களை அனுப்பவும் ஏற்பாடு செய்தார். இவ்வாறு மொத்தம் 85 அச்சீடுகளைக் காண்கிறோம். 1777 சூன் 7ஆம் நாள் கப்பல் தலைவர்

மேக்ஸ்வெல் 458 பவுண்டுகளுக்கு ஏற்ப, நண்பர்களுக்கு வழங்கு வதற்காக உறுதியளித்த மறைந்த செயலாளரான திரு. ஸ்டூவர்ட்டுக்காக, சென்னைக்கு அனுப்பப்பட்ட அச்சிடுகள் அடங்கிய ஒரு சிறிய பெட்டியை எடுத்துச் சென்றதாக அறிவிக்கப்பட்டது. ஏறத்தாழ 250 உருவங்களுக்குப் பிறகு, செம்பாதிச் சாயல் நிற அச்சுத்தகடு தேய்ந்து போனதால், அச்சு ஓட்டத்தில் மூன்றில் ஒரு பங்கு இந்தியாவுக்கு அனுப்பப்பட்டதாக நாம் ஊகிக்க முடியும். தகடு முழுவதுமாகத் தேய்ந்து போகவில்லை என்றால், அதிக விகிதமாக இருக்கலாம்; மீதமுள்ளவை பிரிட்டனில் பகிர்ந்தளிக்கப்பட்டன.[112]

1702இல் இலண்டனில் அச்சிடப்பட்ட ஒரு தகட்டில் சென்னையி லிருந்து அனுப்பப்பட்ட பூச்சிகளின் ஓவியம் காணப்பட்டது.[113] 1701-1710 கால கட்டத்தில் எட்வர்ட் பக்லியால் சென்னை புனித ஜார்ஜ் கோட்டைப் பகுதியில் கண்டெடுக்கப்பட்ட பறவைகளின் ஓவியங்கள் 1713இல் இலண்டனில் ஜான்ரே புத்தகத்தில் அச்சிடப்பட்டன.[114] சென்னையில் உள்ள பறவைகளின் படங்கள் அடங்கிய ஒரு கையெழுத்துப்படி இலண்டனில் உள்ள பிரிட்டிஷ் நூலகத்தில் பாதுகாக்கப்பட்டு வருகிறது.[115] டச்சுக்காரர்களால் 45 x 23 செ.மீ. அளவு செதுக்கப்பட்ட புனித தோமையார் மலையின் காட்சியமைப்பு 1726இல் அச்சிடப்பட்ட பிரான்சுவா வாலண்டின் பயணக்குறிப்பில் வெளிவந்தது.[116] தஞ்சாவூர் பிரகதீஸ்வரர் கோயில், வில்லியம் ஹாட்ஜஸ் வரைந்த படத்திலிருந்து ஹெர்ட்ஃபோர்டில் உள்ள கிழக்கிந்தியக் கல்லூரியின் மெட்லேண்ட் கலைப் பேராசிரியரால் செதுக்கப்பட்டு 1783இல் இலண்டனில் அச்சிடப்பட்டது.[117]

மாமல்லபுரத்தில் உள்ள பல்லவ ஆட்சியாளர்களின் நினைவுச் சின்னங்கள் கவனத்தை ஈர்த்தன. 1812இல் எடின்பரோவில் அச்சிடப்பட்ட மரியா கிரஹாம் அவர்களின் கணிப்பில் அர்ச்சுனன் தவம், அர்ச்சுனனின் தேர் மற்றும் அயந்து ரதங்கள் செதுக்கப்பட்டு அச்சிடப்பட்டதைக் காண்கிறோம்.[118] இவ்வாறு அச்சு ஓவியங்களின் வணிகம் காலப்போக்கில் தொடங்கியது.

ஓவியங்களைச் செதுக்குதல் மற்றும் வண்ணஓவியங்களைச் சென்னையில் அச்சிடுபவர்கள்

சில கலைஞர்கள் சென்னையிலேயே செதுக்கோவியங்களை அல்லது கல்லச்சுகளை உருவாக்கினர். மாமல்லபுரத்தில் அய்ந்து ரதங்களுக்குப் பக்கத்தில் உள்ள யானைச் சிலை அறியப்படாத கலைஞரால் செய்யப்பட்டது. இதனுடைய நகல் மெக்பர்சன்

என்பவரால் 23 சூலை 1816இல் எழுதுகோல் மற்றும் மையின் மூலம் செய்யப்பட்டது. மேலும் அதை இலண்டனில் உள்ள மெக்கன்சி தொகுப்பில் காண்கிறோம்.[119] மாமல்லபுரத்தில் உள்ள ரதம் படைத்துணைத்தலைவர் பிராட்டாக் என்பவரால் ஓர் ஓவியமாக வரையப்பட்டு அது 1844இல் இலக்கியம் மற்றும் அறிவியலுக்கான சென்னை இதழில் வெளிவந்தது.[120] மாமல்லபுரத்தின் கடற்கரைக் கோயில் சி.குபின்ஸ் என்பவரால் அச்சிடப்பட்டு 1853இல் வங்காள ஆசியக்கழக இதழில் காணப்படுகிறது.[121]

திருவரங்கம் கோயில், மதுரையில் உள்ள புது மண்டப நுழைவு வாயில், மதுரை அரண்மனையில் உள்ள பெரிய கூடம், தஞ்சாவூர் அரசரின் அரண்மனை, அரண்மனையின் அரசவை, கும்பகோணக் கோயில் கோபுரம், புதுச்சேரியில் ஒரு கோயில், காஞ்சிபுரத்தில் உள்ள கோயிலின் நுழைவுவாயில் மற்றும் திருப்பதியில் உள்ள கோயில் கோபுரத்தின் ஒரு பகுதி ஆகியன அச்சிடப்பட்டன.[122]

ஜே.பென்னட் அவர்களின் ஓவியங்கள் குறிப்பாக, ஊட்டியில் உள்ள புனித ஸ்டீபன் தேவாலயம் 1834இல் செதுக்கோவியமாக்கப்பட்டு அச்சிடப்பட்டது.[123] உள்ளூர்க்கலைஞரான ரங்கய்யாவை இராபர்ட் வைட் பணிக்கமர்த்தி நீலகிரித் தாவரங்களை வண்ணஓவியமாகத் தனக்காக வரையப் பயன்படுத்தினார். இவை 1846இல் சென்னையில் அச்சிடப்பட்ட புத்தகத்தில் வெளிவந்தன.[124]

இந்துக் கடவுள்கள் மற்றும் பெண் கடவுள்களின் ஓவியங்கள் செதுக்கோவியமாக்கப்பட்டு அச்சிடுவதற்குத் தகடுகள் தயார் செய்யப்பட்டன. 1841 மற்றும் 1845க்கு இடையில் கீழைத்தேயக் கல்லச்சகத்தின் மூலம் சென்னையில் வெளியிடப்பட்ட ‘இந்துவின் பல தெய்வக் கோயில்’ புத்தகம், மேலும் 1849 மற்றும் 1850இல் வெளியிடப் பட்ட மற்றொரு புத்தகமான ‘விஷ்ணுவின் மதம்’ தகடுகளின் ஓவியங் களைக் கொண்டிருந்தது. இவை சென்னையில் உள்ள ஆங்கிலக் குழுமத்தின் தலைமை வரைவாளரான எட்டியன் அலெக்சாண்டர் ரோட்ரிக்ஸ் என்பவரால் செய்யப்பட்டது. உண்மையில், தகடுகள் தயாரிக்கப்பட்டு தமிழ்நாட்டில் வரையப்பட்ட ஓவியங்களிலிருந்து படியெடுக்கப்பட்டது.[125]

முடிவாக, தமிழ்நாட்டில் காலனித்துவ ஆட்சிக்கு மாறிய காலத்தில் அய்ரோப்பியர்களின் ஆர்வமானது தமிழ்ப்பகுதியை வெளிப்படுத்தவும் புரிந்துகொள்ளவும் முயன்ற ஒரு பரந்த காட்சிப் பதிவுகளின் மூலம் வெளியிடப்பட்டது என்று கூறலாம். பயணக்குறிப்புகள், வாழ்க்கைக்

குறிப்புகள், படப்புத்தகங்கள், அச்சீடுகள், அறிவார்ந்த நூல்கள் போன்ற வடிவங்களில் தொடக்கக்கால அடையாளச்சின்னமாக உருப்படுத்துதல் என்பது பொதுவாக ஒரு கலப்பு வகையினைச் சேர்ந்தது. நிலக்காட்சி குறித்த அய்ரோப்பியர்களின் ஆர்வம் பன்முகத்தன்மை கொண்டதாக இருந்ததால், வெவ்வேறு நிறத்தோல் உடைய தமிழர்கள், தெலுங்கு மற்றும் மராத்திப் புலம்பெயர்ந்தோர் உட்பட அவர்களின் பழக்க வழக்கங்கள் மூலம் இந்த ஓவியத்தின் கருப்பொருள் வேறுபட்டது. எனவே, மக்கள், சாதிகள், மற்றும் தொழில்களின் ஓவியங்களை வரைய அவர்கள் ஈர்க்கப்பட்டனர். இந்துக்கள் குறித்த ஆய்வானது கோயில்கள், தெய்வங்கள் மற்றும் மத ஊர்வலங்களை ஓவியம் வரைவதில் ஆர்வத்துடன் ஈர்ப்பை உண்டாக்கியது.

நிலக்காட்சியைக் குறிக்கும் கண்ணுக்கினிய இயற்கைக்காட்சிகள் எண்ணற்ற உருவரைகள், எண்ணெய் ஓவியங்கள், செதுக்கோவியங்கள் உருவாக்கப்பட்டன. புத்தகங்களில் அச்சிடப்பட்ட படங்கள் அய்ரோப்பியர்களின் வருகைக்குப் பிறகு வளர்ந்தன. அடர்த்தியான மேகங்களின் பின்னணி, அலையலையான மலைகள், கால்வாய்கள் வழியாக ஓடும் தமிழ்நாட்டு ஆறுகள், சென்னையில் பாலங்கள் மற்றும் நுழைவாயில்கள் ஆகியவற்றின் கட்டுமானம் வெளிச்சம் மற்றும் நிழல்களின் அழுத்தமான வேறுபாடுகளால் வரையப்பட்டது. தமிழ்நாட்டு ஓவியர்கள் வெளிச்சத்தில் உட்கார்ந்து கட்டடங்களின் உயரங்களை அளந்து பார்த்து அறிவியல் கொள்கைகளுக்கு ஏற்ப தூர இடைவெளிகளை கணக்கிட்டு உருவப் படங்களையும் ஓவியங்களையும் தீட்டினார்கள்.

இயற்கையின் பார்வையை அதன் சொந்த நலனுக்காகக் குறைப்பதுபற்றி எந்தக் கேள்வியும் இல்லை. ஆனால், போர்க்களம் போன்ற மனித நடவடிக்கைகளுக்குப் பின்னணியாக ஓர் இயற்கைக் காட்சியை முன்வைத்தார்கள். தமிழ் நிலக்காட்சி ஓவியம் 19ஆம் நூற்றாண்டின் ஒரு வரவாகப் பொதுவாக நம்பப்படுகிறது. இது இந்தியாவில் பிரிட்டிஷ் ஆதிக்கத்தின் தொடக்கத்தில், இந்தியர்கள் மீது ஆங்கிலப் பண்பாட்டின் நேரடித்தாக்கம் மற்றும் இறக்குமதியின் விளைவாக அய்ரோப்பிய ஓவியத்துடனான தொடர்பால் முழுமையாக ஈர்க்கப்பட்டது. இந்திய நிலக்காட்சி ஓவியம் உண்மையில் முகலாயர் காலத்தில் பதினேழாம் நூற்றாண்டிலேயே அய்ரோப்பிய நிலக்காட்சிக் கலையின் சில கட்டங்களுடன் தொடர்பு கொண்டது.

ஓவியங்களுக்கான அய்ரோப்பியப் பங்களிப்புகள் தமிழ்நாட்டிற்குள் குறிப்பாக ஆட்சியாளர்களின் அரசவைக்கு இயற்கைக்காட்சிகள்

ஊடுருவிச் சென்றன. கலைஞர்கள் அறிவியல் உதவிகளைப் படிக்கத் தொடங்கியதோடு முன்னோக்கு விதிமுறைகள் மற்றும் வானவெளி மற்றும் தூரத்தின் படித்தர வரிசையொழுங்கால் இயற்கையைச் சரியாகக் காட்சிப்படுத்தத் தொடங்கினர். தமிழ்நாட்டில் முன்பு வரையப்பட்ட பெரும்பாலான ஓவியங்கள், தாளில் அல்லாமல் சுவர் மற்றும் துணியில் உருவாக்கப்பட்டவை. வரைவதற்கும் வண்ணம் தீட்டுவதற்கும் தூரிகை கருவியாக இருந்தது. இதை நடத்தும் முறை குறித்த அமைப்பு கண்டறியப்பட்டது. தூரிகை கோடுகள் உருவங்களை உருவாக்கின. அவை சரியான பொருத்தமான அளவில் வரையப்பட்டன. உள்ளூர் ஓவியர் தரையில் முழுவதுமாக அமர்ந்து, ஒரு முழங்காலை மடக்கி, ஒரு வரைபலகையைத் தாங்கிக் கொண்டு, வரைந்ததை அய்ரோப்பியர்கள் தெரிவிக்கிறார்கள். தமிழ்நாட்டிலுள்ள ஓவியர்கள் மேலைநாட்டுச் சுவையுணர்வு, நுட்பங்கள், ஊடகம் மற்றும் பாடங்களைத் தேர்ந்தெடுப்பதற்கான மரபுவழித் திறமை மற்றும் மனப்பாங்கை ஏற்றுக்கொண்டனர். சில ஓவியங்கள் புத்தகங்களில் அச்சிடப்பட்டன. மேலும் பல அய்ரோப்பியக் கையெழுத்துப் படித்தொகுப்பில் இருந்தன. இந்த ஓவியங்களில் பெரும்பாலும் ஆடைகள், கைவினைப்பொருட்கள், சாதிகள், ஊர்திகள், மதவிழாக்கள், சமூகப் பழக்கவழக்கங்கள் மற்றும் கட்டடங்கள் ஆகியன அடங்கும்.

அறிவியல் மற்றும் இயற்கை வரலாற்றின் தாக்கங்கள் காலனியத்துவ செயல்பாட்டில் முதன்மையான பங்கு வகித்தன. பயணக் கணிப்புகளும் கலைஞர்கள் மீது பெரும் தாக்கத்தை ஏற்படுத்தியது. இந்த சந்திப்பு நிகழ்வுகள், கலை படிப்பு தொடர்பான வகைகளை நிர்ணயம் செய்யவும், தேர்வு செய்யவும் பயன்பட்டது. இந்த ஓவியங்கள் தமிழகக் கடற்கரையின் விலங்குகள், மனிதர்கள், மற்றும் கட்டடக் கலை ஆகியவற்றின் படங்களையும் துல்லியமாகப் படியெடுக்கின்றன. தமிழ்ப்பகுதியில் உள்ள கட்டடங்களின் கட்டடக் கலையை ஆங்கிலேயர்கள் அறிந்த முதல் தடமாக அவை பெரும்பாலும் கருதப்பட்டன.

விலங்குகள், நிலக்காட்சிகள், உருவப்படங்கள் மற்றும் சிறிய உருவ ஓவியங்களை வரைவது போன்ற திட்டவட்டமான பொருளைத் தேர்ந்தெடுப்பதில் பிரிட்டிஷ் கலைஞர்களிடம் தனித்தன்மை இருந்தது. கலைப்படைப்புகளைச் செயல்படுத்துவதில் அவர்கள் பல்வேறு நுட்பங்களைப் பயன்படுத்தினர். அதாவது நீர்-வண்ணம், எண்ணெய், கரிக்கோல் மூலம் வரைதல் மற்றும் காடிச்செதுக்கு முறை, செதுக்கோவிய முறை, கல்லச்சு மற்றும் மர வடிவமைப்பு அச்சு ஆகிய வரையுருவக்

கலையுடன் தொடர்புடையது. சிறிய உருவ ஓவியங்களையும் வரையும் ஓவியர்கள், காக்கைப்பொன் தாளில் மிகத்துல்லியமாக நீர்-வண்ணத்தில் உருவப் படங்களை வரைந்தனர். தாள் மற்றும் காக்கைப் பொன்னில் உள்ள குழும ஓவியங்கள், வேலை மரபுகளுக்கு ஏற்றவாறு சித்திரவெளி மற்றும் பொருள்களின் மரபுவழியான தழுவல்களை எதிரொலிக்கின்றன.

அதேநேரத்தில், அவர்களின் கலைப்படைப்புகளை அய்ரோப்பியச் சந்தைக்கு மாற்றியமைக்கும் திறன் அய்ரோப்பியச் சுவையின் செல்வாக்கிற்கு முந்தைய காரணிகளால் பாதிக்கப்படுகிறது. மஞ்சள், பச்சை, எலுமிச்சை மஞ்சள் மற்றும் ஆரஞ்சுப்பழுப்பு ஆகியனவற்றை மிகவும் சார்ந்திருக்கும் வண்ணத்தட்டு மூலம் திருச்சிராப்பள்ளி ஓவியங்களாக இருக்கலாம் என அடையாளம் காணப்பட்டது. காலனித்துவ நிர்வாகிகள் 1851இல் நடைபெற்ற கண்காட்சியில் பார்வையாளர்களுக்குத் தமிழ்நாட்டை முன்னிலைப்படுத்தினர். 1858க்குப் பிறகு "இந்தியா" என்ற கருத்தைத் தேர்ந்தெடுத்து வழங்கினர். பாரீஸ் (1877), ஜெய்ப்பூர் (1883) மற்றும் டெல்லி (1902) ஆகிய இடங்களில் நடைபெற்ற பல கண்காட்சிகளிலும் இதே போக்கு தொடர்ந்தது.

தமிழ்நாட்டில் பிரித்தானியக் கலைஞர்கள் உள்ளூர்க் கலைமரபு களால் அதிகம் தாக்குரவடையவில்லை. அவர்களுடைய பாணி நிலக்காட்சியால் மட்டுமே பாதிக்கப்பட்டது. உண்மையில், அழகிய அடையாளச் சின்னமாக உருப்படுத்துபவை பெரும்பாலும் கவர்ச்சியானவைகளின் வளர்ப்பாக இருந்தன.

அடிக்குறிப்புகள்

1. S, Jeyaseela Stephen, From European Dwelling Settlements to Global Cities: Ports of the Tamil Coast and the Colonial Modernity, Primus, Delhi, 2021, pp. 280-82.
2. Gauvin Alexander Bailey, 'A Palette for Princes: An Unpublished Source on Indian Pigments', South Asian Studies, vol. XIII, 1997, pp. 45-54.
3. Vishwa Chander Ohri, The Technique of Pahari Painting, Shimla, 2001, p. 45.
4. Niccolao Manucci, Storia do Mogur or Mughal India, 1653-1708, trs. William Irvine, London, 1907, vol. I, p. 141, pp. liii-lv,
5. Bibliothèque Nationale de France (BNF), Paris, Codex O.D. no. 45 Rés, Histoire del'Inde depuis Tamerlank jusqu² Orangze par Manucci. See also, Bouchet, Miniature des MSS Orientaux dans la Bibliothèque Nationale a Paris, Paris, 1910, pp. 225-229.

அய்ரோப்பியர்களும் உள்ளூர்க் கலைஞர்களும் / 137

6. Biblioteca Apostolica Vaticana (hereafter BAV), Citt² del Vaticano, Ms. Borg. lat. 317, Itinerario orientale in cui si contengono varie notizie della Turchia, della Persia, di una gran parte delle Indie, fl. 339.

7. Biblioteca Nazionale Marciana, Venice (hereafter BNMV), Codex Ita. VI.134 (8299); Codex Ita. VI.136, (8300).

8. Ibid., figures, 16-17.

9. Ibid., Codex Ita. VI.136, fl. 81r; fl.85.

10. Ibid., fls. 38v-39r.

11. Ibid., fl. 116v.

12. Mildred Archer, 'Company Painting in South India: The Early Collections of Niccolao Manucci', in Apollo, August 1970, pp. 104-113; Mildred Archer, Company Paintings: Indian Paintings of the British Period, London, 1992, p. 15.

13. Brian Allen, 'The East India Company's Settlement Pictures: George Lambert and Samuel Scott, in eds., Pauline Rohatgi & Pheroza Godrej, Under the Indian Sun: British Landscape Artists, Bombay, 1995, pp. 1-16.

14. Pauline Rohatgi, 'Preface to a Lost Collection: The Pioneering Art of Francis Swain Ward,' in eds., Pauline Rohatgi & Pheroza Godrej, Under the Indian Sun: British Landscape Artists, Bombay, 1995, pp. 31-52.

15. British Library (hereafter BL), Francis Swain Ward, The bramin's tank in the pagoda of Chillenbrum in the East Indies, 1769-70, Oil on canvas 81 x 124.5 cm.

16. A. Graves, Society of Artists of Great Britain 1760-91, London, 1907, pp. 271-72; National Art Library, Victoria and Albert Museum, London, See the original exhibition catalogues of the Society of Artists of Great Britain.

17. BL Oriental and India Office Collection (hereafter OIOC), Francis Swain Ward, A view of the Rock of Trichnopoly with the view of the military barracks,1772-1773, oil on canvas 171 x 109.5 cm.

18. BL, F 31.

19. The Teppakulam, a sacred tank near Madura, 1772-73 by Francis Swain Ward, British Library, 81 x 130 cm, BL, F 34.

20. BL, OIOC, Francis Swain Ward, View of a Choultry, South India, c.1770, oil on canvas 71 x 109.2 cm.

21. Geoff Quilley, 'All Ocean is Her Own: the image of the sea and the identity of the maritime nation in eighteenth-century British art', G. Cubitt, ed., Imagining Nations, Manchester, 1998, pp. 58-61.

22. BL. Calcutta Gazette, 4 March 1784.

23. BL, Calcutta Gazette, 3 March 1785.

24. Pauline Rohatgi, 'Preface to a Lost Collection, pp. 48-51.

138 / தமிழ்நாட்டில் காலனியக்கால வண்ணஓவியங்களும்

25. Orme, Twenty-four Views in Hindostan, London, 1802-1805; F.W. Blagdon, A Brief History of India Ancient and Modern, London, 1805.
26. D. G. Crawford, Roll of the Indian Medical Service, 1615-1930, London, 1930, p. 265.
27. BL, Add Ms 15504B, panel 1 (out of 15 double sided oil painted panels).
28. BL, Add Ms 15504 B, panel 11.
29. D. G. Crawford, Roll of the Indian Medical Service, p. 267;
30. Victoria and Albert Museum, London, AL, 7766 (137); Adam Blackader, 'A description of the great pagoda of Madura, the choultry of Tirumalai Naik in a letter from Mr. Adam Blackader surgeon to Sir Joseph Banks Bart PRS, FAS', in Archaeologia or Miscellaneous Tracts Relating to Antiquities, London, vol. X, 1792, pp. 449-459, see pp, 451–452.
31. John Guy and Deborah Swallow, eds. Arts of India, 1550-1900, London, 1990, pp. 207–213.
32. British Museum (hereafter BM), London, Nautch Scene with inscription General Sir John Dalling Bart/Governor of Madras, 1785-86.
33. Mildred Archer, Company Drawings in the India Office Library, London, 1972, p. 37.
34. Mildred Archer & R. Lightbown, India Observed: India as Viewed by British Artists 1760-1860, London, 1982.
35. William Hodges, Travels in India during the Years 1780, 1781, 1782 & 1783, London, 1783, p. 27.
36. Mildred Archer, Early Views of India: The Picturesque Journeys of Thomas and William Daniell, 1786-1794, Thames & Hudson, London, 1980, p. 46.
37. Ibid., p. 230.
38. Daniel Williams & Thomas, Oriental Scenery: Part Second: Twenty four views of the architecture, antiquities & landscape scenery of Hindostan by THo & W. Daniell, London, January 1, 1812, No. 7, Southeast View of Fort St. George, Madras.
39. Ibid., No. 8, Part of the Black town, Madras.
40. Ibid., No. 9, The Government House, Fort St George.
41. Ibid., No. 10, The Armenian bridge near St Thomas Mount.
42. Ibid., No. 11, The Assembly Room on the race ground.
43. Ibid., No. 12, Western entrance of Fort St George.
44. Ibid., No. 22, The great bull Thanjavur.
45. Ibid., No.24, The great temple Thanjavur.
46. Ibid., No. 19, The rock of Tiruchirapalli, taken on the river Kaveri.
47. Ibid., No. 20, The Great Temple of Tiruchirapalli.
48. Ibid., No. 21, View of the fort of Tiruchirapalli.

அய்ரோப்பியர்களும் உள்ளூர்க் கலைஞர்களும் / 139

49. Ibid., No. 23, South East View of Tiruchirapalli.
50. S. Daniels, ed., Mapping the Landscape, Nottingham, 1990; Matthew Edney, Mapping An Empire: The Geographical Construction of British India, 1765-1843, Chicago, 1997, see chapter two.
51. Ibid., No. 13, Part of the Palace, Madurai.
52. Ibid., No. 14, View in the fort of Madurai.
53. Ibid., No. 15, Interior view of the palace at Madurai.
54. Ibid., No. 16, A Hindu temple at Madurai.
55. Ibid., No. 17, Ruins of the palace, Madurai.
56. Ibid., No. 18, Tirumalai Nayak choultry
57. Pratapaditya Pal & Vidya Dehejia, From Merchants to Emperors: British Artists and India, 1757-1930, Ithaca, 1986, p. 40.
58. Daniel Williams & Thomas, Oriental Scenery: Part Third: Twenty four views of the architecture, antiquities & landscape scenery of Hindostan by THo & W. Daniell, London, May 1, 1816, No. 21, Jagadevi durgam (Jag Deo) & Warrangur, Hill Forts in the Baramahal.
59. Ibid., No. 22, Rayakottai.
60. Ibid., No. 23, Veerappa Durgam
61. Ibid., No. 24, Ousoor
62. BL, Add Ms 45582.
63. Royal Academy of Arts Archive (hereafter RAA), London, Ozias Humphry Correspondence, MS HU/4/113.
64. National Army Museum (hereafter NAM), London, Robert Home, The Reception of the Mysorean Hostage Princes by Marquis Cornwallis, 26 February 1792, c. 1793, oil on canvas, 149.2 x 202.5 cm.
65. Sir William Foster, 'British Artists in India: 1760-1820', in The Walpole Society, vol. XIX, 1930-31, pp. 1-88, see p. 44.
66. NAM, London, The Death of Colonel Moorhouse at the Storming of the Pettah Gate of Bangalore, 7 March 1791.
67. Henry Davison Love, Descriptive List of Pictures in Government House and the Banqueting Hall, Madras, 1903, p. 81. The painting is now at Fort St, George Museum in Chennai.
68. Electronic Catalogue of Sotheby, See Notes and Provenance: Lot.13.
69. Mildred Archer, India and British Portraiture, London, 1979; H. E. A. Cotton, 'Robert Home', Bengal Past and Present, Calcutta, 1928, pp. 1-24.
70. Henry Davidson Love, Descriptive List of Pictures, p. 53.
71. Masooluh Boats at Madras, George Chinnery, in The Indian Magazine and European Miscellany, Madras, 1807.
72. BL, Add Or. 32-38; Mildred Archer, Company Drawings, pp. 29-30.

73. S. Jeyaseela Stephen, A Meeting of the Minds: European and Tamil Encounters in Modern Sciences, 1507-1857, Delhi, 2016, pp. 572, 582, 584; Jennifer Howes, Illustrating India: The Early Colonial Investigations of Colin Mackenzie, 1784–1821, Oxford, 2010.
74. BL, Add Ms 29324, fl.?54.
75. BL, WD 1068, fl. 11.
76. BL, WD 1063.
77. BL, Madras Courier, 10 July 1799, Madras.
78. BL, Calcutta Gazette, 17 October 1799, Calcutta.
79. BL, Thomas Hickey, Muhammad Subhan Sultan, 1801, pencil on paper, 30 x 25.4 cm.
80. George Breeze, Society of Artists in Ireland: Index of Exhibits 1765-80, National Gallery of Ireland, Dublin, 1985.
81. H. E. A. Cotton, 'Thomas Hickey: Portrait Painter', repr, Bengal Past and Present, vol. XXVIII, 1924, quoted and not paginated.
82. Duke of Wellington, Apsley House, Thomas Hickey, Richard Colley Wellesley, 2nd Lord Mornington (later 1st Marquis Wellesley), 1799, oil on canvas, 221 x 174 cm.
83. Henry Davidson Love, Descriptive List of Pictures, p. 32
84. National Gallery of Ireland (NGI), Dublin, Thomas Hickey, Lieutenant-Colonel William Kirkpatrick with his Assistants, c.1799-1800, oil on canvas, 140 x 108.5 cm.
85. Mildred Archer, India and British Portraiture 1770-1875, London, 1979, pp. 224-5; A.S. Bennell, 'Wellesley's Settlement of Mysore', The Journal of the Royal Society of Great Britain and Ireland, vol. IV (3), 1952, pp. 124-32, see, pp. 127-9.
86. Darcy Grimaldo Grigsby, 'Loss and the Families of Empire: Thoughts on an Irish Artist's Portrait of a Bibi' in ed., Hathleen James-Chakraborty, India in Art in Ireland Abingdon, Routledge, 2016, pp. 52-79, See, pp. 61-63.
87. BL, OIOC, F/4/179/3268, July 1803 - October 1804, Memorial from Thomas Hickey requesting to be appointed Historical and Portrait Painter to the Company dated 17 July 1804, pp. 9-10.
88. BL, Thomas Hickey, Colonel Colin Mackenzie with his Assistants, 1816, oil on canvas, 58.4 x 38.2 cm.
89. Abbé Dubois, Hindu Manners, Customs and Ceremonies, revised edition, Oxford, 1899.
90. Henry Davidson Love, Descriptive List of Pictures, pp. 75-6.
91. H.E.A. Cotton, 'Thomas Hickey: Portrait Painter', repr, Bengal Past and Present, vol. XXVIII, 1924, not paginated.
92. Mildred Archer, India and British Portraiture, p. 233.

93. H.E.A. Cotton, 'Thomas Hickey: Portrait Painter', repr, Bengal Past and Present, vol. XXVIII, 1924, not paginated.
94. S. Jeyaseela Stephen, Sepoys Wars, the Social Impact and Colonial Transition in Tamil Country, 1565-1875, Pondicherry, 2021, pp. 125-135.
95. BL, Add. Or. 39-70; Mildred Archer, Company Drawings, pp. 34-36.
96. BL, OIOC, North Side of Kaitee Hill near Ootacamund. Richard Barron, 1835, oil on canvas, 45 x 60 cm.
97. BL, OIOC, A Group of Todas at Kandelmund, Nilgiris, 1837, Coloured aquatint, 39.5 x 52.2 cm. See, Richard Barron, Views in India, Chiefly among the Neelgheery Hills, taken during a Short Residence of them in 1835, With Notes and Descriptive Illustrations, London, Robert Havell, 1837.
98. BL, OIOC, The Kaitee waterfalls near Ootacamund, 1837, Coloured aquatint, 39.5 x 52.2cm. See, Richard Barron, Views in India, Chiefly among the Neelgheery Hills, taken during a Short Residence of them in 1835, With Notes and Descriptive Illustrations, London, Robert Havell, 1837.
99. S. Jeyaseela Stephen, Pondicherry under the French: Illuminating the Urban Landscape, 1674-1793, Delhi, 2018; National Archives of India (hereafter NAI), New Delhi, Mss Political Department, letter dated 28 October 1793; Secret Department, letter dated 8 April 1794.
100. Crispin Branfoot, 'Painting Processions: The Social and Religious Landscape of Southern India in a Company Album', Orientations, November/December 2007, pp. 73-78.
101. BL Add. Or. 2669-2671.
102. BL, Add. Or. 2453, 2454
103. Mildred Archer, Company Drawings, pp. 50-51.
104. Mildred Archer & Toby Falk, India Revealed: The Art and Adventures of James and William Fraser, 1801-1835, New York, 1989, p. 46.
105. Emily Eden, Letters from India dated 22 August 1836 cited in Mildred Archer, Company Paintings, p. 193.
106. Tamil dancing girl, 1780, Victoria & Albert Museum, London in John Peter Boileau, Victoria and Albert Museum Indian Series, London, Maplin Publishing, 1992.
107. RAA, Ozias Humphry Correspondence, see the letter of William Baillie to Ozias Humphry, HU/4/113.
108. RAA, Ozias Humphry Correspondence, see the letter of William Baillie to Ozias Humphry, HU/4/114.
109. Ibid; see also, BL, Calcutta Gazette, 2 October 1795.
110. Timothy Clayton, The English Print, New Haven, 1997, p. 14.
111. Mildred, Archer, India and British Portraiture, pp. 228-230. BL, OIOC, Madras Public Consultations, P/242/65, 27 July 1804; BL, OIOC, Madras

Dispatches E/4/332; BL, OIOC, Madras Dispatches, E/4/896; Committee of Correspondence and Court Minutes: B/111; Z/D/2; Z/D/4 E/1/84, fls.102-106; Pauline Rohatgi, 'Preface to a Lost Collection: The Pioneering Art of Francis Swain Ward', in eds., Pauline Rohatgi & Pheroza Godrej, Under the Indian Sun, British Landscape Artists, Bombay, 1995, pp. 31-52.

112. Nicholas Penny, Reynolds, London, 1986, pp.190, 230.

113. Royal Society, London, Gazophylacii Naturae & Arts, Decas Prima, Table IV.

114. Joannis Raii, Synopsis Methodica Avium & Piscium, opus posthumum quod vivus recensuit & perfecit ipse insignissimus Author: in quo multas species in ipsius ornithologia & Ichthyologia desideratas adjecit: Methodumque suam Piscium Naturae magis convenientem reddidit cum appendice & Iconibus, Londini, Impenis Gulielmi Innys, ad Insignia principis in coementerio D. Pauli, MDCCXIII. London.

115. BL, Add Mss, 5266, Icones Avium Maderaspatanarum.

116. Francois Valentijn, Oud en Nieuwe-Oost-Indien, Dordrecht-Amsterdam, 1724-1726, see, Beschrijving van Choromandel, page. 13.

117. William Hodges, Travels in India during the Years 1780, 1781, 1782 & 1783, London, 1783, p. 27.

118. Maria Graham, Journal of a Residence in India, Edinburgh, 1812, p. 159, 160,162.

119. BL, WD 1068, fl.31.

120. John Braddock, 'A guide to the sculptures, excavations and other remarkable subjects at Mammalapur', Madras Journal of Literature and Science, vol. 30, June 1844, pp. 1-56.

121. C. Gubbin, 'Notes on the ruins at Mahabalipuram on the Coromandel Coast', Journal of the Asiatic Society of Bengal, vol. XXII, No.7, 1853, pp. 656-672, p. 672.

122. India Pictorial and Descriptive, London, 1888, p. 209; India Illustrated with Pen and Pencil by Rev. W, Urwick, revised and enlarged, Edward P. Thwig, New York, 1891, p. 49, 50, 54, 61-62, 65-66, 70, 78.

123. R. Baike, Observations on the Neilgheries, Calcutta, 1834.

124. Robert Wight, Spicilegium Neilgherrense or A Selection of Neilgherry plants Drawn & Coloured from Nature with Brief descriptions of each, some general remarks on the geography and affinities of natural families of plants and occasional notices of their economical properties and uses, Madras, vol. I, 1846, plate. 52, plate 69, plate 70.

125. E. A. Rodriguez, The Hindu Pantheon, Madras, 1849-50; The Religion of Vishnoo, Madras, 1849-1850.

இயல் 7
தமிழ்நாட்டில் உள்ளூர் ஆட்சியாளர்களின் அய்ரோப்பிய ஓவியத்திற்கான எதிர்வினை, பதில் மற்றும் தாக்கம்

இந்த இயல் சென்னைக்கு அருகிலுள்ள ஆற்காடு நவாபின் அரசவையில் ஆங்கிலேய உருவப்பட ஓவியர்களின் நுழைவு மற்றும் பிரிட்டிஷ் கலைகளின் காட்சிக்கு வழிவகுத்த சூழ்நிலைகளை ஆராய்கிறது. உருவப்படங்களுக்கான அதிகரித்து வரும் தேவை, நுட்பம் மற்றும் அதற்கான பொருட்கள் தொடர்பாக அவற்றின் உற்பத்தி எவ்வாறு அதிகரித்தது என்பதை இது காட்டுகிறது. ஓவியர்கள் திறமையாக ஒன்றிணைந்து நல்ல வணிக அறிவுடனும், சமூக மாற்றங்கள் மற்றும் அதன் போக்குகளுக்கேற்பவும் சந்தைத் தேவைகள் மற்றும் வாடிக்கையாளர் கோரிக்கைகளை முழுமை செய்வதற்கான விருப்பத்துடன் விரைவாக மாற்றியமைத்தனர். இந்த ஓவியர்கள் பெரும்பாலும் தன்னையே விளம்பரப்படுத்திக் கொள்பவர்களாக இருந்தனர். எனவே சமூகத்தில் அவர்களின் தொடர்புகள் மூலம், பெருகிய முறையில் உற்பத்தி செய்யும் ஓவிய வணிகத்தை நடத்தினர். அவர்கள் அனைவரும் பிரபலமாக அறிந்தவர்களாக ஆனதோடு, அவர்களின் சொந்த வாழ்நாளில் மக்களிடையே மதிப்பும் புகழும் பெற்றனர். அவர்கள் ஓவியங்களை வேகமாகச் செய்து முடித்தாலும் அந்த ஓவியத்தின் தரம் மற்றும் ஆயுள் பாதிக்கப்படவில்லை எனக் கிடைக்கும் பதிவுகள் தெரிவிக்கின்றன.

ஆற்காடு நவாப் மற்றும் மூன்றாம் ஜார்ஜ் மன்னர் இடையே உருவப்படங்கள், ஓவியப் பரிசுகளின் அரசதந்திரப் பரிமாற்றமும், இலண்டனில் உள்ள ஆங்கிலக் குழும அதிகாரிகளும், 1768-1772

தொடக்கத்தில் கர்நாடக நவாபுகள் ஆற்காட்டில் இருந்து ஆட்சி செய்தனர். நவாப் முகமது அலி (1763 - 1795) 1767இல் சேப்பாக்கத்தில் குடிபெயர்ந்தார். மேலும் அவர் ஓர் அரண்மனையைக் கட்டினார். ஆங்கிலக் கிழக்கிந்தியக் குழுமம் அவருடன் தொடர்புகளை வளர்த்துக் கொண்டதோடு, அவர் பல பிரிட்டிஷ் ஓவியங்களை அவ்வப்போது தன் அரசவைக்கு வரவழைத்தார். பதினெட்டாம் நூற்றாண்டின்

பிற்பகுதியில் பிரிட்டிஷ் சமுதாயத்தில் பண்பாட்டு மாற்றங்கள் மற்றும் பொருளாதார வளர்ச்சி ஆகியன வண்ண உருவப்படங்களுக்கான தேவையைத் தூண்டின. அதன் விளைவாகப் பெருமளவிலான உருவப்பட வண்ணஓவியர்களை நியமித்தனர். இங்கிலாந்தின் மூன்றாம் ஜார்ஜ் மன்னர் ஆற்காடு நவாபுக்கு அவருடைய உருவப்படத்தை அனுப்ப விரும்பினார். 1768இல் தகவல் ஒன்றில், இந்தப் படங்களைப் பெறுவதற்கான வழிக்கான நவாப்பின் அறிவுறுத்தல்கள் குறிப்பிடப்பட்டுள்ளன. ஓவியத்தின் அளவு எதுவாக இருந்தாலும், அதே பெரிய நிலையில் அவர்களுக்கு வழங்கப்பட வேண்டும். படங்கள் அவை சிறியதாகவும், எளிதாகவும் இருந்தால்கூட தெரிவிக்க, மூன்றாம் ஜார்ஜ் மன்னரின் கடிதங்கள் உத்தரவிட்டது. கடிதங்களுடன் அனுப்பப்பட்டு, நவாப் அவர்கள் விரும்பும் வரை அங்கேயே வைக்கப்பட்டு ஆங்கிலக் குழுமம் அவர்களுக்குத் தொடர்பு கொள்ளவும், அனுப்பவும், வழங்கவும் சரியான வாய்ப்பைக் கண்டறிய வேண்டும்.[1]

ஆங்கிலக் குழும அதிகாரிகளைத் தொடர்பு கொண்ட ஆற்காடு நவாப் அவர்களுக்கு, ஜார்ஜ் மன்னரின் உருவப்படத்தை வழங்கப் பச்சைச் சமிக்ஞை கிடைத்தது. அதன்பிறகு அவர் மிகவும் விரும்பிய மாட்சிமைமிக்க மன்னரைப் பார்த்த மன நிறைவைப் பெற இயலாமை, அவர் தன் மாட்சிமைமிக்கவரின் படத்தை அவருக்கு முன் இரவும் பகலும் வைத்திருந்தார். அதைக் கற்பனை செய்து தன்னைத்தானே அமைதிப்படுத்த முயன்றார். அதன் மூலம் நவாப் தன் மாட்சிமை மிக்கவரின் முன்னிலையில் எப்போதும் இருப்பதற்கான பெருமையைப் பெற்றார். நவாப் தன் மாட்சிமைமிக்கவரின் படத்தைப் பெற்றதற்கு நன்றி தெரிவிக்கும் வகையில் நேரில் கலந்துகொள்ள விரும்புவதாகக் கூறினார். சில துணிகள் மற்றும் சில அத்தர்களுடன் தன் படத்தையும், தன் குழந்தைகளின் படத்தையும் அனுப்பியதாக அவர் மேலும் கூறினார். அவருடைய மாட்சிமைமிக்கவரின் அரசப் பார்வையில்படும்படி அந்தப் படங்கள் வைக்கப்பட்டிருக்கலாம் என்று தாழ்மையுடன் நம்புகிறேன் என சனவரி 1770இல் எழுதினார்.[2]

1772இல் இலண்டனில் உள்ள ஆங்கிலக் கிழக்கிந்தியக் குழுமத்தின் இயக்குநர்கள் மேலும் சில ஓவியங்களையும், பிரிட்டிஷ் இறையாண்மை குறித்த படத்தையும், ஆற்காடு நவாப் முகமது அலிக்கு அனுப்ப ஏற்பாடு செய்தார்கள். அதனுடன் மூன்றாம் ஜார்ஜ் மன்னரின் கடிதமும் இருந்தது. நவாப் தங்களுக்கு அனுப்பிய வெள்ளைக்கல்லை, அவருடைய பற்றுதலின் அடையாளமாக அவர்கள் மனநிறைவுடன்

ஏற்றுக் கொள்கிறார்கள் என்று அதில் குறிப்பிடப்பட்டிருந்தது. ஆற்காடு நவாபின் நினைவாகவும், அவர்கள் கண்ணெதிரே அவர்களின் மதிப்பு மற்றும் பாசத்தின் நினைவாக இருக்க வேண்டும் என்பதற்காகவும், மன்னர் அவர்களே அணிந்துகொண்டு தங்கள் மரபினர்க்கு வழங்குவார்கள். அவர்களின் படத்தையும் அரசியின் படத்தையும் அனுப்புவதாகக் குறிப்பிடப்பட்டுள்ளது.[3]

1772இல் ஆற்காடு நவாப் அவர்கள் பெற்ற நட்பிற்கும் மதிப்பிற்கும் சான்றாகப் பிரிட்டனின் மாட்சிமை பொருந்தியவர்களின் படங்களைப் பற்றிப் பயணி ஜார்ஜ் பேட்டர்சன் அவர்கள் குறிப்பிடுகிறார்.[4] முகமது அலி, சென்னை ஆளுநரான பிகாட் பிரபுவின் மூலம், அந்த ஓவியங்களையும் அரசரின் கடிதத்தையும் ஏற்றுக்கொண்டார். மன்னர், இளவரசர்கள் போன்றவர்களின் எட்டுப்படங்கள் தனக்குக் கிடைத்த தாகவும், அதை அவர்கள் நட்புடன் அனுப்பியதில் மகிழ்ந்ததாகவும், அவற்றைப் பெற்றதில் மிக்க மகிழ்ச்சியடைவதாகவும் நவாப் அவர்கள் எழுதினார். இதுபோன்ற புதுமையான படங்களைத் தான் பார்த்ததில்லை என்றும், அவை உண்மையில் மிக நல்ல வடிவில் இருப்பதாகவும் அவர் குறிப்பிட்டுள்ளார்.[5]

இலண்டனில் இருந்து பிரிட்டிஷ் ஓவியர்களின் வருகை: சென்னையில் ஆற்காடு நவாப் முகமது அலியால் ஜார்ஜ் ஸ்டப்ஸ் பணியமர்த்தப்பட்டது

இலண்டனிலிருந்து சென்னைப் பயணம் கடினமாக இருந்தது. மேலும், அமெரிக்கக் கிழக்குக் கடற்பரப்பில் பிரிட்டிஷ் குடியேற்றப் பகுதிகளுக்குப் பயணம் செய்ததைவிட, கணிசமாக நீண்ட காலத்திற்கு நீட்டிக்கப்பட்டதாயிருந்தது. நோய் மற்றும் கப்பல் விபத்துகளில் இருந்து தப்பித்து, சென்னைக்கு வர நான்கு முதல் எட்டு மாதங்கள் ஆகும். புதிய வருகையாளர்கள் பொறுக்க முடியாத காலநிலைக்குக் கூடுதலாக, வயிற்றுப் போக்கு மற்றும் நீர்வழி பரவும் கழிச்சல் நோய் போன்ற நோய்களின் சவால்களை எதிர்கொள்ள வேண்டியிருந்தது. ஆங்கிலக் குழுமத்தில் வேலையாட்களாகவும், அதிகாரிகளாகவும் பணியாற்றுவதற்காக இலண்டனில் இருந்து சென்னைக்கு நிறைய பேர் கப்பலில் வந்தனர். அவர்கள் முதன்மையாக ஆட்சேர்ப்பு செய்யப்பட்டு, கர்நாடகப் போர்களில் போர்புரிந்தனர். அவர்கள் தமிழ்நாட்டில் இடம் விட்டு இடம்பெயர்ந்து, இயற்கையைக் கண்டு உவகையுடன் பார்த்ததோடு, அய்ரோப்பாவிலிருந்து வேறுபட்டிருப்பதை மிகவும் மெச்சினர். அவர்களில் சிலர் இயற்கைக் காட்சிகளை வரைபடமாக, ஓவியமாக, வண்ணஓவியமாக வரைவதற்கு முயற்சி செய்தனர். காலப்போக்கில் இலண்டனில் உள்ள பிரிட்டிஷ் ஓவியர்கள் இதைப்பற்றிக் கேள்விப்பட்டுச்

சென்னைக்கு வந்து ஓவியம் வரைவதன் மூலம் தங்கள் வாழ்க்கைத் தொழிலைத் தேடத் தொடங்கினர்.

இலண்டனிலிருந்து ஜார்ஜ் ஸ்டப்ஸ் என்ற ஓவியர் சென்னைக்கு வந்தார். அவருடைய இரு படங்கள் குறிப்பாகச் சிங்கம் மற்றும் புலியை ஆற்காடு நவாப் முகமது அலிக்குப் பரிசாக அளித்ததாகப் பதிவு செய்யப்பட்டுள்ளது.⁶ ஸ்டப்ஸ் இயற்கை வரலாற்றில் ஆர்வம் கொண்டிருந்தார். மேலும் அவர் சிறுத்தைப் புலியின் எண்ணெய் ஓவியத்தை வரைந்தார். சென்னை ஆளுநர் பிகாட் பிரபுவால் ஸ்டப்ஸ் பணிக்கு அமர்த்தப்பட்டு, 1765இல் ஒரு கண்காட்சி நடத்தப்பட்டபோது சிறுத்தைப் புலி, கலைமான் என இரு இந்திய விலங்குகளை எண்ணெய் ஓவியம் தீட்டப்பட்டு அது காட்சிப்படுத்தப்பட்டது.

1780களில் ஸ்டப்ஸின் படைப்புகள் பெரும்பாலும் புதுப்பாணியாக இல்லாமல் போய்விட்டது. இந்தியாவில் வில்லியம் ஹோட்ஜஸின் சில தேர்ந்தெடுக்கப்பட்ட காட்சிகளில், விலங்குகளை வழங்கிய சாரிகில்பின் போன்ற விலங்கை வரையும் பிற ஓவியர்களால் பிறரை விஞ்சி நிற்கும்படி இருந்தது.⁷ சிங்கம் மற்றும் குதிரையின் எண்ணெய் ஓவியங்களையும் ஸ்டப்ஸ் செய்துள்ளார்.⁸ நவாப் முகமது அலி ஸ்டப்ஸ் வரைந்த ஓவியங்களை வைத்திருந்தார். மற்றொரு ஓவியரான வில்லியம் டேனியல்ஸ் 1792இல் தன் நாட்குறிப்பில் ஸ்டப்ஸின் பல படைப்புகளையும், பிரான்ஸ் மற்றும் பிரிட்டனின் மன்னர்கள் மற்றும் அரசிகளின் உருவப்படங்களை ஆற்காடு நவாபிடம் பார்த்ததாகவும், கர்நாடக ஆட்சியாளருடன் பண்பாட்டு ஆதரவினைப் பெற இரு நாடுகளின் முயற்சிகளை இது குறிக்கிறது எனக் குறிப்பிடுகிறார்.⁹

சென்னையில் டில்லி கெட்டில் மற்றும் நவாப்புக்கான அவருடைய உருவப்பட ஓவிய வணிகம்

டில்லி கெட்டில் (1735-1786) என்ற பிரிட்டிஷ் ஓவியர் 1764இல் இலண்டனில் இருந்து சென்னைக்கு வந்தார். அப்போது அய்தர் அலி தன் படைகளுடன் சென்னையின் ஆங்கிலக் குடியிருப்பை முற்றுகையிடப் போவதாக மிரட்டினார். ஆங்கிலேயர்களுக்கும் ஆட்சியாளருக்கும் இடையே கையெழுத்தான சென்னை ஒப்பந்தம், முதலாம் மைசூர் போரை முடிவுக்குக் கொண்டு வந்தது. டில்லி கெட்டில் சென்னை ஆளுநரான பிகாட் பிரபுவின் உருவப்படத்தை உருவாக்கியதோடு, அவர் தன் படங்களை வாங்குபவரைக் கண்டுபிடிக்க முடியும் என்ற நம்பிக்கையில், பின்னர் இலண்டனுக்கு எடுத்துச் சென்றார். சென்னையில் உள்ளூர் பிரிட்டிஷ் குடியிருப்பாளர்கள், டில்லி கெட்டிலுக்கு

உருவப்படம் வரைய உறுதியளித்தனர். அவர் வரைந்த எண்ணெய் ஓவியங்களில் தலை மற்றும் தோள்கள் பெரும்பாலும் நேராக முன்னோக்கி இருந்தன. டில்லி கெட்டில் வழக்கமாக ஓவியம் வரைவதற்காக உட்கார்ந்திருப்போர்களைச் சித்தரித்தார். உருவ ஓவியம் வரைவதில் திறமையானவரான அவர், சென்னையில் கலை இயக்கத்தை அறிமுகப்படுத்தினார்.

நவாப் முகமது அலி தன் உருவப்படத்தை, டில்லி கெட்டில் மூலம் உருவாக்க விரும்பினார். முதலில் வரையப்பட்ட படம் முகமது அலி தன் அய்ந்து மகன்களுடன் இருப்பதாகும். இது சனவரி 1770இல் சென்னையின் ஆளுநர் சார்லஸ் பௌச்சியருக்கு நவாபின் பரிசாக வரையப்பட்டது.[10] இது 1771இல் இங்கிலாந்தின் கலைஞர்களின் சங்கத்தில் நுழைவு எண் 71 பெற்றது. இங்கிலாந்திற்கு அனுப்பப்பட்ட கெட்டில் வரைந்த முதல் உருவப்படம் இதுதான்.[11] ஓர் இந்திய ஆட்சியாளர் மற்றும் அவர் குடும்பத்தினர் பொதுக்காட்சிக்கு வைக்கப்பட்ட முதல் உருவப்படமும் இதுதான்.

நவாபின் மகன்கள் இல்லாத உருவப்படம் மீண்டும் தயாரிக்கப்பட்டு மூன்றாம் ஜார்ஜ் மன்னருக்கு அனுப்பப்பட்டது. இது 19 மார்ச் 1771 நாளிட்ட மன்னரின் கடிதத்தில் குறிப்பிடப்பட்டுள்ளது. இது முதலில் நவாபின் சேப்பாக்கம் அரண்மனையில் காட்சிப்படுத்தப்பட்டது. இந்த உருவப்படம் இறுதியாக 1775இல் இலண்டனை அடைந்ததோடு, இங்கிலாந்தின் கலைஞர்கள் சங்கத்தின் கண்காட்சியில் காட்சிக்கு வைக்கப்பட்டது. இதை லாரன்ஸ் சல்லிவனின் மகன் திரு.ஸ்டீபன் வாங்கினார்.[12] இவ்வாறு நவாப் அவர்கள் இரண்டு உருவப்படங்களுக்கு அமர்ந்தார்.

பெரிய அளவிலான அய்ரோப்பிய பாணி உருவப்படங்கள் அறிமுகப்படுத்தப்படுவதற்கு முன்பு, இராசபுத்திர அரசவைகளில் இயல்புருவிலான இந்திய உருவப்படங்கள் பருத்தித் துணியில் மெருகு எண்ணெய் பூச்சால் செய்யப்பட்டன என்பது குறிப்பிடத்தக்கது. இதைத் தொடர்ந்து முகலாய சிறிய உருவ ஓவியங்களின் கலை மரபுகள் காணப்படுகின்றன.[13]

1770இல் டில்லி கெட்டில் வரைந்த முரட்டுத்துணி எண்ணெய் ஓவியம் உள்ளூர் பார்வையாளர்களால் சூழப்பட்ட கோயிலின் மொட்டை மாடியில் நடனமாடும் இரு தேவதாசிப் பெண்களைச் சித்தரிக்கிறது. அவர் நடனப் பெண்களை இசைப் பாட்டினிடையே வைத்தார். இரு நடனப் பெண்களின் முக பாவனைகள் படத்தைச்

சுற்றியுள்ள மக்களோடு ஒப்பிடும்போது காண்போரைக் கவர்கிறது. நடனமாதர்கள் அசைவோடு இருக்கும்போது, மற்றவர்கள் அசைவின்றிக் காணப்படுகிறார்கள். அவர்களின் ஆடை அலங்காரம் அந்த சூழ்நிலைக்கு ஏற்றாற்போல ஒத்துப்போகிறது. நடனத் துணிகளின் மடிப்புகளும் சுருக்கங்களும் படத்தில் நேர்த்தியாக வரையப்பட்டு, நடன மாதர்கள் கண்கொள்ளாக் காட்சியாக சித்தரிக்கப்பட்டுள்ளது. இவ்வாறாக பல கலாச்சார வடிவங்களைப் பிரதிபலிக்கிறது. நடன மாதர்களின் அசைவும், இசையும், தனித்தன்மையாக விளக்கப்படுகிறது. நடனமாதரைச் சுற்றி பல ஆண்கள் உள்ளனர். சில பேர் நிற்கவும், சில பேர் தரையில் அமர்ந்தும், தூண்களுக்குப் பின்னாலும், வரையப்பட்டு ஒருவித கண்கொள்ளாக் காட்சியாக உள்ளது. இந்த வண்ணஓவியம் புதுடெல்லியிலுள்ள தேசீய கலைக்கூடத்தில் பாதுகாக்கப்பட்டு வருகிறது.[14]

1776இல் இங்கிலாந்தின் கலைஞர்கள் சங்கத்தின் கண்காட்சியின் அட்டவணையில், டில்லி கெட்டிலின் ஓவியம் பதிவு செய்யப்பட்டுள்ளது. இது ஓர் இந்துப்பெண் இறந்த கணவரின் இறுதிச்சடங்கில், அவள் சதி என்னும் உடன்கட்டை ஏறுவதற்கு முன், அவளுடைய நகைகளை உறவினர்களிடம் ஒப்படைக்கும் சடங்கை, இந்த வண்ணஓவியம் காட்டுகிறது. குடும்ப உறுப்பினர்கள் இரக்கத்துடன் பார்க்கும்போது, பார்ப்பனர்கள் அவள் காலில் விழுந்து வணங்குவதையும் ஓவியம் சித்தரிக்கிறது.[15] இந்தக் கலைப்படைப்பு அந்தக் காலத்தில் ஆங்கிலேயப் பார்வையாளர்களுக்கு இயல்பு மீறியதாகத் தோன்றியிருக்கும்.

ஜார்ஜ் வில்லிசன் அவர்களின் வலைப்பணிகள் மற்றும் ஆற்காடு நவாப்புக்கான அவருடைய ஓவியம் 1774-1780

ஸ்காட்லாந்தைச் சேர்ந்த ஓவியரான ஜார்ஜ் வில்லிசன் அவர்கள் ஓவியராக நவாப்பால் அமர்த்தப்பட்டதோடு, அவர் 1774 முதல் 1780 வரை அரசவையிலேயே வசிப்பவராக இருந்தார். ஓர் உருவப்பட அமர்வுக்காக அவர் இந்தியாவின் தலைமை ஆளுநர் வாரன் ஹேஸ்டிங்ஸின் பரிந்துரைக் கடிதத்துடன் வந்தார். அவர் 1774இல் ஆற்காடு நவாப் முகமது அலியின் உருவப்படத்தை உருவாக்கினார்.[16] 1777இல் வில்லிசனிடம் நவாப்பின் உருவப்படம் மீண்டும் கேட்கப்பட்டு, இந்த உருவப்படம் ஏப்ரல் 1777இல் கொல்கத்தாவுக்கு அனுப்பப்பட்டது.[17] முகமது அலியின் உருவப்படத்தைக் கோரிய வாரன் ஹேஸ்டிங்ஸ், நவாப் அவர்கள் வில்லிசனுக்குச் சம்பளம் கொடுப்பார் என்று நினைத்தார். ஆனால் அது செய்யப்படவில்லை. முடிக்கப்பட்ட உருவப்படம் நவாப்பிடமிருந்து தலைமை ஆளுநருக்குப்

பரிசாகக் கொல்கத்தாவிற்கு அனுப்பப்பட்டது. அப்போது பணம் செலுத்துவது குறித்து கேள்வி எழுப்பப்பட்டது.[18] 1779இல் நவாபின் உருவப்படத்தை அவருடைய இரண்டாம் மகன் அமீர்-அல்-உமாரா மற்றும் பேரன் அப்துல் அலி கான் ஆகியோரோடு மீண்டும் உருவாக்க வில்லிசன் கோரப்பட்டார். இந்த ஓவியம் இப்போது சென்னை ஆளுநர் மாளிகையில் பாதுகாக்கப்பட்டுள்ளது.[19] வில்லிசன் ஆறு ஆண்டுகள் ஆற்காடு அரசவையில் பணிபுரிந்து மேலும் பல ஓவியங்களையும் செய்துள்ளார்.[20]

1780இல் கல்கத்தாவில் உள்ள வாரன் ஹேஸ்டிங்ஸிடம், நவாபின் படங்களுக்குச் சமமான முறையில் பணம் கொடுக்காததாக வில்லிசன் முறையிட்டார். ஆற்காட்டின் ஆட்சியாளர் குடும்பத்தில் நிலவும் அரசியல் சிக்கல்கள் பற்றியும் அவர் குறிப்பிட்டார். வாரன் ஹேஸ்டிங்ஸிடம், நவாப்புடன் இருக்கும் இரு மகன்களால், அரசியல் நிலைமை கடினமான பணியாக இருப்பதாக அச்சத்துடன் வில்லிசன் கூறினார். எனவே, ஹேஸ்டிங்ஸுக்கு அனுப்பப்பட்ட நவாப்பின் உருவப்படத்தில் அவர் மனநிறைவடைந்தார். நவாப்பின் மகன்களின் படத்தை அவர் பெற, மற்றொரு வாய்ப்புக்காகத் தள்ளி வைத்தார். 1776இல் அனுப்பப்பட்ட இந்த படத்துக்குப் பணம் செலுத்துமாறு, நவாபிடம் கேட்டுக் கொண்டிருந்ததாக வில்லிசன் கூறினார். நவாப்பின் தொடர்ச்சியான வாக்குறுதிகளுடன் நான்கு ஆண்டுகள் (1780) முடிந்து விட்டதால், வில்லிசன் தன் வெகுமதியானது வெகு தெலைவிலிருப்பதைக் கண்டார். இழப்பைச் சகித்துக் கொள்ள வேண்டியதன் கட்டாயத் தேவையைச் சமாளிப்பது தன் கடினமான விதி என அவர் அஞ்சினார். இந்தக் கோரிக்கையுடன் தலைமை ஆளுநரைத் தொந்தரவு செய்ய, வில்லிசன் உண்மையில் விரும்பவில்லை. படத்தின் விலையை மேலும் அவர் படத்துக்கான சட்டத்துடன் சேர்த்துக் கூறினார். இந்தத் தொகையைப் பெறுவதற்கு வில்லிசனின் உத்தரவுபெற்ற கல்கத்தாவிலுள்ள திரு.ஜான் பெர்குசனிடம் பணம் செலுத்தலாம் என அவர் குறிப்பிட்டார்.[21]

1775இல் ஆற்காடு நவாபின் உருவப்படத்தைப் பெற்ற ஹேஸ்டிங்ஸ், முகமது அலிக்கு நன்றி தெரிவித்தார். நவாப்பின் உருவப்படம் வைக்கச் சிறந்த இடம் கிடைக்காததால், கல்கத்தாவிலுள்ள நீதிமன்ற மாளிகையில் இங்கிலாந்து அரசர் மற்றும் அரசியின் உருவப்படங்களுடன் படத்தை வைக்க முடிவு செய்திருந்தார். இது அனைத்துப் பொது விழாக்களும் நடைபெறும் அறை என்பதாலும், நீதிமன்றம் என்பதாலும், இந்த உருவப்படம் கவனத்திற்குரியதாக மாறும் என

அவர் கூறினார்.²² 1787இல் வில்லியம் டேனியல்ஸ் என்பவரால் ஆற்காடு நவாப்பின் உருவப்படம் மீட்டெடுக்கப்பட்டது. ஓவியத்தைத் தூய்மை செய்வதற்கும் பழுது பார்ப்பதற்கும், அவர்க்கு 1,500 ரூபாய் வழங்கப்பட்டது.²³ முகமது அலி பின்னர் இலண்டனில் உள்ள மூன்றாம் ஜார்ஜ் மன்னருக்கு தன் முதல் உருவப்படத்தையும், இரண்டாம் படத்தை லீடன்ஹால் தெருவிலுள்ள ஆங்கிலக் குழும இயக்குநர்களுக்கும் மூன்றாம் படத்தை இங்கிலாந்தின் கலைஞர்கள் சங்கத்திற்கும் அனுப்பினார்.

வாரன்ஹேஸ்டிங்ஸ், ஆற்காடு நவாப் உட்படப் பல்வேறு இந்திய ஆட்சியாளர்களுடன் பேச்சுவார்த்தை நடத்தும்போது, உருவப்படங்களைப் பரிமாறிக் கொள்வதை ஊக்குவித்தார். 1773இல் ஒழுங்குமுறைச் சட்டத்தின் கண்டிப்புகளை அவர் மீறினார். இது ஆங்கிலக் குழும ஊழியர்கள் பரிசுகள் பெறுவதைத் தடை செய்தது. அவருடைய உருவப்படங்களைப் பயன்படுத்துவதில் ஹேஸ்டிங்ஸ் அவர்கள், மன்னர் ஜார்ஜ் இல்லாமல் அறிமுகப்படுத்தப்பட்ட இறையாண்மையின் வழிபாட்டினை ஏற்றுக்கொண்டு, அதனை ஊக்குவித்தார். இதன் மூலம் மன்னரே தன் உருவப்படங்களைப் பல்வேறு பிரிட்டிஷ் குடியேற்ற நாடுகளுக்கு அனுப்பினார்.²⁴

ஜார்ஜ் வில்லிசன் இலண்டனுக்குப் புறப்படும்போது, தான் வரைந்த ஓவியங்களுக்கான காலதாமதத் தொகைக்காக 700 பகோடாக்களுக்கான விலைப்பட்டி ஒன்றை, வாரன்ஹேஸ்டிங்ஸிடம் பணிவுடன் அனுப்பினார். வில்லிசன் ஆற்காட்டில் தன்னுடைய விலையை இரட்டிப்பாக்கினார். அவருடைய பொதுவான விலை மார்பளவு நீள உருவப்படத்திற்கு, 75 பகோடாக்கள் (30 பவுண்டுகள்), அரை நீள உருவப்படத்திற்கு 150 பகோடாக்கள் (60 பவுண்டுகள்), மற்றும் முழு நீள உருவப்படத்திற்கு 300 பகோடாக்கள் (120 பவுண்டுகள்). அவர் ஆற்காடு நவாப்பிற்கு மட்டுமல்ல, வாரன் ஹேஸ்டிங்ஸ்க்குக் கூட கடுமையாகக் கட்டணம் கேட்டிருந்தார். வில்லிசன் சென்னையை விட்டு பிரிட்டனுக்குச் சென்றபோது, அவருக்கு 3500 பகோடாக்கள் (1140 பவுண்டுகள்) செலுத்த வேண்டியிருந்தது. ஆங்கிலக் கிழக்கிந்தியக் குழுமத்துக்கு நவாப் செலுத்திய கடன்கள் மீது, வாரன் ஹேஸ்டிங்ஸுக்கு அவர் செலுத்திய விலைப்பட்டி இறுதியில் தீர்க்கப்பட்டது. வில்லிசன் லீடன்ஹாலில் உள்ள ஆங்கிலக் குழுமத்தின் மிகவும் செல்வாக்கு மிக்க தேர்ந்தெடுக்கப்பட்ட இயக்குநரான ஜார்ஜ் டெம்ப்ஸ்டர அவர்களுடன் நெருக்கமான தொடர்பு கொண்டிருந்தார். வில்லிசனின் விலைப்பட்டி குழுமத்திற்குச் செலுத்த வேண்டிய கடன்களில்

இருந்து எடுக்கப்பட்டது. பதிவுகளிலுள்ளபடி அவருக்குரிய தொகை இறுதியில் கொடுத்து முடிக்கப்பட்டது. வில்லிசன் நவாப் முகமது அலிக்கு ஓவியம் வரைந்து கொடுத்த முயற்சிகளுக்குப் போதுமான வெகுமதியைப் பெற்றார். பதிவுகளின்படி வில்லிசன் சென்னையை விட்டு வெளியேறினார். அவர் 30,000 பவுண்டுகள் செல்வத்துடன் எடின்பர்க் திரும்பினார். அதில் மூன்றில் இரண்டு பங்கு ஆற்காடு நவாப்பின் அரசவையில் இருந்து பெறப்பட்டது.[25]

ஜார்ஜ் வில்லிசன் நவாப்பின் அனுசரணையால் அதிகம் பயனடைந்தார். அவர் 1774 மற்றும் 1775க்கு இடையில் நவாப் மற்றும் அவருடைய குடும்பத்தினரின் ஆறு உருவப்படங்களை வரைந்தார். வில்லிசன் 1775 மற்றும் 1780க்கு இடையில் நவாப்பின் குடும்பத்தைக் குறைந்தது அய்ந்து உருவப்படங்கள் வரைந்துள்ளார். அதில் முகமது அலியுடன் அவருடைய இரண்டாம் மகன் அமீர்-உல்-உமாரா மற்றும் பேரன் அப்துல் அலி கான் ஆகியோர் ஓர் ஓவியத்தில் அடங்குவர். பின்னர் அப்துல் அலி கான், நிவாப் அசிம்-உத்-தௌலா என்று அறியப்பட்டார்.

பணத்திற்காக அழகான முகங்களை ஓவியம் வரைதல்: நவாப்பால் பணியமர்த்தப்பட்ட ஜான் ஸ்மார்ட், 1785–1795

ஜான் ஸ்மார்ட் (1742-1811) இலண்டனில் ஒரு சிறிய உருவ ஓவியரான டேனியல் டாட் என்பவரிடம் ஓவியம் வரையக் கற்றுக் கொண்டார். ஸ்மார்ட் சென்னைக்கு வந்தார். அவர் நவாப் முகமது அலியால் 1785இல் பணியமர்த்தப்பட்டார். அவர் 1795 வரை நவாப்பின் குடும்பத்திற்குச் சிறிய உருவ ஓவியராக இருந்தார். ஸ்மார்ட் அவருடைய உடல்நிலை காரணமாக, இங்கிலாந்து திரும்ப முடிவு செய்தார். அப்போது அவருக்கு நவாப் மூலம் 1600 பவுண்டுகள் நிலுவையாக இருந்தது 14, ஏப்ரல் 1795 நாளிட்ட மூல உறுதியாவணத்தில் குறிப்பிடப் பட்டுள்ளது. இதுவே திரு. போர்டைஸிடம் வைப்புத் தொகையாக வைக்கப்பட்டது. பிரிட்டிஷ் கலைஞர்கள் பண வடிவமைப்பிற்காக அவர்கள் எதிர்பார்த்த பணத்தை எப்போதாவது சம்பாதிக்க ஆற்காட்டு நவாப்பை நோக்கி நம்பிக்கையோடு சென்றனர்.[26]

1804இல் (இலண்டனுக்குத் திரும்பிய ஒன்பது ஆண்டுகளுக்குப் பிறகு) ஜான் ஸ்மார்ட் தன்னுடைய 1600 பவுண்டுகள் (1785-1795இல் நிறைவேற்றப்பட்ட வேலைக்காக) இன்னும் செலுத்தப்படவில்லை என்று முறையிட்டார். எனவே, அவர் ஆங்கிலக் குழுமத்திடம், முதல் மற்றும் வட்டிக்காக 2504 பவுண்டுகள் 6 ஷில்லிங் மற்றும் 7 டாலர்கள்

எனப் பலவந்தமான வாக்குமூலங்களை அளித்தார். அதற்காகத் திருநெல்வேலி மாகாணங்களில் ஒரு துங்கா (ஒரு வட்டாரத்தின் வருவாய்க்கான ஒதுக்கீடு) வழங்கப்பட்டது. ஆனால், அதில் எந்தப் பங்கும் செலுத்தப்படவில்லை.[27]

1788இல் தாளில் வரையப்பட்ட முகமது அலியின் உருவப்படம், மற்றும் முழு உடல் உருவப்படம் நிறத்தில் வரையப்பட்ட நீர்வண்ண ஓவியம் இலண்டன் வந்து சேர்ந்தது. இந்த ஓவியம் இப்போது விக்டோரியா மற்றும் ஆல்பர்ட் அருங்காட்சியகத்தில் உள்ளது.[28] முகமது அலியின் பல்வேறு உருவப்படங்கள், புனித ஜேம்ஸ் அரண்மனை, கிழக்கிந்திய இல்லம், கலைஞர்கள் சங்கம், கல்கத்தா பழைய நீதிமன்ற மாளிகை, சென்னையிலுள்ள அரசு மாளிகை, பிகோட் அவர்களின் பிரிட்டிஷ் வீடு மற்றும் சேப்பாக்கத்திலுள்ள நவாப் அரண்மனை ஆகிய இடங்களில் தொங்கவிடப்பட்டிருப்பதைக் காண்கிறோம்.

படைத்துறைத் தலைவர் ஸ்டிரிங்கர் லாரன்ஸ் மற்றும் நவாப் வாலாஜா ஆகியோர் ஒன்றாக ஓர் ஓவியத்தில் காணப்பட்டனர். ஜெனரல் மார்க்யூஸ் டுவீடேல், சர் பிரான்சிஸ் கிராண்ட் அவர்களின் ஓவியத்திலிருந்து உருவாக்கப்பட்டது ஒரு புத்தகத்தில் கண்டுபிடிக்கப் பட்டது.[29] தமிழ்நாட்டின் நவாப் ஆட்சியாளர்களுடனான ஆங்கிலேயத் தொடர்புகளின் மூலம் உருவப்படக் கலாச்சாரம் உருவானது என்பதை இந்தச் சான்றுகள் தெரிவிக்கின்றன.

சென்னையில் தாமஸ் ஹிக்கி மற்றும் நவாப் அஸிம்-உத்-துவாலாவுக்கான அவருடைய உருவப்படங்கள், 1801–1803

அயர்லாந்து நாட்டுக் கலைஞரான தாமஸ் ஹிக்கி நவம்பர் 1798இல் சென்னை வந்தார். அவர் சேப்பாக்கம் அரண்மனையில் உள்ள கர்நாடக நவாப் அசிம்-உத்-தௌளலா (பதவியேற்ற ஆண்டு 1801-19) அணுகினார். மேலும் 1801இல் நவாப் ஆட்சிக்கு வந்த காலத்தில் அசிம்-உத்-தௌளலாவின் தலை மற்றும் தோள்பட்டை ஓவியத்தை வரைந்தார்.[30]

ஹிக்கி 1803இல் தனியொருவர் மற்றும் அவர் மகன் தன் தந்தையின் நீண்ட உடையைப் பிடித்திருக்கும் ஓர் உருவப்படத்தை உருவாக்கினார். அரசதந்திரப் பரிசளிப்புச் செயல்முறைகளில் அய்ரோப்பியப் பாணி உருவப்படங்களின் முதன்மையான பயன்பாட்டை, முகமது அலியின் பேரனான அசிம்-உத்-தௌளலா புரிந்து கொண்டார். 1803இல் கிளைவ் பிரபுவிடம் அவர் தன்னுடைய மற்றும் அவருடைய மகனின் வம்ச

உருவப்படத்தை வழங்கினார். நவாப்பின் இறையாண்மை பெயரளவிற்கு இருந்தாலும், இப்பகுதியில் உண்மையான அதிகாரம் சென்னை ஆளுநரிடமே இருந்தது. எனவே, அசிம்-உத்-தௌலா, தனக்குப் பிறகு வரும் சென்னை ஆளுநரிடம் கிளைவ் பிரபு தன் சார்பாகப் பேசுவார் என்ற நம்பிக்கையில் இதைச் செய்திருக்கலாம்.

ஹிக்கி 1803இல் நவாப் அசிம்-உத்-தௌலாவின் முழு நீள உருவப்படத்தை அவருடைய மகனும் வாரிசுமான ஆசம் ஜாவுடன் (பதவியேற்ற ஆண்டு 1820-25) வரைந்தார்.[31] இவ்வாறு ஆற்காடு நவாபுகளை வரைந்த மேலைநாட்டு ஓவியர்களின் வரிசையில் ஹிக்கியும் ஒருவர்.

சென்னையிலிருந்து கல்கத்தாவிற்குப் பிரிட்டிஷ் ஓவியர்களின் இடப்பெயர்வு

ஆகஸ்ட் 1803இல் சென்னையில் வந்து இறங்கிய, உதவி-அறுவை மருத்துவரான ஜான் லேடன் தன் சுற்றுப்புறப்பகுதிகளை விரைவாக ஆய்வு செய்தார். அவர் இரண்டு வகையான பிரித்தானியர்களைக் கண்டார். முதலாவது வாணிப நோக்கங்கொண்டு செயல்பட்டு வந்தவர்கள். இரண்டாவதாக ஆளுநர்கள், அதிகாரிகள், நீதி, நிதி, அரசியல் நோக்கங்களைக் கொண்டு செயல்பட்டவர்கள். எனவே, ஜான் லேடன் புதியதாக ஆங்கிலேயக் கிழக்கிந்திய குழுமத்தில் பணி நியமனம் செய்யப்பட்டவராகையால், வணிகம் செய்ய அனுமதி கிடையாது. இருப்பினும் பணம் சம்பாதிப்பதும், 20 ஆண்டுகளுக்குள் தேவையான பொருள் ஈட்டுவதும், பின்னர் பணியிலிருந்து ஓய்வுபெறுவதும் முக்கியமானது.[32] இவ்வாறாக சென்னையில் பிரித்தானியர்கள் பெரும்பாலும் பணம் ஈட்டுவதையே முக்கிய குறிக்கோளாகக் கொண்டிருந்தது தெரிய வருகிறது.

பல வகையான ஓவியர்கள் பல ஆதரவாளர் குழுக்களின் ரசனைக்கு ஏற்பத் தங்கள் உருவங்களைச் சரி செய்துள்ள நிலையில், காலனித்துவ ஓவியர்கள் எவ்வாறு சிக்கலான சந்தையின் கலை மற்றும் பொருளாதாரக் கோரிக்கைகளுக்கு இடமளிக்க மற்றும் செல்வாக்கு செலுத்த முயன்றனர் என்பதை நாம் ஆராய வேண்டும்.

அப்போதைய சமகாலத்தவர்கள் ஊக்கம் இல்லாமலிருந்தால் ஓவியம் விரைவாகச் சிதைந்து விட்டதாக முறையிட்டது கண்டறியப் பட்டது. ஓவியம் பெரிதும் புறக்கணிக்கப்படுவதாக அவர்கள் கூறினர். கலைகள் மிகவும் நிலையாக இருப்பன; உண்மையில் ஓவியர்களுக்குத் தான் எந்த ஊக்கமும் இல்லை.[33]

சென்னையில் இருந்த பிரிட்டிஷ் ஓவியரான இராபர்ட் ஹோம் கல்கத்தாவிற்குக் குடிபெயர்ந்தார். ஓர் ஓவியத்திரைச்சீலைக்கு 500 முதல் 600 ரூபாய் வரை கட்டணம் வாங்கி, மார்பளவு நீள உருவப்படங்களை உருவாக்குவதன் மூலம் அவர் அங்கு வாழ வழி தேடிக்கொண்டார். ஆனால், ஜார்ஜ் வில்லிசன் மற்றும் ஜோஹன் ஜோஃபானி (1733 - 1810) போன்ற ஓவியர்களால் ஒருமுறை வென்ற மகத்தான கட்டணத்தைவிட மிகக் குறைவு. ஓவியர்களுடைய முழு நீளப் பளபளப்பான தோற்றமும், அவர்களுடைய மினுமினுப்பான செழுமை கலந்த பாணி, பின்னர் புதுப்பாணியாக இல்லாமல் போய்விட்டது.[34] இராபர்ட் ஹோமின் ஓவியங்களின் தொகுப்பு இப்போது கொல்கத்தாவில் உள்ள ஆசியக் கழகத்தில் உள்ளது. இராபர்ட் ஹோமின் படம் வரைய உட்காருபவர் புத்தகம் ஹெய்ன்ஸ் ஆவணக்காப்பகத்தில் உள்ளது. அவருடைய உட்காருபவர்களின் ஓவியங்கள் இலண்டனில் உள்ள விக்டோரியா மற்றும் ஆல்பர்ட் அருங்காட்சியகத்தில் உள்ளன. இந்த ஓவியங்கள் மறுசீரமைப்புக்கு உட்பட்டன. சென்னையில் சிறப்பாகச் செயல்பட்ட இராபர்ட் ஹோம், பின்னர் ஓவியத் துறையில் வெற்றிபெற முயற்சித்தார். ஆனால், அது மிகவும் பலன் தரவில்லை என அதில் குறிப்பிடப்பட்டுள்ளது. ஆர்தர் வில்லியம் டேவிஸ் என்ற மற்றோர் வங்காள ஓவியரும் மிகவும் அறிவாளி. மேலும் நிறைய ஓவிய வேலைகளைச் செய்தார். நெசவு மற்றும் மண்பாண்டங்கள் செய்தல், சக்கரை மற்றும் கருநீலி (அவுரி) தயாரித்தல் போன்ற இந்தியாவின் பல்வேறு தயாரிப்புகளின் ஓவியங்களை நாற்பது சந்தா மூலம் செய்து அவற்றை அனுப்பினார். மேலும் அவற்றை இலண்டனுக்கு அனுப்பிச் செதுக்கோவியம் செய்யப்பட்டது. கல்கத்தாவில் உள்ள மற்றோர் ஓவியரான ஜான் அலெஃபவுண்டர் ஒன்றும் செய்யவில்லை.[35] ஃபிரான்சுவா பல்தசார் சோல்வின்ஸ் (1760 - 1824) ஒரு கடல்சார் ஓவியர். அவர் கல்கத்தா ஆற்றங்கரையில் சில நல்ல காட்சிகளை மிகவும் துல்லியமாக, ஆனால் காற்றோட்ட நிலைமை மற்றும் இயற்கை வண்ணத்தில் குறைபாடுடன் மாறாகச் செய்தார்.[36] இதனால் அனைத்து பிரிட்டிஷ் ஓவியர்களும் தங்கள் வணிக முயற்சிகளில் வெற்றி பெறவில்லை.

அய்ரோப்பியர்களால் கவனிக்கப்பட்ட இரண்டாம் சரபோஜி மன்னர் ஆட்சியின் கீழ் தஞ்சாவூரில் உள்ளூர் ஓவியர்கள் தாளில் ஓவியங்களை உருவாக்குதல்

இரண்டாம் சரபோஜி மன்னர் (1798 - 1832) கலைஞர்களைத் தாளில் ஓவியம் வரைவதற்கு ஈடுபடுத்தினார். அவர் தன் அரண்மனை

மற்றும் உள்ளூர்க் கலைஞர்களால் தயாரிக்கப்பட்ட பத்து ஓவியங்களைத் தஞ்சாவூரில் உள்ள ஆங்கிலேயரான பெஞ்சமின் டோரின் அவர்களுக்கு வழங்கினார். அவற்றில் பெரும்பாலானவை இந்திய-பிரிட்டிஷ் பாணியில் எழுதுகோல், மை மற்றும் கழுவிவரையும் ஓவியத்தால் செய்து முடிக்கப்பட்டவை. நீர்வண்ணத் தொடுகைகளால் ஓவியங்கள் சில நேரங்களில் உயிர்ப்படைந்தன.[37]

தஞ்சாவூர் ஓவியங்கள் முதன்மையாக முச்சியச் சாதியைச் சார்ந்த கலைஞர்களால் பெரிய அளவில் தயாரிக்கப்பட்டன. படைத்தலைவர் சார்லஸ் கோல்டு, மூச்சிக் கலைஞர்களைக் கவனித்து, அவர்கள் வழக்கமாகத் தங்கள் சொந்த பாணியில் வரைந்ததாகத் தெரிவித்தார். அவர்களில் சிலர் தங்கள் படங்களை ஒரு நுணுக்கமான சிறிய உருவ ஓவியமாக, நுட்பமாகவும், சிறந்த உழைப்பிலும் செய்து முடித்தனர். அதே நேரத்தில் அவர்களின் ஓவியத்தின் தோற்றம் அதன் நிறத்தில் முற்றிலும் உண்மையாக இல்லாமலிருந்தது. உள்ளூர் ஓவியர்கள், நகைகள் மற்றும் பகட்டான ஆடைகளை வரையும்போது சில நேரங்களில் சரியாக செய்யவில்லை. அவர்கள் ஆடை மற்றும் உருவங்கள் ஆகிய வற்றில் தேவையான தகுதியுடன் செய்தனர். அய்ரோப்பியர்களின் அறிவுரையின்பேரில், சில உள்ளூர்க் கலைஞர்கள் தமிழ்ச் சமூகத்தில் உள்ள மிகவும் பொதுவான சாதிகள் அல்லது பழங்குடி மக்களின் தொடர்களை வரையத் தூண்டப்பட்டனர். ஒவ்வொரு படமும் ஒரு கணவன் மற்றும் மனைவியைக் குறிக்கிறது. அவர்களின் நெற்றியில் வேறுபாட்டின் அடையாளக்குறி அல்லது அடையாளங்கள் இருந்தன. ஆனால், பொதுவான ஆடைகளோடு, விடுமுறை நாட்களின் ஆடைகளல்ல.[38] முச்சிகளின் ஓவிய நுட்பங்களில் சார்லஸ் கோல்டுக்கு அதிக விருப்பமில்லை என்பது கவனிக்கக் கூடியது. இருப்பினும் உள்ளூர் உடைகள் மற்றும் கதாபாத்திரங்களின் சித்தரிப்புக்கு அவர்கள் பெருமை சேர்க்கின்றனர். காட்சி ஊடகங்கள் மூலம் இங்கிலாந்தில் அறியப்படாத தமிழ்ச் சமூகத்தைப் புரிந்து கொள்ளவும், அய்ரோப்பியர்கள் உள்ளூர்ச் சாதிக்குழுக்கள் மற்றும் பழங்குடியினரின் ஓவியங்களை உருவாக்கவும் எவ்வாறு கோரினர் என்பதை அவருடைய பார்வை தெளிவாகச் சுட்டிக்காட்டுகிறது.

தஞ்சாவூரில் மன்னர் சரபோஜியால் பணியமர்த்தப்பட்ட உள்ளூர் ஓவியர்களால் வரையப்பட்ட விலங்குகளின் ஓவியங்கள் அடங்கிய படத்தொகுப்பு, 1802-1810

இறக்குமதி செய்யப்பட்ட அய்ரோப்பியத் தாளில் ஓவியம் வரைவது பரவலாக வளர்ந்தது. 1802இல் ஹாலேக்கு அனுப்பிய

கடிதத்தில் இரண்டாம் சரபோஜி மன்னருடைய மூச்சிக் கலைஞரைப் பற்றித் தரங்கம்பாடியில் உள்ள மதப்பரப்புநரான கிறிஸ்டியன் போலே குறிப்பிட்டுள்ளார். 1810 வரை மன்னரிடம் பணிபுரிந்த குப்பன் சித்தர் என்ற மற்றொரு கலைஞரின், விலங்குகள் மற்றும் பூச்சிகளை வரைந்து விளக்கிய குறிப்பும் உள்ளது.[39]

சரபோஜியின் படத்தொகுப்பில் சிலந்திகள் மற்றும் தவளைகளின் சிறந்த வரைபடங்கள் உள்ளன.[40] படத்தொகுப்பில் உள்ள பச்சைத் தவளை மருந்தாகப் பயன்படுகிறது எனச் சிறப்பாக விளக்கப்பட்டுள்ளது. இந்தப் படத்தொகுப்பில் வெளி ஓடுடைய உயிரிகளான நண்டுகள் மற்றும் இரால்கள், கணவாய்கள், சொறிமீன்கள் மற்றும் கடல் புழுக்களின் வரைபடங்கள் உள்ளன.[41] பல வகையான கிளிஞ்சற்சிப்பிகள் அந்த வரைபடத்தில் உள்ளன. மேலும் ஒரு கிளிஞ்சற்சிப்பி மிகவும் ஆர்வமுடன் வரைபடத்தில் வரையப்பட்டுள்ளது.[42] 1807இல் ஆங்கிலக் கிழக்கிந்தியக் குழுமத்திற்குப் படத்தொகுப்பு வழங்கப்பட்டு தஞ்சாவூரில் வசிக்கும் பிரிட்டிஷ் குடியுரிமை பெற்ற பெஞ்சமின் டோரின் அவர்களுக்கு இறுதியாக வரைபடங்கள் பரிசளிக்கப்பட்டன.[43]

புலி குறித்து வர்ணனை செய்யப்பட்டு நன்கு படத்தொகுப்பில் விளக்கமளிக்கப்பட்டுள்ளது. புலி அனைத்து விலங்குகளையும் விட அதிக வலிமை கொண்டது என்றும், சினப்படுத்தாமலேயே அதன் இயல்பு கடுமையானதும் கொடூரமானதுமாகும் என்று எழுதப்பட்டுள்ளது. கண்மூடித்தனமான கோபத்தில் தான் சந்திக்கும் ஒவ்வொரு விலங்கையும் துண்டு துண்டாகக் கிழித்து எறிந்த இந்த விலங்கிடமிருந்து எந்த இரக்கத்தையும் எதிர்பார்க்க முடியாது. மைசூரில் உள்ள அல்லது நாட்டின் மேற்குப்பகுதியில் உள்ள புலியானது, அதன் மூக்கிலிருந்து வால் வரை ஒன்பது அடி நீளமும், அய்ந்தரை அடி உயரமும் கொண்டது. ஆனால் இந்தப் படத்தில் வரையப்பட்ட புலி நாட்டின் கிழக்குப் பகுதியைச் சேர்ந்தது. அதன் அளவு மூக்கிலிருந்து வால்வரை எட்டடி நீளமும், நான்கு அடி உயரமும் கொண்டது. அந்தப் புலி இளமையாக இருந்தபோது தஞ்சாவூருக்குக் கொண்டு வரப்பட்டு, பலமான மரக்கூண்டில் தொடர்ந்து அடைத்து வைக்கப்பட்டது.[44] தஞ்சாவூர் அரண்மனையில் இந்தப் புலியைப் பார்த்த தரங்கம்பாடி மதப்பரப்புநரான கிறிஸ்டோப் சாமுவேல் ஜான் ஜெர்மனிக்கு அனுப்பப்பட்ட அவருடைய கடிதத்தில் இதைப்பற்றி விளக்கி எழுதினார்.[45] அனைத்து விலங்கு குறித்த விளக்கங்களிலும் மிக நீளமானது அரச புலி பற்றியது. இந்த விலங்கு இளம் மானை விரைவாகத் துரத்திப் பிடித்தது. ஆனால், பழைய விலங்கு வேட்டையாடுவதற்கு இரு ஆண்டுகள் ஆகும். இந்த

வகையான ஆணும், பெண்ணும் வேட்டையாடுவதில் துல்லியமாக இருந்தன.[46] காட்டுப்பூனை என்றழைக்கப்படும் ஒரு விலங்கு வெள்ளை மற்றும் சிவப்பு ஆகிய இரு நிறங்களைக் கொண்டிருந்தது என்று கூறப்பட்டுள்ளது. இது ஒரு நேர்த்தியுடன்கூடிய கரடுமுரடான மற்றும் குறுநில முடியுடன், அளவில் நரியை விடச் சற்று பெரியதாகத் தோன்றியது. ஆனால், இந்த விலங்கு மிகவும் கடுமையானது. பவுஸ் என்று அழைக்கப்படும் பறவை மற்றும் கச்சு நாட்டுப் பகுதி குதிரை ஆகியவை முசுலிம்களால் வரலாற்றில் பெரிதும் அறியப்பட்டவை. சியா-குஷ் என்ற (காட்டுப் பூனை) பெயர் அந்த நீளமான முடிகளுடன் கூடிய காதுகளால் பெறப்பட்டது. இந்த விலங்கின் உணவு செம்மறியாட்டுக்கறி, பறவைகள் மற்றும் பால் ஆகியனவாகும்.[47]

தமிழில் காட்டு எருமை என்று விளக்கப்பட்டு தஞ்சாவூர் அரசாட்சியில் உள்ள புத்திக்கண்டு காட்டில் இருந்து வந்த விலங்கு என்று கூறப்படுகிறது. இந்த விலங்கு இயற்கையாகவே காட்டுத்தனமானது மற்றும் மனிதர்களிடமிருந்து தன்னைத்தானே ஒதுக்கி வைத்துக் கொண்டு மிகவும் எச்சரிக்கையாக இருந்தது. காட்டில் இருந்து எடுத்துச் செல்லப்பட்ட பிறகு, விலங்கு நீண்ட காலம் வாழாது. இந்த விலங்கின் படம் வேதாரணியம் அருகில் வாழ்ந்த காட்டுப் பகுதியிலிருந்து வரையப்பட்டது. முழுமையாக வளராமல், காட்டில் இருந்து கொண்டு வரப்பட்ட அந்தக் காட்டெருமை இளமையாக இருந்தது. மண்டை ஓட்டின் மேல் அல்லது அதன் கொம்புகளுக்கு இடையில் வளர்ந்த சதைப்பற்றுள்ள பந்து அரை அடி உயரமும், விலங்கின் உயரம் அய்ந்தடியும் நீளம் ஆறு அடியும் இருந்தது.[48]

விளக்கத்துடன் கூடிய பறவைகளின் ஓவியங்களைக் கொண்ட படத்தொகுப்பு, 1807-1812

அரச குடும்பத்தின் காட்டு விலங்குக்காட்சிச் சாலையில் பேணிக் காக்கப்படும் அனைத்து அழகான மற்றும் அரிய பறவைகள் தஞ்சாவூரில் உள்ள மூச்சிக் கலைஞர்களால் வண்ணம் தீட்டப்பட வேண்டும் எனக் கேட்டுக் கொள்ளப்பட்டது. பறவைகளின் உருவப்படங்களை உருவாக்க வெங்கடதாஸ் என்ற கலைஞரை சரபோஜி சிறப்பாக நியமித்தார். பவுஸ் என்ற பறவை உருவப்படம் அரசவையில் ஒரு கலைஞரால் செய்து முடிக்கப்பட்டது. மேலும், இந்த ஓவியம் அரச மாளிகைக்கு வருகைதந்த அனைவராலும் மிகவும் பாராட்டப்பட்டதாகத் தெரிவிக்கப்படுகிறது.[49]

பறவைகளைச் சேகரித்த சரபோஜியும் விரிவாக விளக்கமளிக்க ஆர்வமாக இருந்தார். காஷ்மீர் பகுதியில் மட்டுமே ஷமா என்ற

பறவை பொதுவாகக் காணப்படுகிறது எனப் படத்தொகுப்பு கூறியது. இந்தப் பறவையின் பாடலானது அகுன் மற்றும் சுண்டோல் போன்ற பறவையின் பாடலைப் போல மெல்லிசையாக இருக்கும் என்று கூறப்படுகிறது. ஒரு கரண்டி பட்டாணி மாவுடன், இரு கிராம்பு மற்றும் முட்டையின் மஞ்சள் கருவுடன் கலந்த உணவால், ஷமாப் பறவை வாழ்ந்ததாகக் கூறப்படுகிறது. இந்தப் பொருட்கள் எல்லாவற்றையும் நெய்யில் நன்றாக வறுத்துப் பறவைக்கு உணவாகக் கொடுத்தனர்.[50] இந்தப் பறவை அய்தராபாத் வழியாகத் தஞ்சாவூரில் உள்ள காட்டு விலங்குக் காட்சிச்சாலைக்கு வந்தது. இந்தப் பறவைக்கு வெட்டுக் கிளிகளைப் பிடிக்கும் என்று பதிவு செய்யப்பட்டுள்ளது.[51]

சரபோஜியின் படத்தொகுப்பு தோணிக்கலம்பன் என்ற பறவை குறித்த விளக்கத்தை அளித்திருந்தது. இந்தப் பறவை சிறிய பூச்சிகளைச் சாப்பிட்டது. சிறிய பருந்துகள் இப்பறவையை இரையாக்கப் பெரிதும் விரும்பின. இந்தப் பறவை வேகமாக ஓட முடியாததால் ஒருவர் இதைக் கொஞ்சமும் தொல்லைப்படாமலேயே பிடிக்கமுடியும். ஒரு பறவை பிடிபட்டால் இந்தப் பறவைகள் அனைத்தும் அந்த இடத்திலேயே 20 அல்லது 30 தோணிக்கலம்பன் பறவைகள் அக்கறையினால் கீழே விழுந்துவிடும். இந்தப் பறவைகள் அவற்றின் உள்ளுணர்வில் பெரிதும் உயிரோட்டத்துடன் இருந்தன. முஸ்லிம்கள் இப்பறவைகளின் தசை மிகவும் சுவையாக இருப்பதாகவும், அதனால் அவர்கள் அதைச் சாப்பிட விரும்புவதாகவும் கூறினர்.[52]

முலுக்காசில் உள்ள செராம் தீவில் யேமன் / ஈம் எனப்படும் கசுவாரி என்ற பறவையை இந்தப் படத்தொகுப்பு மேலும் விளக்கியது. கால் முதல் கழுத்து வரை அதன் நீளம் மூன்றடி இரண்டரை விரற்கடை. கழுத்து முதல் வால் வரை இரண்டடி அய்ந்து விரற்கடை இருந்தது. கழுத்து முதல் அதன் அலகு வரை ஓர் அடி முதல் பத்தரை விரற்கடை. இந்தப் பறவை கொஞ்சம் கொய்யாப்பழங்களையும் வாழைப் பழங்களையும் சாப்பிட்டது. ஒரு நாளைக்குக் கால்பங்கு அளவு அரிசியுடன் பால் கலந்து வேக வைத்த உணவு வழங்கப்பட்டது. பூண்டு மற்றும் வெங்காயத்தை இதைப்போலவே கசுவாரி விழுங்கியது. தஞ்சாவூர் அரண்மனைக்கு வந்த பிறகு, அது ஒரு முட்டையிட்டது. பப்பாளிப் பழத்தைப் போல முட்டை மஞ்சள் நிறமாக இருந்தது.[53]

உள்ளூர் கலைஞர்களால் வரையப்பட்ட ஓவியப் புத்தகங்கள்

சரபோஜியின் அரசவைக் கலைஞர்கள் சில கவனத்தைக் கவர்கிற வண்ண வரைபடங்கள் மற்றும் ஓவியங்களை உருவாக்கினர். அவை

விளக்கப்படக் கையெழுத்துப்படிகள் மற்றும் ஓவியப் புத்தகங்களின் வடிவத்தில் உள்ளன. இதில் அஸ்வ சாஸ்திரம், கஜ சாஸ்திரம், ரிக் வேத சம்ஹிதை மற்றும் இராமாயணம் அடங்கும். சரசுவதி மகால் நூலகத்தில் உள்ள ரிக் வேதக் கையெழுத்துப்படியில் மிகச் சிறந்த ஓவியங்கள் உள்ளன. திருவிளையாடல் புராணத்தின் கையெழுத்துப் படியில் உக்கிரப் பாண்டியனின் பிறப்பு மற்றும் மராட்டியப் பாணியில் ஒரு நடனக் கலைஞருடன் ஒரு நட்டுவனார் உடனிருந்தார். ஒரு நடனக் கலைஞர் அணிந்திருப்பதைப் போலவே, ஒளி பொருந்திய சிவந்த நிற உடையில், கலைத்திறன் மிக்க நெய்யப்பட்ட துணியுடன் காணப் பட்டார். மற்ற முதன்மையான ஓவியப் புத்தகங்களில் ஆயுர்வேதத் தாவரங்களின் படங்கள், காசியில் மன்னர் புனித யாத்திரையின் போது ஓவியர்களால் வரையப்பட்ட நீராடு துறைக்காட்சிகள், தஞ்சாவூர் படைத்துறையின் படைத்துறை சார்ந்த உடைகள் மற்றும் பல்வேறு வகையான பல்லக்குகள் உள்ளன. இந்துப் புராணங்கள் மற்றும் தாவரவியல் மாதிரிகள் தொடர்பான விளக்கப்படத்தாள் ஓவியங்களின் ஏறக்குறைய 5000 மடிப்புத்தாள்கள் உள்ளன.[54] இராமாயண ஓவியங்கள் சரசுவதி மகால் நூலகத்தில் தாள் அட்டையில் பாதுகாக்கப்பட்டுள்ளன.[55] சரசுவதி மகால் கையெழுத்துப்படி ஓவியங்கள் காஞ்சிபுரத்தைச் சேர்ந்த ஓர் ஓவியரால் செய்து முடிக்கப்பட்டதாகக் குறிப்பிடப்பட்டுள்ளது.[56]

சரசுவதி மகால் நூலகத்தில், புதுச்சேரி நகரத்தின் 1760 நீர்வண்ண ஓவியம், 5 பிப்ரவரி 1935இல் ழூவே துய்ப்ராய் என்பவரால் கண்டுபிடிக்கப்பட்டது. இந்த ஓவியம் கடல்வாழ்வு, கடலலைகளின் முகடுகளில் மென்மையான மற்றும் தெப்ப நடனம் மற்றும் கரையோர அசைவூட்ட நடவடிக்கைகளுக்கு முதன்மையளிக்கிறது. (அ) புதுச்சேரி துறைமுகம், (ஆ) கயிற்றால் தைக்கப்பட்ட படகு, (இ) பழைய ஆளுநர் மாளிகை, (ஈ) புதிய ஆளுநர் மாளிகை, (உ) சேசு சபையினரின் தேவாலயக் குவிமாடம், (ஊ) புனித லூயி சிற்றாலயம், (எ) கபுச்சின் தேவாலயம் போன்ற சில குறிப்பிடத்தக்கவற்றை ஓவியத்தில் காண்கிறோம்.[57] ஓவியர் கோட்டையின் மதில்சுவர் மற்றும் அளவுகளை தவறாக வரைந்து மிகைப்படுத்திக் காட்டியது தெரிகிறது. இதனால் புனித லூயிகோட்டை அப்போது இருந்த உண்மையான நிலையில் சரியாக வரையப்படவில்லை என அறிகிறோம்.[58]

காஞ்சிபுரத்தில் உள்ள கைலாசநாதர் கோயிலில் பதினோரு பல்லவ மன்னர்கள் வரிசையாக அமர்ந்திருந்த கற்சிலைகள் கண்டுபிடிக்கப்பட்டிருந்தது. தொடர்ந்து வந்த ஆட்சியாளர்களும், பல்வேறு கோயில்களில் கற்சிலைகளை அமைத்தனர். செஞ்சி

நாயக்கர்கள் தங்கள் வம்சத்தின் அரசியல் நிலையை வரையறுக்கும் வகையில் பெரிய கல் உருவங்களை அமைத்தனர். மேலும் வையப்ப நாயக்கர் (1530-47), சூரப்ப நாயக்கர் (1550-1567) ஆகியோரைக் காண்கிறோம். கிருஷ்ணப்ப நாயக்கர் (1567-1572) மற்றும் கொண்டம நாயக்கர் கல் உருவங்கள் ஸ்ரீமுஷ்ணத்தில் உள்ள பூவராகக் கோயிலில் காணப்படுகின்றன. அதேபோல மதுரை நாயக்கர்களான விஸ்வநாத நாயக்கர் (1527-1564) முதலாம் கிருஷ்ணப்ப நாயக்கர் (1564-1572), வீரப்ப நாயக்கர் (1572-1595), முத்துக்கிருஷ்ணப்ப நாயக்கர் (1601-1609), முத்து வீரப்ப நாயக்கர் (1609-1623) மற்றும் திருமலை நாயக்கர் (1623-1659) ஆகியோர் கல் உருவங்கள் மதுரையில் உள்ள புது மண்டபத்தில் காணப்பட்டன. திருப்பரங்குன்றம் கோயிலில் ராணி மங்கம்மாள் (1689-1706) கல் உருவம் உள்ளது. இராமேசுவரம் கோயிலில் உள்ள தேவி சன்னதியின் மகா மண்டபத்தில் சேதுபதி ஆட்சியாளர்களின் திருவுருவங்கள் காணப்படுகின்றன. எனவே, ஓவியக் கலாச்சாரம் மற்றும் பண்பாடு கல்வடிவில் இருந்ததாகக் கூறலாம். காலனியக் காலத்தில் மட்டுமே தாளில் உருவப்படங்கள் உருவாக்கப்பட்டன. மேலும் பிரிட்டிஷ் கலைஞர்கள் ஆற்காடு நவாப் அரண்மனைக்குள் புகுந்த பிற்பாடு, பல புதிய கலைப் படைப்புகள் தோன்றியதை நாம் காண முடிகிறது.

தஞ்சாவூர் மன்னர் இரண்டாம் சரபோஜி அவர்கள் ஓவியத்தை வளர்க்க ஆர்வமாக இருந்தார். அதனால் அவர் பல முச்சி ஓவியர்களை பணியமர்த்தினார். அவர்கள் புதிய பொருளான தாளை அறிமுகப் படுத்தினர் மற்றும் அய்ரோப்பாவின் ஓவிய மரபுகளால் ஏற்றுக் கொள்ளப்பட்ட புதிய ஓவிய நுட்பங்களையும் அறிமுகப்படுத்தினர். ‘பார்வைக்கு வெளியே’ பொருட்களைக் கற்பனை செய்யும் திறன் இங்கிலாந்தில் மதிப்பிடப்பட்டது. இதற்குப் பயிற்சியாளர்கள் தொலைதூரக் கண்காணிப்பு மற்றும் சிறப்பு நுட்பங்களின் விதிவிலக்கான ஆற்றல்களுடன் தங்களைத் தயார்படுத்திக் கொள்ள வேண்டியிருந்தது. மேலும் இந்தப் போக்கு பிரிட்டிஷ் ஓவியர்களால் ஈர்க்கப்பட்டு இரண்டாம் சரபோஜி தஞ்சாவூரில் உள்ள அரண்மனையில் கலைப் படைப்புகளின் உற்பத்தியை நவீனமயமாக்க இங்கிலாந்திலிருந்து மங்கொளிப் படக்கருவி போன்ற புதிய கருவிகளுக்கு வழக்கம்போல வாங்க ஏற்பாடு செய்தார். ஓவியங்களுக்குப் புதிய ஊடகமான தாளை ஏற்றுக்கொள்ளும் திறந்த மனத்துடன் சரபோஜி இருந்தார். தனக்காக ஓவியம் வரைவதற்கு பிரிட்டிஷ் ஓவியர்களைக் கேட்டு, பணிக்கு அமர்த்துவதை விட உள்ளூர் மக்களைக் கலையைக் கற்க அவர் அவர்களை ஈடுபடுத்தினார்.

அய்ரோப்பியர்களும் உள்ளூர்க் கலைஞர்களும் / 161

அடிக்குறிப்புகள்

1. Letter of King George III to the Nawab of the Carnatic in 1768 in H.D. Love, Descriptive List of Pictures in Government House and the Banqueting Hall, Madras, 1903, p.77.
2. British Library (hereafter BL), London, Court Correspondence, vol. XVIII, January 1770.
3. H.D. Love, Descriptive List of Pictures, p. 77.
4. BL, George Paterson Diaries in the Carnatic, Eur Ms 379/3, p. 247, 15 August 1772.
5. H.D. Love, Descriptive List of Pictures, p. 79.
6. Sir Evan Cotton, 'The Daniells in India', Bengal Past and Present, vol. XXXV, 1923, pp. 1-70.
7. William Hodges, Select Views in India, London, 1785-1788.
8. Yale Center for British Art (hereafter YCBA), New Haven, Prints and Drawings and Rare Books Department, George Stubbs, Lion and Horse, 1762, oil on canvas, 243.7 x 133 cm.
9. Christies, King Street, St. James's, Lot 44: Diaries of William Daniell, volume 6, March 1792; volume 7, April to July, 1792.
10. Sir Evan Cotton, 'Tilly Kettle and his Portraits', Bengal Past and Present, vol. XXIX, January to March, 1925, pp. 44-55; Victoria & Albert Museum (hereafter V&A), London, Tilly Kettle, Muhammad Ali Khan, Nawab of Arcot, c.1770, oil on canvas, 239 x 148 cm.
11. 'MR TILLY KETTLE, in the East Indies, The portraits of Mahomed Ali Cawn (nabob of Arcot and Subah of the Carnatic, faithful friend and ally of the English) and of his five sons, whole lengths', Society of Artists of Great Britain, A catalogue of the pictures, sculptures, models, designs in architecture, drawings, prints, & c, London, 1771, p. 7.
12. 'Tilly Kettle', Bengal Past and Present, vol. XXXII, October to December 1926, pp.147-148.
13. Rosie Llewellyn-Jones, Portraits in Princely India 1700-1947, Mumbai, 2008, pp. 148-49.
14. National Gallery of Modern Art (NGMA), New Delhi, Tilly Kettle, Dancing Girls, Madras, c.1770, oil on canvas, 132 x 161 cm.
15. Pauline Rohtagi, Divia Patel, Pheroza Godrej, eds., Indian Life and Landscape by Western Artists, Mumbai, 2008, Private Collection, Tilly Kettle, A Gentoo Woman Distributing her jewellery before taking leave of her family to mount the funeral pyre of her husband, c.1770-1771, oil on canvas 130 x 159 cm.
16. BL, Oriental and India Office Collection (hereafter OIOC), George Willison, Nawab of the Carnatic, c.1774 oil on canvas 240 x 147.5 cm; Mildred Archer, India and British Portraiture, London, 1979, p.102.

17. National Portrait Gallery (hereafter NPG), Edinburgh, George Willison, Nawab of the Carnatic, 1777 oil on canvas 236.2 x 146 cm; Mildred Archer, India and British Portraiture, pp. 99-104.
18. Mildred Archer, India and British Portraiture, pp.441-442.
19. Raj Bhavan, Chennai, Muhammad Ali Khan, his second son Amir-ul-umara and grandson Abdal Ali Khan, c.1779, by George Willison, oil on canvas, 147 x 110.5 cm.
20. C. W. Gurner, 'The Editor's Notebook: George Willison', Bengal Past and Present, vol. 47, January to June 1934, p. 77; H. D. Love, Vestiges of Old Madras, 1640-1800, London, 1913, vol. II, 620.
21. BL, Add Ms. 29145, Hastings Papers, see the letter of George Willison to Warren Hastings dated 18 June 1780, fl. 203.
22. Mildred Archer, India and British Portraiture, p.102.
23. BL, Bengal Public Consultations, 14 September 1787.
24. Natasha Eaton, 'Between Mimesis and Alterity: Art, Gift and Diplomacy in Colonial India, 1770-1800', Comparative Studies in Society and History, vol. 46, 2004, pp. 816-44; Natasha Eaton, 'The Art of Colonial Despotism: Portraits, Politics and Empire in South India, 1750-1795, Cultural Critique, vol.70, 2008, pp. 63-93; Natasha Eaton, Mimesis across Empires: Artworks and Networks in India 1765-1860, Durham, 2013, pp. 151-194.
25. Mildred Archer, India and British Portraiture, p.104.
26. Ibid., p. 391.
27. BL, OIOC, Home Miscellaneous Series, H/298, p.1496, H/322, p. 469.
28. V & A, London, John Smart, Nawab of the Carnatic c.1788, 8.6 x 7.9 cm.
29. H.D. Love, Descriptive List of Pictures in Government House and the Banqueting Hall, Madras, 1903.
30. National Trust, Powis, Thomas Hickey, Prince Azim-ud-Daula (1775-1819), Nawab of the Carnatic, c.1801, oil on canvas, 75 x 62 cm.
31. National Trust, Powis, Thomas Hickey, Prince Azim-ud-Daula (1775-1819), Nawab of the Carnatic and his son Azam Jah (1800-1874), 1803, oil on canvas, 236 x 145 cm.
32. BL, Leyden and Erskine Papers, Add. MS 26561, 124v-125r, letter of John Leyden to James Ballantyne dated 24 October 1805.
33. Royal Academy of Arts Archive (hereafter RAA), London, Ozias Humphry Correspondence, see the letter of Gavin Hamilton to Ozias Humphry, HU/4/118.
34. BL, OIOC, Biography of Robert Home, MSS photo Eur.
35. RAA, Ozias Humphry Correspondence, HU/2/89.
36. RAA, Ozias Humphry Correspondence, see the letter of Gavin Hamilton to Ozias Humphry, HU/4/118.

37. Mildred Archer, Company Drawings in the India Office Library, London, 1972, p. 23.
38. Captain Charles Gold, Oriental Drawings, London, 1806.
39. Tamil Nadu State Archives (TNSA), Chennai, Tanjore District Records (hereafter TDR), vol. 4429B, p. 200, 8 April 1821.
40. Mildred Archer, Natural History Drawings in the India Office Library, London, 1962; BL, Natural History Drawings of the India Office Collections (hereafter IOL, NHD), 7/1095; IOL, NHD 7/1112.
41. BL, IOL, NHD 7/1096-97; IOL, NHD 7/1094; IOL,NHD 7/1100; IOL,NHD 7/1101; IOL,NHD 7/1102-1103 and 1115.
42. BL, IOL, NHD 7/1104-1114; IOL, NHD 7/1111.
43. BL, IOL, NHD 7/1001-25.
44. Saraswathi Mahal Library, Thanjavur (hereafter SMLT), Modi Bundles (hereafter MB), 169C/5-6; P. Subramanian, Venkataramanayya and Vivekananda Gopal, Thanjai Marattiyar Modi Aavana Thamizhakamum Kurippuraiyum, 3 vols, Tamil University, Thanjavur, 1989, (hereafter MDT), vol. I, part II, p. 78.
45. Archiv der Frankschen Stiftungen, (hereafter AFSt) Halle, M2 E27:18, Tagebuch von Christoph Samuel John, 12 December 1803 - 31 December 1804; Georg Christian Knapp et al., eds., Neuere Geschichte der Evangelischen Missions-Anstalten zu Bekehrung der Heiden in Ostindien aus den eigenhùndigen Aufsùtzen und Briefen der Missionarien erausgegeben, Waisenhaus, Teil 1–8 (St³ck 1–95), Waiserihaus, Halle, 1770–8/95, 1848, 6 Bd., 63, s.250-60.
46. BL, IOL, NHD 7/1036.
47. BL, IOL, NHD 7/1034.
48. BL, IOL, NHD 7/1039.
49. TNSA, TDR, vol. 3492, p. 51, January 1807.
50. SMLT, MB, 31C/ 44-1-11; see also, MDT, vol. I, part VIII, p. 345.
51. BL, IOL, NHD, 7/1330.
52. Ibid., 7/1032.
53. Ibid., 7/1029.
54. Painted Manuscripts of the Saraswathi Mahal Library, Thanjavur, 1994.
55. R. Nagasamy, Oviya Paavai, Madras, 1979, pp. 158-159.
56. Ibid., p. 159.
57. Marguerite V. Labernadie, La Vieux Pondicherry, 1673-1815, Pondicherry, 1936, p. 162.
58. Pierre Bourdat, Pondicherry in the Eighteenth Century, Pondicherry, 1996, pp. 25–6.

இயல் 8
முடிவுரை

அய்ரோப்பியர்களால் தொடக்கக்காலத்தில் அறியப்பட்ட பெரிய மண்டலமான இந்தியாவின் நிலப்பரப்பு, மொழி, மக்கள், மதம், பழக்கவழக்கங்களின் பன்முகத் தன்மைக்காக அறியப்பட்டது. இந்தியாவின் பல்வேறு பண்பாடுகள், கலை அழகு மற்றும் மெய்யியல் அடையாளம் ஆகியனவற்றால் பல அய்ரோப்பிய நாட்டுப் பார்வை யாளர்கள் ஈர்க்கப்பட்டனர். தமிழகக் கடற்கரையின் சோழமண்டலக் கடற்கரை மற்றும் முத்துக்குளித்தல் கடற்கரை ஆகியன, அய்ரோப்பாவின் மதிப்புமிக்க பெரிய மண்டலப் பகுதிகளில் ஒன்றாகும். இது ஆசியா மற்றும் அய்ரோப்பாவுடன் அனைத்துத் தேச வணிகத்தினைக் கொண்டிருந்தது. பதினாறாம் நூற்றாண்டில் போர்த்துக்கீசியர் வணிகக் குடியிருப்புகளை நிறுவினர். டச்சு, டேனிஷ், பிரஞ்சு மற்றும் ஆங்கிலக் குழுமங்களால் வணிகக் குடியிருப்புகள் போர்த்துக்கீசியரைப் பின்பற்றி அமைக்கப்பட்டது. இதன் விளைவாக, அய்ந்துப் பண்பாடுகளும் துணி மற்றும் பல்வேறு பொருட்களின் பரிமாற்றத்துடன், பிரிக்க முடியாத வகையில் பின்னிப் பிணைந்தன. அய்ரோப்பிய வணிகர்கள் பல துறைமுகங்களில் தாங்களே அதிக எண்ணிக்கையிலான மேலை நாட்டவர்களைத் தமிழகப்பகுதிகளில் குடியேற இசைவளிக்கும் ஒரு பரந்த அளவிலான நிருவாகத்தை நிறுவினர். மதப்பரப்புநர்கள் மற்றும் கிழக்கிந்தியக் குழும ஊழியர்கள், மேலும் அதிகாரிகள் உட்பட, அய்ரோப்பாவிலிருந்து பெருமளவிலான குடிமக்கள் சோழமண்டலக் கடற்கரைக்கு வரத் தொடங்கினர். அய்ரோப்பியர்கள் சோழமண்டலக் கடற்கரைப் பகுதியை, ஓர் அரை அரசாங்கமாக, ஓர் உறுதியான கால் ஊன்றும் பிடியைப் பெற்றனர். பல்வேறு பின்னணிகளைக் கொண்ட மதப்பரப்புநர்கள் மற்றும் வணிகர்களின் மெதுவான தந்திரம், வணிகப் பரிமாற்றத்திலிருந்து மதமாற்றத்தை நோக்கித் தொடங்கியது. மேலும் இது எளிதாக்கப்பட்டதோடு இந்தக் கருத்துகள் மக்கள் பரிமாற்றத்துடன் நிகழ்ந்தது.

இந்து மதம் மற்றும் அதன் கோயில்களால் ஈர்க்கப்பட்டு அதனால் ஓவியங்கள் வரையப்பட்டதாகக் கண்டறியப்பட்டுள்ளது. மனுச்சியின் திருப்பதி, காஞ்சிபுரம் கோயிலின் ஓவியங்களையும், சேசு சபையினரால் சிதம்பரம் மற்றும் வில்லியநல்லூர் கோயிலின் உருவப்படங்களையும்,

குழும அதிகாரிகளால் தஞ்சாவூர், மதுரை மற்றும் திருவரங்கம் ஆகிய ஊர்களில் உள்ள ஓவியங்கள் தாளில் வரையப்பட்டிருப்பதை நாம் காண்கிறோம். அவற்றில் சில துணியிலும் உருவாக்கப்பட்டன. இதுவே அய்ரோப்பாவில் இந்து மதத்தை அறியவும், அறிக்கை செய்யவும் செய்யப்பட்ட தொடக்கக்கால ஓவியமாகும். தொடக்கத்தில் இராமாயணம், மகாபாரதம் மற்றும் புராண வரலாற்று ஓவியங்களின் இந்து மத அல்லது இலக்கியக் கருப்பொருள்கள் விரும்பப்பட்டன.

பிரஞ்சுக்காரர்கள் மற்றும் ஆங்கிலேயர்கள் 1740களில் கர்நாடகப் பகுதி அரசியலில் தீவிரமாகத் தலையிடத் தொடங்கினர். மற்றும் 1750களின் ஆங்கில-பிரஞ்சு இராணுவப் படையின் கருத்துப் பரப்பல்கள் உள்ளூர்க் கோட்டைகள், படையரண்கள் மற்றும் கோட்டை அரண்களின் ஓவியங்களின் வளர்ச்சிக்கு வழிவகுத்தன. ஒரு பெரிய நிலப்பகுதியின் வலிமையுள்ளவர்களாக அவர்கள் வெளிப்படுவதற்கு முன்னர், இப்போதுள்ள படைத்துறை வலையமைப்பை ஆய்வு செய்து மதிப்பிடுவதற்கு இது தேவை என உணரப்பட்டது. இரண்டாம் கட்டத்தில் இந்த அய்ரோப்பிய ஓவியர்கள், அரண்மனைகள், மலைகள், குன்றுகள் போன்றவற்றைக் கலையுணர்வுடன் நோக்குவதன் மூலம் தமிழ்நாட்டை ஓவியங்கள் மூலம் சித்தரித்தனர்.

அய்ரோப்பிய அறிவாளிகளின் பார்வையின் மூலம் வடிகட்டப்பட்டு, தமிழகக் கடற்கரை அடுத்தபடியாக ஒரு கவர்ச்சியான மற்றும் பெரிய அளவிலான திறனுடைய உள்ளூர்த் தாவரங்கள் மற்றும் விலங்கினங்களாக அவர்களுக்கு வெளிப்பட்டது. இந்த மூன்றாம் கட்டம் தமிழ்நாட்டில் 1763 மற்றும் 1794க்கு இடைப்பட்ட காலக்கட்டத்தை உள்ளடக்கியதோடு இது ஆழமான முறையிலும் சிறந்த முறையிலும் சித்தரிக்கப்பட்டு உள்ளது. நான்காம் காலக்கட்டம் 1774 மற்றும் 1810 வரை நீடித்தது. ஆட்சியாளர்களின் உருவப்படங்களை உருவாக்குவதில் தமிழ்ப்பகுதி கவனிக்கப்பட்டதோடு, பிரபுக்கள் மற்றும் பிரிட்டிஷ் கலைஞர்களால் உருவாக்கப்பட்ட குடியேற்ற ஓவியங்களின் கண்காட்சி பற்றிய ஆய்வு, நிலப்பகுதியின் அதிகாரத்தைக் கையகப்படுத்திய பின்னர், அய்ந்தாம் கால கட்டம் மற்றும் இறுதிக் கோணத்தில் பிரிட்டனுக்கும் தமிழ் நாட்டிற்கும் இடையே தொடர்பு ஏற்பட்டது. இதன் விளைவாக மக்கள், சாதிகள், தொழில்கள் மற்றும் பழக்கவழக்கங்கள் மீது ஓவியங்கள் வரையப்பட்டன. இந்த ஓவியப் பணியின் போக்கில், குழுமம் இரு வெவ்வேறு வகையான ஓவியங்களைத் தாளிலும், காக்கைப் பொன்னிலும் சிறிய உருவ ஓவியங்களுடனும், நீர்வண்ணங்களுடன் அடுத்தடுத்த வேலைப்பாடுகள், காடிச் செதுக்குமுறைகள் அல்லது

கல்லச்சுகளில் தயாரித்த சொந்தக் கலைஞர்களை வேலைக்கு அமர்த்தியது.

தமிழ்நாட்டிலும் அதைச் சுற்றியுள்ள பகுதிகளிலும் காலனித்துவ குடியேற்றக் கொள்கை பற்றிய ஆய்வுப்படி, அது ஆழமான வன்முறையை அளித்திருந்தாலும், பல புதிய கருத்தாடல்களை உருவாக்குவதன் மூலம் அதை வெளிப்படுத்தவும் விளக்கவும் வேண்டும். நவீனத்துவம் அல்லது குறிப்பிடத்தக்க மாற்றம் அய்ரோப்பியர்களால் தமிழகப் பகுதியில் கொண்டுவரப்பட்டது. அல்லது அது அய்ரோப்பியத் தலையீட்டின் மறைமுக விளைவு என்ற தொடர்ச்சியான கருத்தை அறிஞர்கள் கேள்வி எழுப்பியுள்ளனர். மதராஸ் மாகாணம் குறித்த காலனிய வரலாற்றாசிரியர்கள் (ஜெனிஃபர் ஹோவ்ஸ், இந்திரா விஸ்வநாதன் பீட்டர்சன் மற்றும் கனகலதா முகுந்த்) இப்போதுள்ள பழங்குடியினரின் அடிப்படையில் காலனித்துவச் சொற்பொழிவுகளை நாம் எந்த அளவிற்குப் புரிந்து கொள்ள வேண்டும் என்பதைச் சுட்டிக்காட்டியுள்ளனர். பிற எழுத்தாளர்கள் (யுஜின் இர்ஷிக் மற்றும் அர்ஜுன் அப்பாத்துரை) காலனித்துவத்தின் தோற்றம் குறித்துப் பல்வேறு கொள்கைகளின் அடிப்படையில், வேளாண்மை மற்றும் அளவு கடந்த மத உணர்ச்சி பற்றி தெரிவிக்கின்றனர். இந்தச் சூழ்நிலையில் காலனிய வரலாற்று எழுத்தாண்மையை மறுஆய்வு செய்து ஓவியங்களின் பின்னணியிலும் சேர்க்கப்பட வேண்டும். ஏனெனில், ஓவியங்கள் அப்போது உருவாக்கப்பட்ட காட்சிப் பதிவுகள் தான்.

தொடக்கக்காலப் புதிய யுகத்தில் ஓவியங்கள் பற்றிய ஆய்வு, முதன்மையாக முகலாய ஓவியங்களில் ஆர்வத்தைத் தூண்டியது. அதுவும் அய்ரோப்பியச் செல்வாக்கைக் கவனமாகவும் குறிப்புடனும் கொண்டிருந்தது. எபா கோச் அவர்கள் ஓவியப் பொருள் அதன் வடிவம் காண்பதற்கு எவ்வளவு இனியது என அரசவைக் கலாச்சாரம் பற்றி குறிப்பிட்டார். அய்ரோப்பிய தாக்கம், கலாச்சாரத்தின் மேலாதிக்கம் காலனிய நாட்டில் நடைபெற்றது என்றும், இந்தியாவில் கலையை வரவேற்றார்கள் என்றும் நாம் காண்பது அவசியம். மேலைநாட்டவர்க்கு குறிப்பிட்ட சின்னம், உருவப்படம் மற்றும் அரசவைப் பண்பாட்டுச் சூழல் ஆகியவற்றில் முன்னீடுபாடு இல்லை. மேலும் காலனியக் குடியேற்றப் பண்பாட்டு மேன்மையைச் சட்டப்படியாக்குவதற்கான வழிமுறையாக அய்ரோப்பியத் தாக்கங்கள் மீதான ஈடுபாடு ஆகியன, தொடக்கக்கால ஏற்பின்போது காணப்பட்ட ஒட்டுமொத்தப் போக்கு களுடன், காலனியக் குடியேற்றக் காலத்தில் இந்தியக் கலை நன்கு பொருந்தும்படி இருந்தது.

தமிழ்நாட்டில் உருவாக்கப்பட்ட கலைச் சேகரிப்புகள் பெரும் பாலும் மேற்கத்திய அருங்காட்சியகங்களிலும் தனியாட்களாலும் பாதுகாக்கப்படுகிறது. பெரும்பாலான சிறந்த ஓவியங்கள் ஆராய்ச்சி யாளர்களால் அணுக முடியாதவையாகவும், கணிசமான பங்களிப்பும் மிகவும் குறைவாகவே இருந்தது. இதை ஆராய்வதன் மூலம் காலனித்துவம் கலைக்கு அப்பாற்பட்டு, தமிழ்ச் சமூகத்தில் அதன் முத்திரையை விட்டுச் சென்றது என்ற வாதத்தை நான் விரிவுபடுத்துகிறேன். வணிக, பொருளாதார, படைத்துறை, அரசியல் மற்றும் அறிவியல் உள்ளிட்ட முந்தைய அறிஞர்கள் கூறியதுபோல், காலனித்துவ ஆட்சிக்கான மாற்றம் பல பரிமாணங்களைக் கொண்டது. தமிழ்நாட்டில் போர்த்துக்கீசிய, டேனிஷ், பிரஞ்சு மற்றும் பிரித்தானியக் கலைஞர்களால் குறிப்பாக கலைப்படைப்புகளின் வகைப்பாட்டை வரையப்பட்ட எஞ்சியிருக்கும் ஓவியங்களைக் கொண்டு ஆராயலாம். ஓவியம் மற்றும் காலனித்துவம் பற்றிய பொதுவான விவாதத்தில் இருந்து நகர்வது, குறிப்பாக காலனித்துவ ஆட்சிக்கு மாறிய காலத்தில் தயாரிக்கப்பட்ட ஓவியங்கள், நிலக்காட்சிகள், இயற்கை வரலாறு மற்றும் ஓவியங்கள் எனப் பரந்த அளவில் முழுவதுமாகப் பரவியிருந்தன.

I

தமிழ்நாட்டில் நிலக்காட்சி ஓவியங்கள் எண்ணற்ற அளவில் முதலிடத்தில் உள்ளதோடு, இவை ஓவியர்களின் கண்முன்னே கடந்து செல்லும்படிக் கட்டமைக்கப்பட்டதோடு, இயற்கைச் சூழல் உட்பட தொலைதூரக் காட்சியை வழங்க வந்தன. அய்ரோப்பாவில் நிலத்தோற்றக் காட்சி ஓவியம், ஒரு வகையாகப் பதினெட்டாம் நூற்றாண்டில் முதல் அய்ம்பது ஆண்டுகளில் மெல்ல எழுந்தது. இது அரச அரண்மனைகளை, ஆறுகளை ஒட்டிய வளமான சுற்றுப்புறங்களுடன் ஓவியத்தைச் சித்தரிக்கிறது. தமிழர்களின் கவர்ச்சியான நிலப்பகுதி, அய்ரோப்பாவின் செழிப்பான வணிகத்தை மேம்படுத்துவதற்கு மிகவும் பொருத்தமானது என்பதை மெய்ப்பித்தது. இயற்கைக் காட்சிப்படங்கள் பண்பாட்டு செயல்முறைகளோடு பொருத்தப்பட்டன. மேலும் புதிதாக வளர்ந்து வரும் நிலக்காட்சி ஓவியம் பின்பற்ற வேண்டிய காலனித்துவ முறையின் மறுமதிப்பீட்டை ஊக்குவித்தது. குறிப்பாக, பிரிட்டனில் இருந்து ஓவியங்கள் சென்னை வந்தடைந்ததைக் காண்கிறோம். மேலும் அவர்கள் வளர்ந்துவரும் அரசியல் மற்றும் காலனித்துவத்தை, மேம்படுத்தும் வகையில் புதிய செல்வம் மற்றும் அறிவுசார் திறன்களை உருவாக்கக் கூடிய படங்களை வடிவமைத்தனர் அல்லது நகலெடுத்தனர்.

நீர்வண்ண ஓவியங்கள் மற்றும் வரைபடங்கள் பெரும்பாலும் படைத்துறை, நிர்வாக மற்றும் அறிவியல் நோக்கங்களுக்காகத் தயாரிக்கப் பட்டன. ஆங்கிலக் குழுமத்தின் படைத்துறை மற்றும் வரைவாளர் பயிற்சியில் தங்கள் பணியைத் தொடங்கியவர்களுக்கு ஆங்கிலக் குழுமக் கல்வியில் ஒரு வரைவாளர் பயிற்சி ஒரு முதன்மையான பகுதியாக இருந்தது. பிரிட்டனில் உல்விச் நகரில் உள்ள அரசப் படைத்துறைக் கழகத்தில் உள்ள படைப்பயிற்சி மாணவர்களுக்கு, ஒவ்வொரு கிழமையும் நிலப்பரப்பு வரைபடத்தின் அடிப்படைகளை மணிக்கணக்கில் பயிற்சி மேற்கொண்டனர். படைப்பயிற்சி மாணவர்கள் கட்டடக்கலை மற்றும் படைத்துறை அலங்காரங்களை வரைவதில் திறமையானவர்கள் என்பதைப் பாடத்திட்டம் உறுதி செய்தது. அதேபோல் சென்னையின் ஒரு நிலப்பரப்பு மற்றும் தொலைத் தோற்றம், வேகமாகக் கள வரைபடங்களை உருவாக்குவதற்காகவும், அது பின்னர் நீர்வண்ணத்தில் வேலை செய்யப்படலாம் என்பதற்காகவும் வரையப்பட்டது. இது 1776இல் இலண்டனில் உல்விச் நகரில் உள்ள அரசப் படைத்துறைக் கழகத்திற்கான விதி மற்றும் ஆணைகளில் *(காண்க ப.எண்.14)* நேர்த்தியாக அச்சிடப்பட்டுள்ளது.

பின்னர், அடிஸ்கோம்பு நகரில் ஆங்கிலக் கிழக்கிந்தியக் குழு படைத்துறைக்கான கல்விக் கழகம் 1809இல் திறக்கப்பட்டது. கல்லச்சுக்கான வரைபடம் வரைதல் அதன் பாடத்திட்டத்தின் ஒரு பகுதியாக நிறுவப்பட்டது. காலின் மெக்கன்சியின் கீழ் ஆங்கிலக் குழுமம், 1794இல் மெட்ராஸ் நில அளக்கைப் பள்ளியை நிறுவியது. காலனித்துவ விரிவாக்கத்தால் தேவையான எண்ணிக்கையிலான நில அளக்கையாளர்களின் தேவையை நிறைவு செய்தது. அய்ரோப்பியப் படைத்துறைக்காக ஆங்கிலோ-இந்தியர்களுக்கு வேலை வாய்ப்பை வழங்கும் நோக்கத்திற்காகவே நில அளக்கைப்பள்ளி கூடுதலாகத் திட்டமிடப்பட்டது.

காவேரி, நீலகிரி மலைகள் மற்றும் பாபநாசம் நீர்வீழ்ச்சி போன்ற இயற்கைக் காட்சிகளைப் பரந்த கண்ணோட்டத்தில் சித்தரிக்கும் முதன்மையான கலை வடிவமாக நிலக்காட்சி ஓவியம் ஆனது. மாமல்லபுரம், தஞ்சாவூர், மதுரை, திருச்சிராப்பள்ளி போன்ற பல்வேறு உருவங்கள் மற்றும் கட்டடக்கலைத் தளங்களுக்குச் சேர்மானம் அமைப்பதின் பின்னணியில் இந்தக் கூறுகள் முதன்மையான பங்கு வகித்தன. பதினெட்டாம் நூற்றாண்டில் பிரிட்டனுடைய பேரரசின் விரிவாக்கம் மற்றும் சட்டப்படியாக்கப்படுவதற்கும் காலனித்துவக் குடியேற்றங்கள் மற்றும் கவர்ச்சியான நிலப்பரப்புகளின் காட்சிப்

பதிவு மற்றும் பிரதிநிதித்துவம் மிகவும் சிறப்பானது. கிழக்கிந்தியக் குழுமத்தின் தீவிர ஈடுபாட்டின் மூலம், காலனித்துவ அறிவு மற்றும் கட்டுப்பாட்டை ஒரு வழிமுறையாகப் பெறுதல் ஆகியவற்றின் காட்சி உற்பத்தி சென்னையில் மிகவும் வெளிப்படையாகக் கண்டறியப் பட்டது. இந்தத் தமிழ் நிலப்பரப்பை நிறுவுவதற்கும், புரிந்து கொள்வதற்கும், கட்டுப்படுத்துவதற்கும் தேவையான ஓவியங்கள் பல வகையில் ஆங்கிலேயர் தயாரிக்கலாயினர்.

ஆங்கிலக் குழுமம் அதன் ஓவியங்கள் தயாரிப்பு இயற்கைசார்ந்த பதிவுகள் மற்றும் பிரதிநிதித்துவங்களை ஆதரிப்பதில் தீவிரமாக இருந்தது. அதன் ஊழியர்களை வரைவாளர்களாகப் பயிற்றுவித்தது. மேலும் பிரிட்டிஷ் மற்றும் உள்ளூர்க் கலைஞர்களை பணிக்கு அமர்த்த ஊக்குவித்தது. இந்தப் படங்களின் செயற்பாடுகள் நேரடியான பதிவு முதல், வெளிப்படையான கருத்துப் பிரச்சாரம் வரையிலானது. மற்றும் இவற்றுக்கு இடையே, தனிப்பட்ட, தொழில்முறை, அழகியல் மேலும் அரசியல்சார்ந்த தொடர்புகள் கண்டறியப்படுகின்றன.

அய்ரோப்பிய நில அளக்கையர்கள் மற்றும் உதவியாளர்கள் பதிவுசெய்த காட்சித் தகவல்கள் மிகவும் மாறுபட்டவை. அவர்கள் நிலப்பரப்பின் சிறப்பியல்புகளையும் அத்துடன் கோட்டைகள், உறைவிடங்கள், கோயில்கள் மற்றும் சிலைகள் போன்றவற்றையும் கண்டிப்பாக அனுபவ அடிப்படையில் விளக்க வேண்டியிருந்தது. உள்ளூர்க்கலைஞர்கள் இனவரைவியல் தொல்பொருளியல் மற்றும் இயற்கை வரலாற்று வரைபடங்களை உருவாக்கப் பணியமர்த்தப்பட்டனர். இலண்டனில் உள்ள ஆங்கிலக் குழுமத்தின் இயக்குநர்களுக்கு அவ்வப்போது அனுப்பப்படும் ஆய்வறிக்கைகளை விளக்குவதற்கும் மேம்படுத்துவதற்கும் மெட்ராசின் நிலப்பரப்புகளின் சுயவிவரக் காட்சிகள் மற்றும் வேலை செய்யப்பட்ட களவரைபடங்கள் தேவைப் பட்டன. இந்தச் சித்திர வகையானது பேரரசின் சூழலில் சிறப்பான பங்கு வகித்தது. அதற்கேற்ப நிலப்பரப்பானது கலை மற்றும் பேரரசு பற்றி எழுத்தில் முதன்மையாக இடம்பெற்றது. காலனித்துவ அதிகாரி களுக்குப் பயனுள்ள அறிவை வழங்குவதன் மூலம் காலனியப் பேரரசை விரிவடையச் செய்தது. வரையப்பட்ட ஓவியங்களின் மூலம் தொலைவிலுள்ள அய்ரோப்பாவுக்கு காலனிய நிலப்பரப்பு பற்றிய விவரங்கள் கிட்டின.

பிரிட்டிஷ் மற்றும் பிரஞ்சுப் பேரரசுகள், அமெரிக்க புதிய நிலப் பகுதிகள் வழியாக வெளிநோக்கி நகர்ந்ததால், தமிழ்நிலத்தை ஆய்வு செய்வது எந்தவிதத்திலும் பாதிப்புக்கு உள்ளாகவில்லை. இவ்வாறு,

காலனித்துவப் பேரரசின் நிலப்பரப்பு மற்றும் கருத்தாடல்களின் உருவாக்கம், இரண்டு வழிப் பயணமாக தொடர்ந்ததால், ஆர்வமூட்டும் வகையில் பல படங்கள், ஓவியங்கள், வண்ணஓவியங்களின் நடமாட்டம் பெருகியது.

தமிழ்நாட்டில் வில்லியம் மற்றும் தாமஸ் டேனியல்ஸ் ஆகியோரின் பயணம் மற்றும் இன்பச் சுற்றுலா அவர்களை பிரிட்டிஷ் இயற்கைக் கலைஞர்கள் என்ற சிறப்புப் பெயரினைப் பெற்றுத்தந்தது. சென்னையிலிருந்து தாயகம் திரும்பிய பிறகு, அவர்கள் காடிச்செதுக்கு முறையின் மூலம் காட்சிகளைச் செதுக்கினர். மேலும் எண்ணற்ற செயல்களை நிறைவேற்றியதோடு இலண்டனில் உள்ள அரசக் கழகத்தில் தொடர்ந்து காட்சிப்படுத்தப்பட்டது.

II

இயற்கை வரலாற்று ஓவியங்கள் மற்றும் தாவரங்கள் மற்றும் விலங்கினங்களின் வரைபடங்கள் எனத் தமிழ்நாடு தனித்தன்மையுடனும் வளமான பல்லுயிர்ப் பெருக்கத்துடனும் இருந்தது. தமிழ்நாட்டின் இயற்கையில் காணப்படும் ஒற்றுமைகள் மற்றும் வேற்றுமைகள் குறித்த அய்ரோப்பியர்கள் வியப்படைந்தனர். இந்தத் தகவல்களை அவர்கள் படங்கள் வடிவில் காண விழைந்தார்கள். கண்ணால் கண்டு ரசிக்கப்படவும், அறிவியல் அறிவினைப் பெருக்கிக் கொள்ளவும் உதவும் என நம்பினார்கள். காலனிய உரையாடலின் தேவையையும் அவர்கள் உணர்ந்தார்கள். கையெழுத்துப்படிகள் மற்றும் அச்சிடப்பட்ட நூல்கள் இயற்கை தொடர்பான அறிவு வளர்ச்சிக்கு அய்ரோப்பாவில் உதவின. நிலப்பகுதிகள் பெரிய பண்பியல்புகளைச் சித்தரித்தன. அறிவியலின் முன்னேற்றமும் செழுமைக்கான முதன்மையான ஆதாரங்களாகக் கண்டறியப்பட்டன. அய்ரோப்பாவில் உள்ள பெருமளவிலான புரவலர்கள் தாவரங்கள் மற்றும் விலங்கினங்களை இறந்துபோய், உலர்ந்த மாதிரிகளாக மட்டுமின்றி, ஓவியங்களிலும் சேகரிக்க விரும்பினர். எனவே, அவர்கள் தமிழ்நிலப்பரப்பில் பறவைகள் மற்றும் விலங்குகளின் அறிவியல் சமூகங்களின் குறிப்பிட்ட நடையுள்ள சொல்லாட்சியை எதிரொலிக்கின்றன. வணிக வெற்றிகள் மற்றும் நிலப்பகுதிக் கையகப்படுத்துதல்களுக்கு மேலதிகமாக நிலப்பரப்புப் படங்களும் புதுமையை ஊக்குவிக்கின்றன.

III

காலனித்துவ உருவப்படம் பெரிய அளவில் உருவானதுடன் அது பேரரசின் செயல்முறைகளின் கட்டமைப்பாகக் காணப்பட்டது. அரச

தந்திரப் பரிசு மற்றும் ஏகாதிபத்திய சக்தியின் காட்சிகளில் உருவப் படங்களின் பயன்பாடு வெளிப்பட்டது. மூன்றாம் ஜார்ஜ் மன்னரின் பல உருவப்படங்கள் இலண்டனில் இருந்து சென்னையிலிருந்து ஆற்காடு நவாபுக்கு அனுப்பப்பட்டன. நவாப்பால் சென்னையில் தயாரிக்கப்பட்ட பிரிட்டிஷ் உருவப்படக்கலை இலண்டன் மூலம் அவருக்குக் கிடைத்தது. பதினெட்டாம் நூற்றாண்டின் மூன்றாம் காலாண்டுகளில் உள்ளூர் மற்றும் பிரிட்டிஷ் பண்பாடுகளுக்கு இடையிலான வேறுபாடுகளைப் பேச்சுவார்த்தை நடத்துவதற்காகக் கலைஞர்கள் சித்திர மாதிரிகளைத் தழுவியதைக் காண்கிறோம். உருவப்படக் கலைக்கான அணுகுமுறை கிடைக்கக்கூடிய பிரதிநிதித்துவத்தின் காப்பகமாக இந்திய ஓவியங்கள் ஆற்றிய சிக்கலான பல பண்பாட்டுப் பங்கு நிலையைப் புறக்கணித்ததையும் காண்கிறோம். மற்றொரு முதன்மைச் செய்தி என்னவென்றால் அதில் சென்னையில் உள்ள கிழக்கிந்தியக் குழும ஊழியர்கள் போன்ற குறிப்பிடத்தக்கவர்கள் மட்டுமே இருந்தனர். பல பிரிட்டிஷ் உருவ ஓவியர்கள், எண்ணெய் ஓவியம் மற்றும் சிறிய உருவ ஓவியர்களில் பயிற்சி பெற்றவர்கள். இங்கே வேலைதேடி சென்னைக்குப் பயணம் செய்தனர். சென்னைக்கு வருகை தந்த தொடக்கக்கால அய்ரோப்பியக் கலைஞர்களில் வில்லியம் ஹாட்ஜஸ், டில்லி கெட்டில், வில்லியம் மற்றும் தாமஸ் டேனியல்ஸ், ஜார்ஜ் வில்லிசன், ஜான் ஸ்மார்ட் மற்றும் தாமஸ் ஹிக்கி ஆகியோர் அடங்குவர். அவர்கள் முதன்மையாக எண்ணெய் வண்ணங்களுடன் பணிபுரிந்தனர். மேலும் மேற்கத்திய நுட்பங்களைப் பயன்படுத்தி அதன் தோற்றம் குறித்து மேற்கத்திய உணர்வுகளுக்கு வல்லழுத்தம் கொடுத்தனர். ஆற்காடு நவாபின் குடும்பம் மற்றும் அரச குடும்பத்தைச் சேர்ந்தவர்கள் பெரிய அளவிலான ஓவியங்களில் வந்தனர். அவை சென்னை, கல்கத்தா மற்றும் இலண்டனில் உள்ள ஆங்கில குழும வளாகங்களின் சுவர்களில் அழகாக வடிவமைக்கப்பட்டு அலங்காரத்துடன் வைக்கப்பட்டிருந்தன.

IV

காலனித்துவ ஆட்சிப்பகுதி வெற்றிக்குப் பிறகு தொடர்ந்து ஓவியம் வரைவதை நெருக்கமாக ஆராயப்பட வேண்டும். இது உள்ளூர் மக்களின் சித்தரிப்புகளை உள்ளடக்கியது. இதில் அவர்களின் சாதிகள் மற்றும் தொழில்கள், மக்களின் வரலாறு பெரிய அளவில் இருந்தது. தமிழ்மண்ணின் இந்த மக்களும் சிறிய உருவ நுண்ணோவியங்களில் தோன்றினர். நிலத்தையும் மக்களையும் காலனியாக்கப்பட்ட பின் அய்ரோப்பியர்களால் வரையப்பட்ட சிறிய உருவ ஓவியங்கள் அவை. உள்ளூர் மக்கள் பேரரசின் குடிமக்களாக மாறியதால் அதன் பிறகு,

அவர்கள் அய்ரோப்பியர்களால் ஓவியங்களாக வரையப்படவில்லை. அவர்கள் அய்ரோப்பியர்களின் பயன்பாட்டிற்காகத் தமிழர்களால் விடப்பட்டனர். முதன்மையானதாகப் பல்வேறு சாதியினர் தங்கள் பாணியில் உடையணிந்து அன்றாட வாழ்க்கைக் காட்சிகள் மற்றும் இணையர்களின் (கணவன்-மனைவி) உருவங்கள், அழகிய நீர்வண்ணங்களில் சித்தரிக்கப்பட்டுள்ளன. மேற்கத்தியக் கண்ணை மகிழ்விக்கும் வகையில் படங்களும் உருவாக்கப்பட்டன. இந்த ஓவியங்களின் கலை வரலாற்றைச் சமூக வரலாறு எனும் கண் வில்லையின் மூலம் பார்க்க முடியும்.

ஓவியம் வரையப்பட்டது, சாதிகள் மற்றும் தொழில்கள் தொடர்பாக பெரும்பாலும் காலனித்துவ அணுகுமுறையின்பாற் கடமையாகப் பயன்படுத்தப்பட்டன. இது தொடக்கக்கால இனவியல், மானுடவியல் மற்றும் இனக் கோட்பாடு பற்றிய ஆய்வுக்கு வழிவகுத்தது. கணவரின் இறுதிச் சடங்குகளில் கைம்பெண்களை எரிப்பது, கிராமவாசிகள் மற்றும் கைவினைஞர்களின் வாழ்க்கை, புலிவேட்டை மற்றும் யானை மீது பயணம் போன்ற விளையாட்டு நடவடிக்கைகள் மற்றும் மக்களின் மகிழ்ச்சியான வாழ்க்கைமுறை போன்ற உள்ளூர் பழக்கவழக்கங்களால் பெருமளவிலான பிரிட்டிஷ் கலைஞர்கள் திகைத்துப் போயுள்ளனர் என்பதை இந்த ஓவியங்கள் வெளிப்படுத்துகின்றன. இதனால் மக்களின் ஓவியங்கள் வெறும் ஆர்வப்பொருளாக மாறியது. மேலும் அவை மிக உயர்ந்த அளவில் கவனத்தைக் கவருவதாக மாறியது. கலைஞர்கள் மற்றும் எதிர்கால வாழ்வைத் தேடி சென்னைக்குப் புலம்பெயர்ந்தவர்களின் ஓவியங்கள் சென்னையில் ஒட்டப்பட்டுள்ளது. நடனம் மற்றும் இசைக் கூறுகளைச் சித்தரிக்கும் ஓவியங்களின் விளக்கங்களை நேரடியாக ஓவியமாகவும், நேரடியாக இசைப்புலனுணர்விலும் மொழிபெயர்க்க முடியாது. இருப்பினும் முரசு, மணிக்கைப்பறை மற்றும் மணிகள் போன்ற இசைக்கருவி இசைக்கலைஞர்களுடன் சித்தரிக்கப்பட்டுள்ளது.

V

மில்ட்ரெட் ஆர்ச்சர் மற்றும் பலர் 'குழும வண்ண ஓவியங்கள்' என்ற சொல்லைப் பயன்படுத்தியுள்ளனர் இது பாரம்பரிய இந்தியக் கலையிலிருந்து குழுமப் பாணிக்கு ஓர் இயக்கம் என்று கூறப்படுகிறது. இந்தியாவிலும் வெளிநாட்டிலும் ஆங்கிலேயர்களின் அதிகரித்துவரும் தேவைக்கு விடையளிக்கும் வகையில் ஓர் உணர்வூட்டும் அழகியல் கலையை நினைவூட்டுவதாக இருந்தது. அதன் பயன்பாடு ஒரு கோணத்தில் பார்க்கப்பட்டது. காலனித்துவவாதிகள் உள்ளூர்

ஓவியர்களின் ஓவியப்பாணியை குழுமப்பாணி ஓவியங்கள் என்பதாகப் பயன்படுத்தினர். எனவே ஓவியங்கள் கலப்பினங்களாக வகைப் படுத்தப்பட்டுள்ளன. இந்தியக் கலைஞர்கள் முதன்முறையாக தாளில் வரையப்பட்ட நுட்பங்களைப் பயன்படுத்தித் தங்கள் முந்தைய மற்றும் பாரம்பரியக் கலையை மாற்றினர். இருப்பினும் பெரிய அளவுள்ள தாள் கிடைக்காததால், சிறிய உருவ நுண் ஓவிங்கள் பெரிய அளவில் வளர்ந்தன. எனவே கலைஞர்கள் முழு உருவ ஓவியங்களை உருவாக்கும் போது, அதைச் சிறிய அளவில் குறைக்க வேண்டியிருந்தது. இது நிச்சயமாக உள்ளூர்க் கலைஞர்களின் திறமையைச் சுட்டிக்காட்டுகிறது. பெயர்கள் மற்றும் கையொப்பத்துடன் காணப்படும் அத்தகைய ஓவியங்களுக்கு இதனால் அடையாளம் காணப்பட்டது. படங்களின் தேர்வு மற்றும் உள்ளூர் மக்கள் உடை வகைப்பாடு ஆகியவை கவனிக்கப்பட வேண்டும். மேலும் இது இறுதியில் கலைஞர்களைப் பணியமர்த்திய கிழக்கிந்தியக் குழுமத்தைப் பரிந்துரைக்கிறது.

VI

அய்ரோப்பியர்களுக்காகத் தமிழ்நாட்டில் பணிபுரியும் உள்ளூர் ஓவியர்களைக் கவனமாகக் கவனிக்க வேண்டும். அய்ரோப்பியர்கள் காலனித்துவவாதிகள் தங்களை உயர்ந்தவர்களாக உணர்ந்தனர். எனவே, உள்ளூர் மக்களைச் சித்தரிக்கவும் வண்ணந்தீட்டவும் விரும்பவில்லை. ஓவியம் வரைவதற்குத் தாங்கள் தகுதியானவர்கள் என்று அவர்கள் நினைக்கவில்லை. ஏனெனில், காலனித்துவ மனநிலை மற்றும் இனவாத உணர்வுகள் அதிகரித்து வளர்ந்துவிட்டது.

எனவே, சுவரில் ஓவியம் வரைவதில் மிகவும் திறமையான தமிழ் மற்றும் தெலுங்குத் துணி ஓவியர்கள் தாளில் படங்களை வழங்குமாறு கேட்டுக்கொள்ளப்பட்டனர். உள்ளூர் மக்களை ஓவியர் வரைவதற்கு அய்ரோப்பியர்களுக்குத் திறமை இல்லை என்பதல்ல. 1774 - 1781இல் புதுச்சேரியின் பிரஞ்சுக் குடியேற்றத்தில் சென்று வாழ்ந்த பிரஞ்சுப் பயணி பியர் சோனேரே அவர்கள், உள்ளூர் மக்களால் வரையப்பட்ட ஓவியங்கள் சிவப்பு மற்றும் நீல நிறங்களில் போற்றத்தக்க வகையில் இருந்தன. உள்ளூர் மக்களால் எந்த அறிவியல் கோட்பாடுகளும் இல்லாமல் நன்கு வடிவமைக்கப்பட்ட வடிவமைப்பைக் காட்டிலும், இவர்களுடைய கலை மிகவும் திறமையானது என்றும் அவர் கூறினார்.

உள்ளூரின் ஓவியம் அய்ரோப்பியச் செல்வாக்கிற்கு உட்பட்டது. பிரஞ்சுக்காரர்கள், ஆங்கிலேயர்கள் மற்றும் டேனிஷ்காரர்களின் வருகையால் தமிழ்நாட்டில் கலைஞர்களுக்கு நல்வாய்ப்பாக மாறியது.

உள்ளூர் ஆட்சியாளர்களின் சரியான அரசியல் புரவலர் கொடுக்கும் ஆதரவு இல்லாததால், தமிழ்நாட்டில் ஓவியர்களின் குடும்பம் சூழ்நிலைகள் காரணமாகக் கிழக்கிந்திய நிறுவன அதிகாரிகளின் சுவைக்கு ஏற்ப வரையும் நிலைக்குத் தள்ளப்பட்டனர். இதன் விளைவாக, கோயில் விருந்துகள் மற்றும் திருவிழாக்கள், சாதிகள் மற்றும் பழங்குடி மக்களைச் சித்தரிக்கும் பல ஓவியங்கள் அய்ரோப்பியரின் கோரிக்கைகள் காரணமாகப் பெருகின. முச்சிச் சாதிக் கலைஞர் குடும்பங்கள் தாள் மற்றும் காக்கைப்பொன் சிறிய உருவ ஓவியங்கள் வரைவதில் தங்கள் திறமையை வளர்த்துக் கொண்டு துணியில் ஓவியம் வரைவதைக் கைவிட்டனர். இந்தக் கலைஞர்கள் மற்றும் கலைப்பாணிகள் குடும்பம் குடும்பமாக நடந்ததைப் பற்றி அறிகிறோம். இவை குடும்ப வாழ்வாதாரமாக அமைந்திருந்தது. தமிழ்நாட்டின் ஓவிய வரலாறு வரைவியலில், தஞ்சாவூர் மற்றும் திருச்சிராப்பள்ளிப் பகுதிகளில் சிறிய உருவ ஓவியப் பாணி வளர்ச்சியுடன் இது முதன்மையானது.

ஓவியங்கள் படைப்பாற்றலின் சிறந்த தயாரிப்புகள் மட்டுமல்ல அல்லது விளக்கமான கற்பனையுமல்ல. ஆனால், தமிழ்ப் பண்பாட்டிற்கும் பிரிட்டிஷ் மற்றும் பிரஞ்சுப் பேரரசுகளுக்கும் இடையிலான உறவுகள் ஒரு பகுதியாகவும் குறிப்பிடுவது குறிப்பிடத்தக்கது. தமிழ்நாட்டில் அதிக ஆண்டுகள் வாழ்ந்து, பயணித்த பிரான்சிஸ் ஸ்வைன் வார்டு அவர்கள், பின்னர் இலண்டனில் தங்கியிருந்த காலத்தில் தமிழ்ப் பகுதியில் கண்டதை ஓவியங்களாக வரைந்தார். அவர் தனக்கு ஞாபகம் மூலம் கிட்டியதையே, பெரும்பாலும் நினைத்து கண்ணால் கண்டதை படமாகத் தீட்டினார்.

பல வழிகளில், ஓவியர்கள் காலனித்துவ ஆட்சிக்கு மாறும் காலத்தில், காலனித்துவக் காட்சி மற்றும் கதைக் கட்டுமானத்தில் முகவர்களாகவும் அல்லது பண்பாட்டுத் தரகர்களாகவும் செயல்பட்டனர். இந்த அய்ரோப்பியக் கலைஞர்களின் ஓவியங்கள் மற்றும் மாதிரிப் படங்கள், குறிப்பாகக் காலனித்துவ மாற்றத்தின் காலத்தின் தமிழ்நாட்டின் காட்சிப்படுத்தலுக்குச் சிறப்பான பங்களிப்புகளாக இருந்தன. வண்ணம், நடை, வடிவம், உருவம், இடம் மற்றும் கதை மூலம் தெளிவான பார்வைகளை வழங்குகின்றன. ஓவியப்படைப்புகளின் காலனித்துவப் பாடங்கள், அதன் சொந்த இடத்தில் ஒரு மறுசீரமைப்பைப் பட்டறிவுள்ளதாகச் செய்தன. தடை மற்றும் மறுபேச்சுச் செயல் முறைகள் புதிய அல்லது கலப்பினச் சமூக-பண்பாட்டு இடைவெளிகளை வடிவமைப்பதில் பங்களித்தன. பரந்த தொடர்பு மற்றும் பாரம்பரியமாக வரையறுக்கப்பட்ட எல்லைகள், நடுப்பகுதி மற்றும் விளிம்பு போன்ற இரட்டை நிலைகளால் வரையறுக்கப்பட்டன.

VII

செதுக்குதல் மற்றும் ஓவியங்களின் வெளியீடு நீண்ட காலத்திற்கு வளர்ந்தது. தாமஸ் டேனியல்ஸ் அவருக்கு உதவ உள்ளூர் கலைஞர்களைப் பயன்படுத்தினார். சென்னையில் வெளியிடுவதற்காகக் கலைஞர்கள் அய்ரோப்பியர்களால் மரத்தில் செதுக்கி அல்லது கல்லச்சு வரைபடங்களுக்குப் பணியமர்த்தப்பட்டனர். கிழக்கிந்தியக் குழுமங்களால் ஆணை வழங்கப்பட்ட ஓவியங்கள் முதலில் தரங்கம்பாடியிலும், பின்னர் புதுச்சேரியில் பிரஞ்சு ஆட்சியிலும், பின்னர் ஆங்கிலேயர்களின் கீழ் சென்னையிலும் தோற்றம் பெற்றன. ஆங்கிலேயர்கள் கல்கத்தாவை அதன் நிர்வாகத் தலைமையகமாக மாற்றியபோது சென்னையிலிருந்து கல்கத்தா வரையிலும், கிழக்கு இந்தியா முழுமையிலும் இந்தப் பண்பாடு படிப்படியாகப் பரவியது. அதன்பிறகு அது வட இந்தியாவிற்கு நகர்ந்து பரவலாகப் பரவிப், பின்னர் மேற்கு இந்தியாவை அடைந்தது. அய்ரோப்பாவில் ஒளிப்படக்கலை கண்டுபிடிக்கப்பட்டு 1839இல் பொதுவில் வந்தது. ஆனால், ஓவியம் பல்வேறு தேவைகளுக்குப் பணிசெய்யும் கலைஞர்கள் மற்றும் கைவினைஞர்களின் களமாகத் தொடர்ந்தது. ஒளிப்படத்துடன் கூடிய புத்தகங்கள் 1858 மற்றும் 1866க்கு இடையில் சென்னையில் வெளியிடப்பட்டன. ஒளிப்படக்கலையின் வருகையால் அந்த நேரத்தில் ஓவியங்கள் குறையத் தொடங்கின. ஒளிப்படம் எடுக்கும் சங்கம் மற்றும் மானுடவியல் பேராசிரியர்களின் கூட்டம் ஒளிப்படங்களை மதிப்புமிக்க அறிவியல் ஆவணங்களாகப் பாராட்டின. அய்ரோப்பாவில் ஓவியத் தொகுப்புகள் சேகரிப்புகள் குறைந்துவிட்ட நேரத்தில், இனங்களுக்கிடையில் உள்ள உடல் வேறுபாடுகளை ஆவணப்படுத்துவதில் மானுடவியலாளர்கள் மற்றும் இளவியலாளர்களின் விருப்பமான சான்றுக்கருவியாக ஒளிப்படக் கலை ஆனது.

ஆய்வடங்கல்

Primary Sources
I. Manuscripts
FRANCE

1. *Bibliothèque Nationale de France, Paris*

   Department des Manuscrits, Indien 743, Castes et Professions de L'Inde.

   Department des Manuscrits, Indien, 746, Vues, fêtes du Jamsé, du feu, des accrochés, cérémonies relatives aux pagodes, aux mariages, aux obsèques, char du soleil (avec descriptions en tamoul et en français), 1831.

GERMANY

2. *Archiv der Franckeshen Stiftungen, Halle,*

   M1 B23: 7; M2 B5

   M2 E27:18, Tagebuch von Christoph Samuel John, 12 December 1803 - 31 December 1804.

   HA 61.1

INDIA

3. *Archives of the Arch-diocese of Madras-Mylapore, Chennai*

   Mss. no. 2478, 3261

4. *National Archives of India, New Delhi*

   Mss Political Department, letter dated 28 October 1793

   Mss Secret Department, letter dated 8 April 1794.

5. *Sarasvathi Mahal Library, Thanjavur*

   Modi Bundles, 31C/44-1-11; 169C/5-6.

6. *Tamil Nadu State Archives, Chennai*

   Tanjore District Records, vol. 3492, vol. 4429B

அய்ரோப்பியர்களும் உள்ளூர்க் கலைஞர்களும் / 177

ITALY

7. *Archivum Romanum Societatis Iesu, Roma*

   Mss Goa 76b

8. *Biblioteca Apostolica Vaticana, Città del Vaticano*

   Ms. Borg. lat. 317, Itinerario orientale in cui si contengono varie notizie della Turchia, della Persia, di una gran parte delle Indie.

PORTUGAL

9. *Instituto Arquivo Nacionais/ Torre do Tombo, Lisboa*

   Corpo Cronologico, Part I, Maco 19, Document 85; Part I, Maco 80, document 7

UNITED KINGDOM

10. *British Library, London*

    Bengal Public Consultations, 14 September 1787

    Biography of Robert Home, MSS photo European Manuscripts, 311

    Court Correspondence, vol. XVIII

    George Paterson Diaries in the Carnatic, European Manuscripts 379

    Hastings Papers, Additional Manuscripts, 29145

    Home Miscellaneous Series, H/298, p.1496, H/322

    Leyden and Erskine Papers, Additional Manuscripts, 26561

    Natural History Drawings of the India Office Collections:

    7/1001-25; 7/1029, 7/1032, 7/1034, 7/1036, 7/1039, 7/1094, 7/1095, 7/1096, 7/1097; 7/1101, 7/1102, 7/1103, 7/1104-/1115; 7/1330

    Oriental and India Office Collection:

    Additional Manuscripts, 5266, 15504B, 29324, 45582.

    Add Or. 32-70; Add. Or. 2453- 2454; BL Add. Or. 2669-2671.

    Committee of Correspondence and Court Minutes: B/111; Z/D/2; Z/D/4;

    F/4/179/3268, July 1803 - October 1804, Memorial from Thomas Hickey requesting to be appointed Historical and Portrait Painter to the Company dated 17 July 1804

Mackenzie Collection, Mss WD 1063, 1068.

Madras Dispatches E/4/332; E/4/896

Madras Public Consultations, P/242/65, 27 July 1804

11. Royal Academy of Arts Archive, London

Ozias Humphry Correspondence, HU2/89; HU/4/113; HU/4/114; HU/4/118.

II. Paintings
DENMARK

1. National Museet, København

    Sammlung: 1656, 1669, 1670, 1675, 1676, 1678, 1683, 1694, 1696, 1702, 1703, 1711, 1717.

    Inventory number: Du.447, Du.449, Du.450, Du.451, Du.452.

FRANCE

2. Bibliothèque Nationale de France, Paris

    Carnet de Vingt-six métiers et castes Indiens-Peintures, 1800-1831, Res.2f.125.

    Départment des Estampes et de la Photographie, vol. 1, OD. 38, L'Album Dieux des Indiens peints a la gouache par des missionaires, 1688-1725.

    Départment des Estampes et de la Photographie, Histoire et Figures des dieux des Indiens, ou theogonie des Malabarquais par Porcher Des Oulches, 1758, vol. 1, OD. 39.

    Départment des Estampes et de la Photographie, vol. II, OD. 39a, Illustrations du Ramayana.

    Départment des Estampes et de la Photographie, vol. III, OD. 39b, Histoire de Rutren ou Siva; Shurapadma et le siens dans la magnifique ville de Viramahendrapatnam qu'il fit édifier par son beu-père.

    Départment des Estampes et de la Photographie, vol. IV, OD. 39c, Histoire de Krishna.

    Départment des Estampes et de la Photographie, vol. II, OD. 40.

    Départment des Estampes et de la Photographie, Recueil Peintures du Sanctuaire de Chellembaram, 1820-1830, OD. 40a.

Départment des Estampes et de la Photographie, L'album, Moeurs et Usages des Indiens par Sami, 1780, vol. 1, OD. 46.

Départment des Estampes et de la Photographie, L'album, Moeurs et Usages des Indiens par Sami, 1780, OD. 46a.

Départment des Estampes et de la Photographie, L'album de Lally: Figure Indiennes d'Hommes et de Femmes de Divers etats, Arts et Metiers et Costumes de l'Inde, OD. 48.

Départment des Estampes et de la Photographie, Recueil factice: Dessins en couleurs de divinités indiennes: Peinture, 1770-1785.

Reserve du cabinet des estampes, MSS Dessins et Cartes de M. Le Gentil, Res. Ye. 62.

3. *Musée de la Compagnie des Indes, Lorient*

   Petite tenture d'indienne, Inde, côte de Coromandel, vers 1680-1725; toile de coton peinte, teinte par mordançage et réserve; h. 196, l. 116 cm. Achat en 2014, Inv. 2014.1.2.

GERMANY

4. *Franckeshen Stiftungen, Halle*

   KNK: R-NR, 1040.

INDIA

5. *National Gallery of Modern Art, New Delhi*

   Tilly Kettle, Dancing Girls, Madras, c.1770, oil on canvas, 132 x 161 cm.

6. *Raj Bhavan, Chennai*

   Muhammad Ali Khan, his second son Amir-ul-umara and grandson Abdal Ali Khan, c.1779, by George Willison, oil on canvas, 147 x 110.5 cm.

ITALY

7. *Biblioteca Nazionale Marciana, Venice*

   Codex Ita. VI.134 (8299); Codex Ita. VI.136, (8300).

NORWAY

8. *Universitetet i Oslo, Kulturhistorik Museum*

   Peter Anker Collection no. 4431-4499.

180 / தமிழ்நாட்டில் காலனியக்கால வண்ணஓவியங்களும்

UNITED KINGDOM

9. *British Library, London*

   Francis Swain Ward, The bramin's tank in the pagoda of Chillenbrum in the East Indies, 1769-70, Oil on canvas 81 x 124.5 cm.

   Francis Swain Ward, A view of the Rock of Trichnopoly with the view of the military barracks,1772-1773, oil on canvas 171 x 109.5 cm.

   Francis Swain Ward, The Teppakulam, a sacred tank near Madura, 1772 73, 81 x 130 cm, (F 34).

   Francis Swain Ward, View of a Choultry, South India, c.1770, oil on canvas 71 x 109.2 cm.

   George Willison, Nawab of the Carnatic, c.1774 oil on canvas 240 x 147.5 cm.

   Richard Barron, North Side of Kaitee Hill near Ootacamund, 1835, oil on canvas, 45 x 60 cm.

   Richard Barron, A Group of Todas at Kandelmund, Nilgiris, 1837, Coloured aquatint, 39.5 x 52.2 cm.

   Richard Barron, The Kaitee waterfalls near Ootacamund, 1837, Coloured aquatint, 39.5 x 52.2cm.

   Thomas Hickey, Muhammad Subhan Sultan, 1801, pencil on paper, 30 x 25.4 cm.

   Thomas Hickey, Colonel Colin Mackenzie with his Assistants, 1816, oil on canvas, 58.4 x 38.2 cm.

10. *British Museum, London*

    Nautch Scene with inscription General Sir John Dalling Bart/ Governor of Madras, 1785-86.

11. *Duke of Wellington, Apsley House, London*

    Thomas Hickey, Richard Colley Wellesley, 2nd Lord Mornington (later 1st Marquis Wellesley), 1799, oil on canvas, 221 x 174 cm.

12. *National Army Museum, London*

    Robert Home, The Reception of the Mysorean Hostage Princes by Marquis Cornwallis, 26 February 1792, c. 1793, oil on canvas, 149.2 x 202.5 cm.

13. *National Gallery of Ireland, Dublin*

அய்ரோப்பியர்களும் உள்ளூர்க் கலைஞர்களும் / 181

Thomas Hickey, Lieutenant- Colonel William Kirkpatrick with his Assistants, c.1799-1800, oil on canvas, 140 x 108.5 cm.

14. *National Portrait Gallery, Edinburgh*

    George Willison, Nawab of the Carnatic, 1777 oil on canvas 236.2 x 146 cm.

15. *National Trust, Powis, Wales*

    Thomas Hickey, Prince Azim-ud-Daula (1775-1819), Nawab of the Carnatic, c.1801, oil on canvas, 75 x 62 cm.

    Thomas Hickey, Prince Azim-ud-Daula (1775-1819), Nawab of the Carnatic and his son Azam Jah (1800-1874), 1803, oil on canvas, 236 x 145 cm.

16. *Victoria & Albert Museum, London*

    John Smart, Nawab of the Carnatic c.1788, 8.6 x 7.9 cm.

    Tilly Kettle, Muhamad Ali Khan, Nawab of Arcot, c.1770, oil on canvas, 239 x 148 cm.

UNITED STATES OF AMERICA

17. *Yale Center for British Art, New Haven*

    Prints and Drawings and Rare Books Department, George Stubbs, Lion and Horse, 1762, oil on canvas, 243.7 x 133 cm.

III. Printed Primary Sources

In English

A catalogue of the pictures, sculptures, models, designs in architecture, drawings, prints, & c, Society of Artists of Great Britain, London, 1771.

Barron, Richard., *Views in India, Chiefly among the Neelgheery Hills, taken during a Short Residence of them in 1835, With Notes and Descriptive Illustrations*, London, Robert Havell, 1837.

Crawford, D.G., *Roll of the Indian Medical Service, 1615-1930*, London, 1930.

Daniel Williams & Thomas, *Oriental Scenery: Part Second: Twenty four views of the architecture, antiquities & landscape scenery of Hindoostan by THo & W. Daniell*, London, 1812.

_____, *Oriental Scenery: Part Third: Twenty four views of the architecture, antiquities & landscape scenery of Hindoostan by THo & W. Daniell*, London, May 1, 1816.

Gold, Captain Charles., *Oriental Drawings*, London, 1806.

Hodges, William., *Select Views in India*, London, 1785-1788.

Baike, R., *Observations on the Neilgheries*, Calcutta, 1834.

Orme, *Twenty-four Views in Hindostan*, London, 1802-1805.

Wight, Robert., *Spicilegium Neilgherrense or A Selection of Neilgherry plants Drawn & Coloured from Nature with Brief descriptions of each, some general remarks on the geography and affinities of natural families of plants and occasional notices of their economical properties and uses*, Madras, vol. I, 1846.

In French

Chabrelieu, J.J. *L'Inde francaise, ou Collection de dessins, lithographies representant les divinities, temples, costumes des peuples Hindous quit habitar les possessions françaises de L'Inde*, Paris, Tomo, I, 1827.

_____, *L'Inde française, ou Collection de dessins lithographiés représentant les divinités, temples, costumes des peuples Hindous qui habitent les possessions françaises de l'Inde*, Tome II, Paris, 1835.

In German

Knapp. Georg Christian., et al., eds., *Neuere Geschichte der Evangelischen Missions-Anstalten zu Bekehrung der Heiden in Ostindien aus den eigenhändigen Aufsätzen und Briefen der Missionarien erausgegeben*, Waisenhaus, Teil 1–8 (Stück 1–95), Waiserihaus, Halle, 1770–8/95, 1848.

In Latin

Raii, Joannis., *Synopsis Methodica Avium & Piscium, opus posthumum quod vivus recensuit & perfecit ipse insignissimus Author: in quo multas species in ipsius ornithologia & Ichthyologia desideratas adjecit: Methodumque suam Piscium Naturae magis convenientem reddidit cum appendice & Iconibus*, Londini, Impenis Gulielmi Innys, ad Insignia principis in coementerio D. Pauli, MDCCXIII. London.

In Portuguese

Costa, Balthasar da., *Catecismo em que se Explicao Todas as Verdades Catholicas Necessarias para Salvacao com Excellentissima Ordem*, Lisboa, 1661.

Guerriero, Fernao, *Relacam Annual das cousas que fezaram os padres de companhia de Jesus nas partes da India oriental em algumas outras du conquista deste reyno no anno de 606 & 607*, Lisboa, 1909.

அய்ரோப்பியர்களும் உள்ளூர்க் கலைஞர்களும் / 183

Silva Rego, Antonio da., *Documentacao para a historia das missoes do padroado Portugues do Oriente*, Lisboa, XII vols, 1947-1955.

Wicki, Joseph., *Documenta Indica*, 18 vols, Rome, 1948-88.

In Tamil

Nedunalvaadai, ed. U.V. Swaminatha Aiyar, in *Pathupaatu*, Madras, 1974.

Paripadal, ed. U.V. Swaminatha Aiyar, Third edition, Madras, 1956, 19: 48-53.

Price, Frederick, H. Dodwell and V. Rangachari, eds., *The Private Diary of Ananda Ranga Pillai, Dubash to Joseph François Dupleix, Knight of the Order of St. Michael, and Governor of Pondicherry: A Record of Matters Political, Historical, Social, and Personal, from 1736 to 1761*, vol. I, 1904; vol. II, 1907; vol. III, 1914; vol. IV, 1916; vol. V, 1917; vol. VI, 1918; vol. VII, 1919; vol. VIII, 1922; vol. IX, 1924; vol. X, 1925; vol. XI, 1927; vol. XII, 1928, Madras, Delhi, rpt, 1980.

Silapathikaaram, ed. U.V. Swaminatha Aiyar, Sixth edition, Madras, 1955.

IV. Travelogues

Burnell, A.C., & Tiele, ed., *The Voyages of Linschoten to the East Indies*, London, 1885.

Borghesi, Giovanni., *Lettera Scritta da Pondischeri a 10 di febbraio 1704 dal dottore Giovanni Borghesi medico della missione sepedita alla China dalla santita di N.S. Papa Clemente XI nella quale si contengono, oltre a un pieno raconto del viaggio da Roma fino alle coste dell' Indie oriental, Anatomische, Botanische, naturali e d' altri generi e trasportata del Manuscritto Latin in Lingua Toscana di Gio Mario de' Crescembeni custode d'Arcadia, e Accademico Affrordita*, Roma, MDCCV.

Cummins, J.S., ed., *The Travels and Controversies of Friar Domingo Navarrete, 1618-1686*, 2 vols, London, 1962.

Desideri, Ippolito., *Mission to Tibet: The Extraordinary Eighteenth-Century Account of Father Ippolito Desideri, S.J.*, trs. Michael J. Sweet, ed., Leonard Zwilling, Boston, 2010.

Dubois, Abbé., *Hindu Manners, Customs and Ceremonies*, revised edition, Oxford, 1899.

Graham, Maria., *Journal of a Residence in India*, Edinburgh, 1812.

Hodges, William., *Travels in India during the Years 1780, 1781, 1782 & 1783*, London, 1783.

Le Gentil de la Galaiziere, Guillaume., *Voyage dans les mers de l'Inde fait par ordre du Roi l'occasion du passage de venus sur le disque du soleil le 6 Juin 1761 et le 3 du meme mois 1769*, 2 vols., Paris, Imprimerie Royale, 1779–80.

Manucci, Nicolau., ed., William Irvine, *Storia do Mogor, 1653-1708*, 4 vols, reprint, Delhi, 1981.

Martin, Francois., ed. Varadarajan, Lotika., *India in the Seventeenth Century: Memoirs of Francois Martin*, Delhi, 1988.

Olafsson, Jon., *Memoirs of Jon Olafsson Icelander and Travel in India, 1621-1625 as with by Himself 1661*, ed. and trs. Inger Barnes, Cambridge, 1998.

Sonnerat, Pierre., *Voyages aux Indes Orientales, et a la Chine*, Paris, MDCCLXXXII.

Temple, R.C., ed. *The Life of Icelander Jon Olafsson Traveller to India*, London, 1931.

Valentijn, Francois., *Oud en Nieuwe-Oost-Indien*, Dordrecht-Amsterdam, 1724-1726.

Velho, A., *A Journal of the First Voyage of Vasco da Gama 1497-1499*, trs & ed. E. G. Ravenstein, Madras, 1995.

V. Epigraphical Sources

Annual Report on Epigraphy (including Indian and South Indian Epigraphy from 1881 to 1922, 1923-1945, 1950 to 2005) New Delhi/ Madras, 1887–2005.

South Indian Inscriptions, Publications of the Archaeological Survey of India, vols, I to XXXIV New Delhi, 1890-1990.

VI. Secondary Sources

Articles

Alexander Bailey, Gauvin., 'A Palette for Princes: An Unpublished Source on Indian Pigments', *South Asian Studies*, vol. XIII, 1997, pp. 45-54.

Allen, Brian., 'The East India Company's Settlement Pictures: George Lambert and Samuel Scott, in eds., Pauline Rohatgi & Pheroza Godrej, *Under the Indian Sun: British Landscape Artists*, Bombay, 1995, pp. 1-16.

Archer, Mildred., 'Company Painting in South India: The Early Collections of Niccolao Manucci', in *Apollo*, August 1970, pp. 104-113.

Bennell, A.S., 'Wellesley's Settlement of Mysore', *The Journal of the Royal Society of Great Britain and Ireland*, vol. IV (3), 1952, pp. 124-32.

Blackader, Adam., 'A description of the great pagoda of Madura, the choultry of Tirumalai Naik in a letter from Mr. Adam Blackader surgeon to Sir Joseph Banks Bart PRS, FAS', in *Archaeologia or Miscellaneous Tracts Relating to Antiquities*, London, vol. X, 1792, pp. 449-459.

Braddock, John., 'A guide to the sculptures, excavations and other remarkable subjects at Mammalapur', *Madras Journal of Literature and Science*, vol. 30, June 1844, pp. 1-56.

Branfoot, Crispin., 'Painting Processions: The Social and Religious Landscape of Southern India in a Company Album', *Orientations*, November/December 2007, pp. 73-78.

Caravalho, Teresa Martins de 'A Evolucao de arte em Portugal', in *Um Patrimonio Artistico*, Lisboa, 1983, pp. 163-174.

Champakalakshmi, R., 'New Light on the Chola Frescoes of Tanjore', *Journal of Indian History*, Golden Jubilee Volume, 1973, pp. 349–359.

_____, 'South Indian Paintings: A Survey', in *South Indian Studies*, eds., H. M. Nayaka and B. R. Gopal, Geetha Book House, Mysore, 1990, pp. 696-714.

Cotton, Evan Sir., 'The Daniells in India', *Bengal Past and Present*, vol. XXXV, 1923, pp. 1-70.

_____, 'Tilly Kettle and his Portraits', *Bengal Past and Present*, vol. XXIX, January to March, 1925, pp. 44-55.

_____, 'Robert Home', *Bengal Past and Present*, Calcutta, 1928, pp. 1-24.

Dallapiccola, Anna Libera., 'South Indian Painting Styles, 14th - 18th Centuries', in *The Dictionary of Art*, ed. Jane Shoaf Turner, New York, 1996, pp. 643-50.

Eaton, Natasha., 'Between Mimesis and Alterity: Art, Gift and Diplomacy in Colonial India, 1770-1800', *Comparative Studies in Society and History*, vol. 46, 2004, pp. 816-44.

_____, 'The Art of Colonial Despotism: Portraits, Politics and Empire in South India, 1750-1795, *Cultural Critique*, vol.70, 2008, pp. 63-93.

Foster, Sir William., 'British Artists in India: 1760-1820', in *The Walpole Society*, vol. XIX, 1930-31, pp. 1-88.

Gurner, C.W., 'The Editor's Notebook: George Willison', *Bengal Past and Present*, vol. 47, January to June 1934, p. 77.

Grigsby, Darcy Grimaldo., 'Loss and the Families of Empire: Thoughts on an Irish Artist's Portrait of a Bibi' in ed., Hathleen James-Chakraborty, *India in Art in Ireland* Abingdon, Routledge, 2016, pp. 52-79.

Gubbin, C., 'Notes on the ruins at Mahabalipuram on the Coromandel Coast', *Journal of the Asiatic Society of Bengal*, vol. XXII, No.7, 1853, pp. 656-672.

Hampe, 'An Account of a New Species of the Manis, or Scaly Lizard, extracted from the German Relations of the Danish Royal Missionaries in the East Indies, of the year 1765, published at Halle in Saxony, by Dr. Hampe, F. R. S', *Philosophical Transactions: Giving some account of the present undertakings, Studies, and Labours of the ingenious, in many considerable parts of the world*, vol. LX, 1771, pp. 36-38.

Hjelm, Torben., 'Dansborg', in *Arkitekturhistorisk Årsskrift, Architectura, Tranquebar*, vol. 9, 1987, pp. 89–121.

Nagasamy, R., 'The Jaina Art and Architecture under Pallavas' in ed., U. P. Shah and M. A. Dhaky, *Aspects of Jain Art and Architecture*, Gujarat State Committee for Celebrations of 2500th Anniversary of Bhagavan Mahavira Nirvana, Ahmedabad, 1975, pp. 126-129.

_____, 'Tamil Paintings', *Marg*, vol. 33, no. 2, 1979-80, pp. 73-95.

Quilley, Geoff., 'All Ocean is Her Own: the image of the sea and the identity of the maritime nation in eighteenth-century British art', G. Cubitt, ed., *Imagining Nations*, Manchester, 1998, pp. 58-61.

Raghavan, V., 'Some Sanskrit Texts on Painting', *The Indian Historical Quarterly*, vol. IX, 1933, pp. 898-911.

Ramachandran, T.N., 'The Royal Artist, Mahendravaraman, I', *Journal of Oriental Research*, vol. VII, pp. 219-245.

Rohatgi, ' Pauline., Preface to a Lost Collection: The Pioneering Art of Francis Swain Ward', in eds., Pauline Rohatgi & Pheroza Godrej, *Under the Indian Sun, British Landscape Artists*, Bombay, 1995, pp. 31-52.

Stephen, S. Jeyaseela., 'Thamizhnaattil Portukisiya Oviyangal', in *Chitira Maadam: Thamizhaga Suvaroviyangal Kuriththa Katturaigal*, ed. Bharatiputhiran, Chennai, 2009, pp. 99-114.

Wicki, Joseph., 'Jesuiten ler und-bildhaver in Indien in 16 Jahrhundert', in *Neue Zeitscrift fur Missions Wissenchaft*, 1982, pp. 30-38.

Books

Archer, Mildred., *Natural History Drawings in the India Office Library*, London, 1962.

_____, *Company Drawings in the India Office Library*, London, 1972.

_____, *India and British Portraiture, 1770-1875*, London, 1979.

_____, *Early Views of India: The Picturesque Journeys of Thomas and William Daniell, 1786-1794*, Thames & Hudson, London, 1980.

_____, *Company Paintings: Indian Paintings of the British Period*, London, 1992.

_____, & R. Lightbown, *India Observed: India as Viewed by British Artists 1760-1860*, London, 1982.

_____, & Toby Falk, *India Revealed: The Art and Adventures of James and William Fraser, 1801-1835*, New York, 1989.

Basil, Annie., *Armenian Settlements in India*, Calcutta, 1969.

Bhaskaran, S. Theodre., *Kalmel Nadandha Kalam*, Chennai, 2012.

Blagdon, F.W., *A Brief History of India Ancient and Modern*, London, 1805.

Bourdat, Pierre., *Pondicherry in the Eighteenth Century*, Pondicherry, 1996.

Breeze, George., *Society of Artists in Ireland: Index of Exhibits 1765-80*, National Gallery of Ireland, Dublin, 1985.

Chakravarti, A., *Jaina Literature in Tamil*, Jaina Siddhanta Bhavana, Arrah, 1941.

Eaton, Natasha., *Mimesis across Empires: Artworks and Networks in India 1765-1860*, Durham, 2013.

Edney, Matthew., *Mapping An Empire: The Geographical Construction of British India, 1765-1843*, Chicago, 1997.

Fihl, Esther., ed., *Governor's Residence in Tranquebar: The House and the Daily Life of its People, 1770-1845*, Museum Tusculanum Press, København, 2017.

Graves, A., *Society of Artists of Great Britain 1760-91*, London, 1907.

Gulløv, Hans Christian, et al., *Peoples of the Earth: Guide to the Ethnographic Collection*, National Museet, København, 2007.

Guy John, and Deborah Swallow, eds. *Arts of India, 1550-1900*, London, 1990.

Hansen, Hans Munk., *Tranquebar: Town and Buildings of the Danes*, Kunstakademiets Arkitektskole, Copenhagen, 2005.

Heras, Henry., *The Aravidu Dynasty of Vijayanagar*, Madras, 1927.

Howes, Jennifer., *Illustrating India: The Early Colonial Investigations of Colin Mackenzie, 1784–1821*, Oxford, 2010.

India Pictorial and Descriptive, London, 1888.

India Illustrated with Pen and Pencil by Rev. W, Urwick, revised and enlarged, Edward P. Thwig, New York, 1891.

Kasinathan Nadana and M. Chandramurti, eds. *Samana Thadayam*, Chennai, 2005.

Labernadie, Marguerite V., *La Vieux Pondichery, 1673-1815*, Pondichery, 1936.

Llewellyn-Jones, Rosie., *Portraits in Princely India 1700-1947*, Mumbai, 2008.

Love, Henry Davidson., *Descriptive List of Pictures in Government House and the Banqueting Hall*, Madras, 1903.

_____, *Vestiges of Old Madras, 1640-1800*, III vols., London, 1913.

Minakshi, C., *Administration and Social life under the Pallavas*, Madras, 1975.

Mitter, Partha., *Much Maligned Monsters, History of European Reactions to Indian Art*, Oxford, 1977.

Nagaswamy, R., *Kailasanatha Temple*, Madras, 1969.

_____, *Oviya Paavai*, Madras, 1979.

Nilsson, Laura Berivan., *Picturing the unknown: Cultural Encounters and Visual Representations in Company Paintings from the eighteenth and nineteenth centuries in south Indian collections of the National Museum of Denmark*, København, 2015.

Painted Manuscripts of the Sarasvati Mahal Library, Thanjavur, 1994.

Pal, Pratapaditya & Vidya Dehejia, *From Merchants to Emperors: British Artists and India, 1757-1930*, Ithaca, 1986.

Pavun Durai, Rasu., *Rock Art in Tamilagam*, Thanjavur, 1986._____, *Thamizhaga Paarai Oviyangal*, Chidambaram, 2001.

Rodriguez, E.A., *The Hindu Pantheon*, Madras, 1849-50.

Rohtagi, Pauline., Divia Patel, Pheroza Godrej, eds., *Indian Life and Landscape by Western Artists*, Mumbai, 2008.

Sastri, K. A. Nilakanta., *The Colas*, 2nd edition, Madras, 1955.

Sivaramamurti, Calambur., *South Indian Paintings*, New Delhi, National Museum, 1968.

Sriraman, P.S., *Chola Murals: Documentation and Study of the Chola Murals of Brihadisvara Temple, Thanjavur*, New Delhi, Archaeological Survey of India, 2011.

Stephen, S. Jeyaseela., *Portuguese in the Tamil Coast, Historical Explorations in Commerce and Culture, 1507-1749*, Pondicherry, 1998.

_____, *Portuguese, the Armenians and the World of Art and Architecture in the Tamil Coast*, Pondicherry, 2008.

_____, *Expanding Portuguese Empire and the Tamil Economy: Sixteenth-Eighteenth Centuries*, Manohar, New Delhi, 2009.

_____, *Oceanscapes: Tamil Textiles in the Early Modern World*, Primus Books, New Delhi, 2014.

_____, *A Meeting of the Minds: European and Tamil Encounters in Modern Sciences, 1507-1857*, Primus Books, New Delhi, 2016.

_____, *Pondicherry under the French: Illuminating the Urban Landscape*, Primus Books, Delhi, 2018.

_____, *Natural History Knowledge, Tamil Coast and the Atlantic Within Reach: Circulation and Construction, 1639-1857*, Kalpaz Publications, Delhi, 2019.

_____, *Towns of the Tamil Coast and Hinterland: The Changing Form and Function, 1506-1801*, Kalpaz Publications, Delhi, 2019.

_____, *Tranquebar in Global History, 1620-1801: The Coromandel Coast and Europe in a World Network System*, IIES, Puducherry, 2020.

_____, *From European Dwelling Settlements to Global Cities: Ports of the Tamil Coast and the Colonial Modernity*, Primus Books, Delhi, 2021.

_____, *Sepoys, Wars, the Social Impact and Colonial Transition in Tamil Country, 1565-1875*, IIES, Puducherry, 2021.

_____, *Tamil Language and the Timeless Translations by the Europeans, 1543-1887*, Kaveri Books, Delhi, 2021.

_____, *Portuguese-Tamil Vocabulary, 1731 by Nikolaus Dal in Tranquebar*, IIES, Pondicherry, 2021.

_____, *Technology in Tamil Civilization, 1514-1845: Diffusion and Transmission of Ideas and Instruments from and to Europe*, Pondicherry, 2021, pp. 53-55.

_____, *From Rock Art to Wall paintings in Tamil Country: Temple, Palace and Local Painters, 1500-1800*, Institute for Indo-European Studies, Puducherry, 2022.

Subramanian, P., Venkataramanayya and Vivekananda Gopal, *Thanjai Marattiyar Modi Aavana Thamizhakamum Kurippuraiyum*, 3 vols, Tamil University, Thanjavur, 1989.

Thomas, I. Job., *Thamizhaga Oviyangal: Oru Varalaru*, Nagercoil, 2015.

Vijayanagara Paintings, Publications Division, Delhi, 1985.

Viji, R. Chitra., *Srirangam Paintings*, Ph.D. Thesis, University of Madras, Madras, 1980.

* * *

படங்கள்

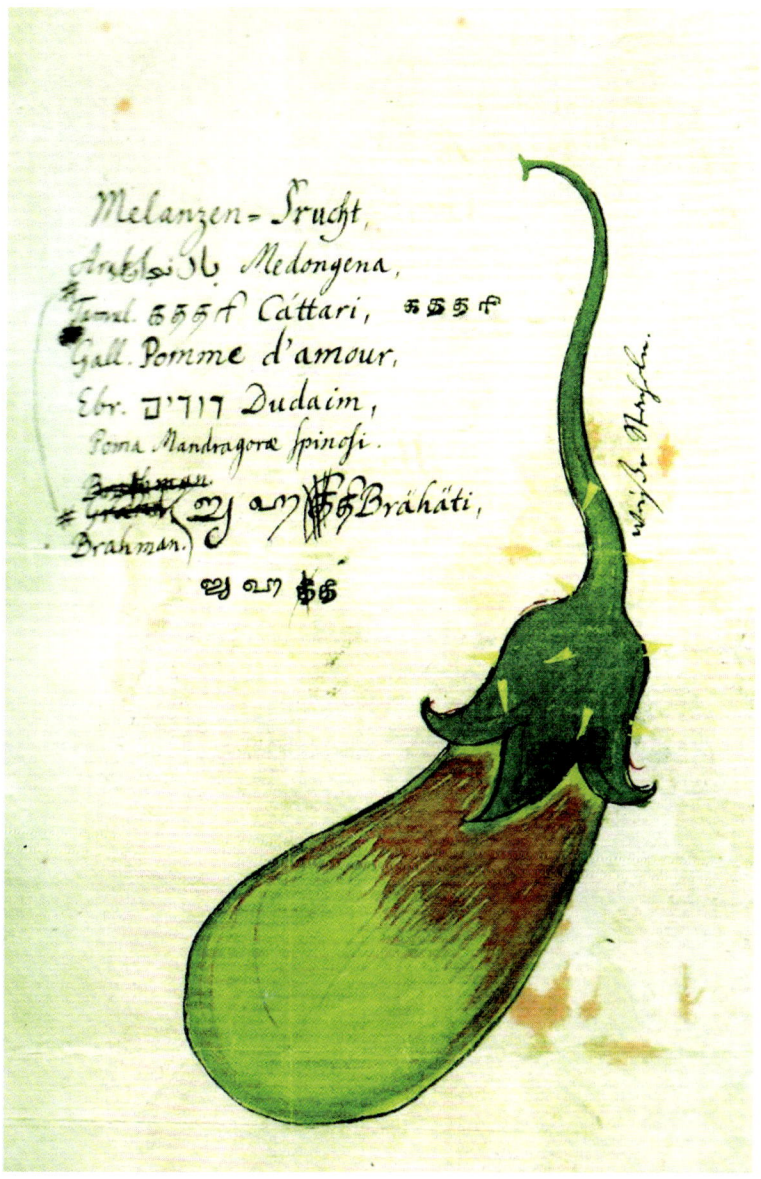

அய்ரோப்பாவில் அறியப்படாத கத்தரிக்காயின் வண்ணஓவியம், தரங்கம்பாடியில் நிக்கோலஸ் தால் 1736இல் தாளில் வரைந்தது.

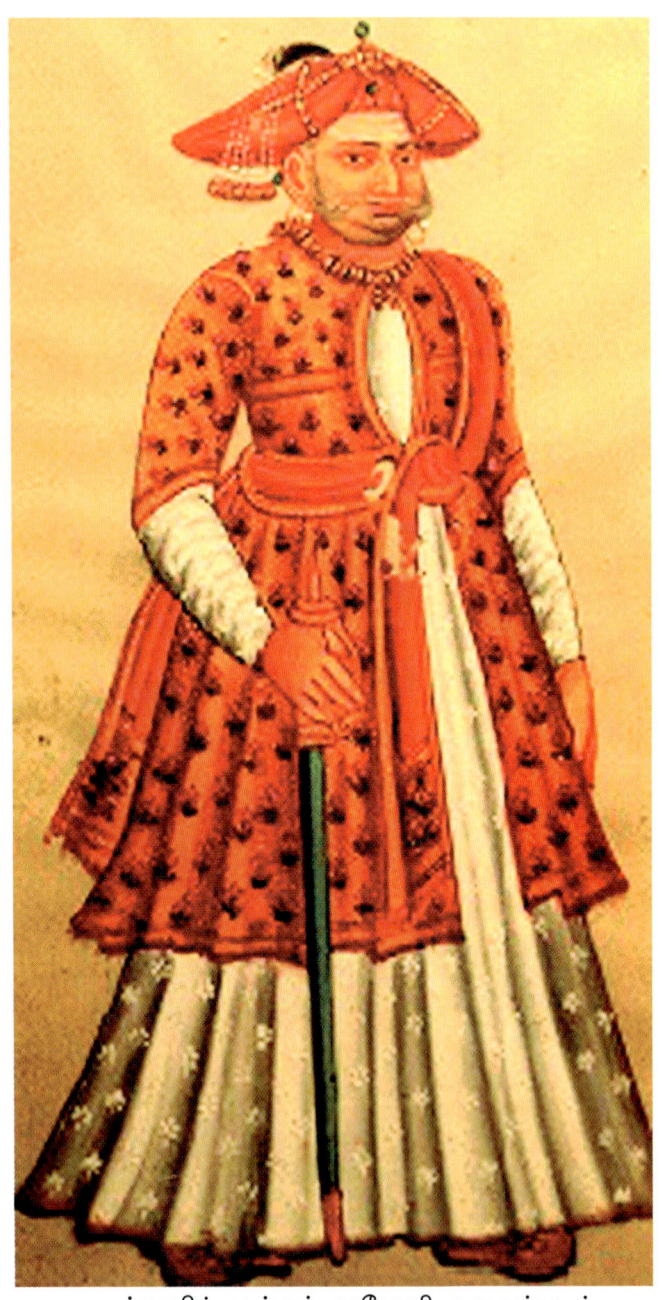

மைக்காவில் மன்னர் சரபோஜி உருவப்படம்.

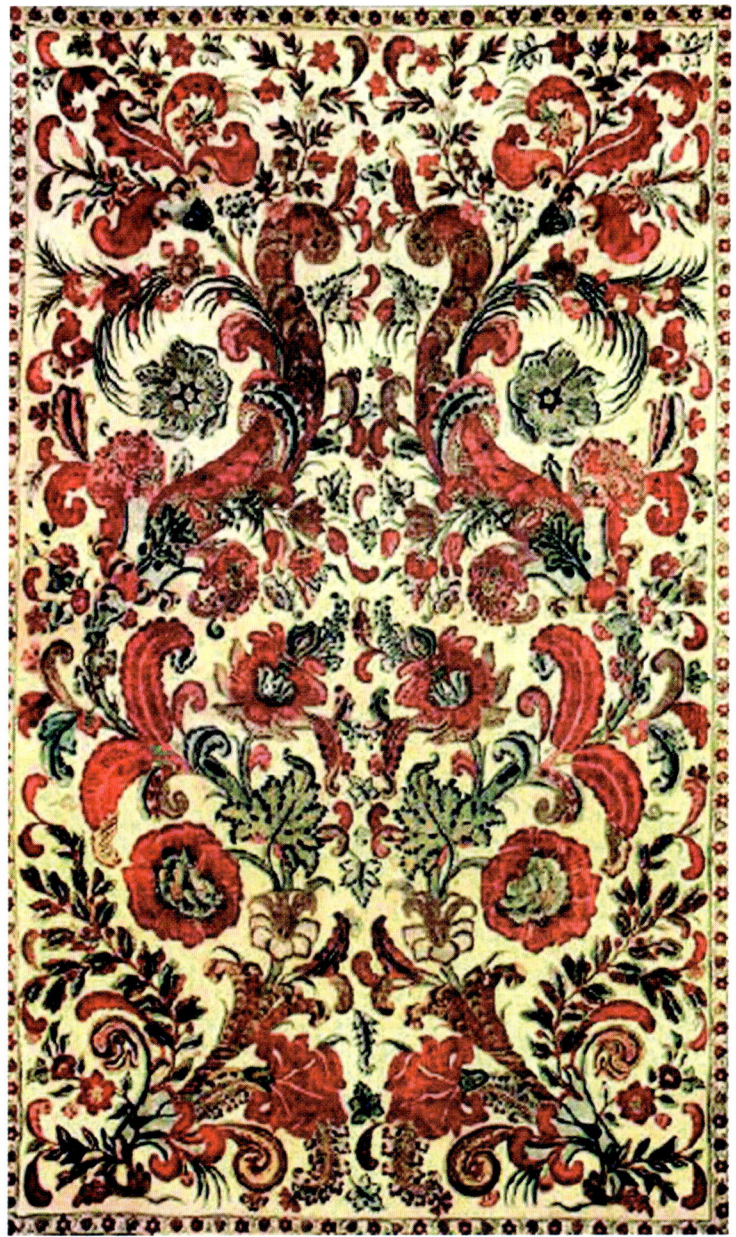

புதுச்சேரியில் இருந்து 1725இல் பிரான்சுக்கு அனுப்பப்பட்ட துணியில் வண்ணஓவியம்.

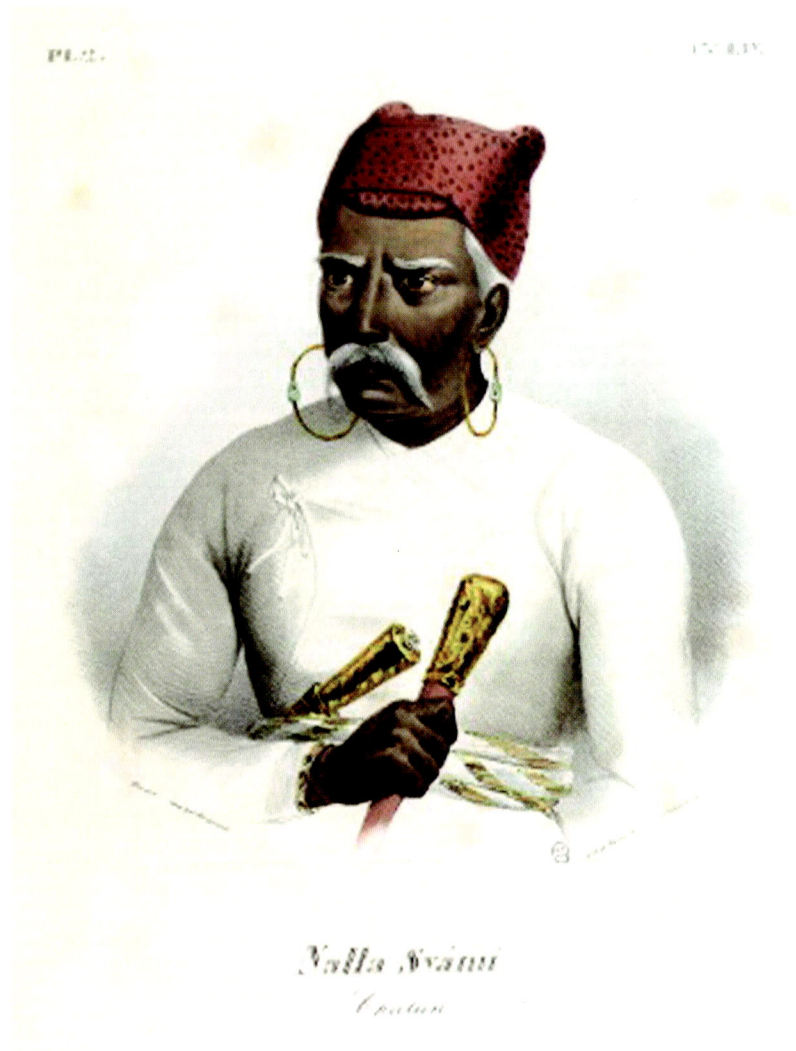

புதுச்சேரி கிறித்தவ மொழிபெயர்ப்பாளர் நல்லசுவாமி உருவப்படம் தாளில் வரைந்தது.

அய்ரோப்பியர்களும் உள்ளூர்க் கலைஞர்களும் / 195

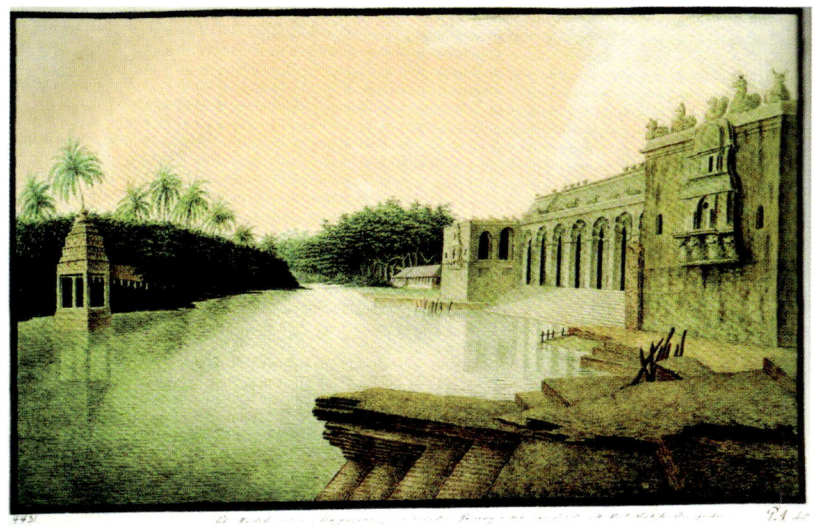

மயிலாடுதுறையில் ஓடும் காவிரியின் வண்ணஓவியம், டேனிஷ் ஆளுநர் பீட்டர் ஆங்கர் தாளில் நீர்வண்ணத்தில் 1790இல் வரைந்தது.

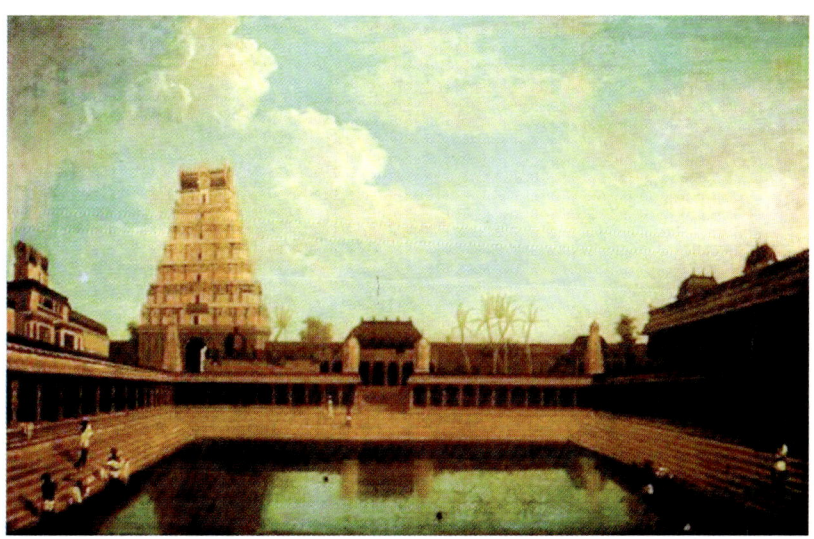

சிதம்பரம் கோயில் மற்றும் தெப்பக்குளம், பிரான்சிஸ் ஸ்வைன் வார்டு 1769-70இல் துணியில் வரைந்த எண்ணெய் ஓவியம்.

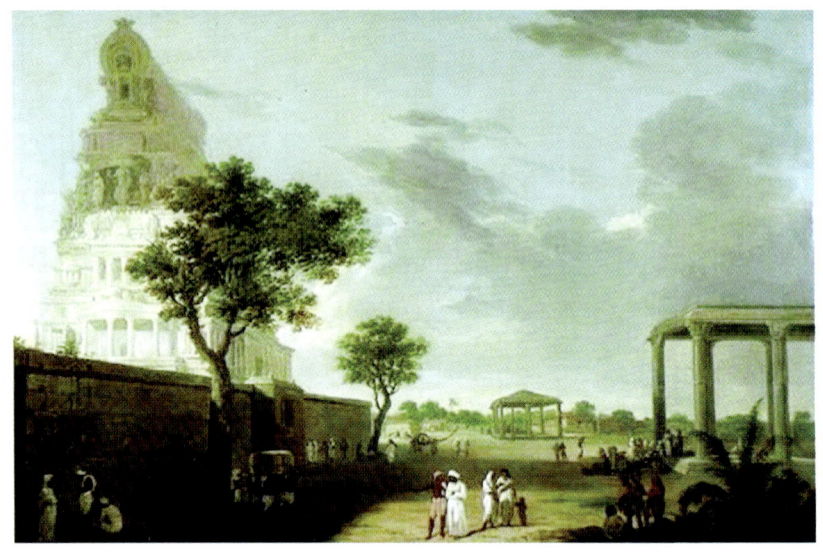

திருவெற்றியூர் இந்துக் கோயிலின் ஓவியம்,
1793இல் இராபர்ட் ஹோமால் வரையப்பட்டது.

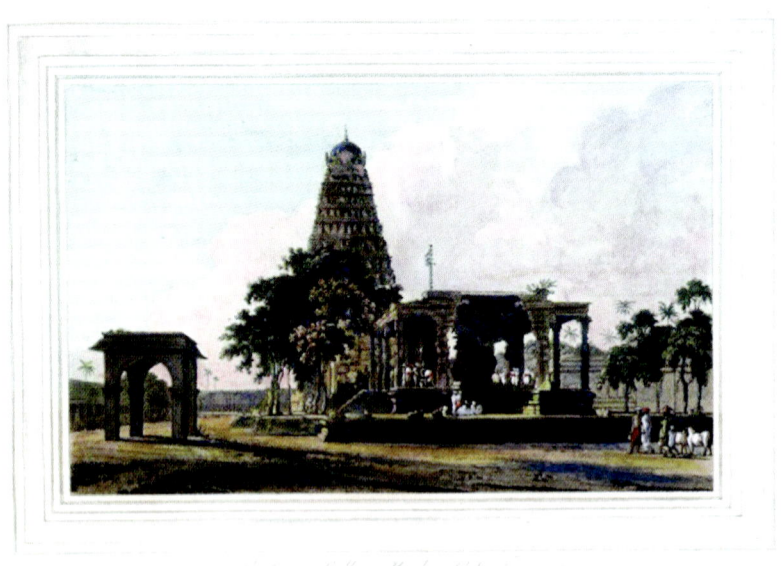

தஞ்சாவூர் பிரகதீஸ்வரர் கோயில்,
1792இல் டேனியல்ஸ் வரைந்த வண்ணஓவியம்.

அய்ரோப்பியர்களும் உள்ளூர்க் கலைஞர்களும் / 197

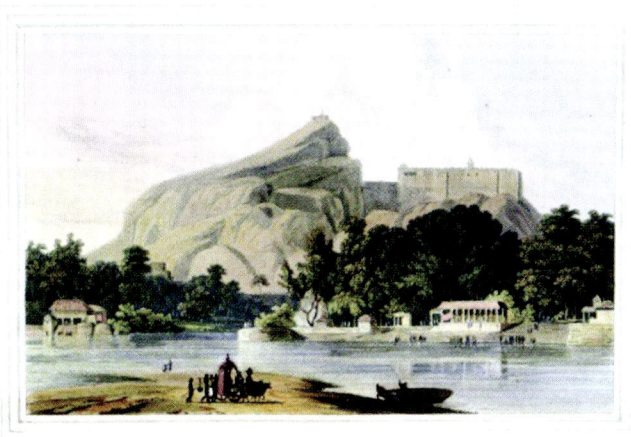

காவிரி ஆற்றின் வடக்குப்பகுதி மற்றும் திருச்சிராப்பள்ளிக் கோயில் வண்ணஓவியம், 1792இல் டேனியல்ஸ் வரைந்தது.

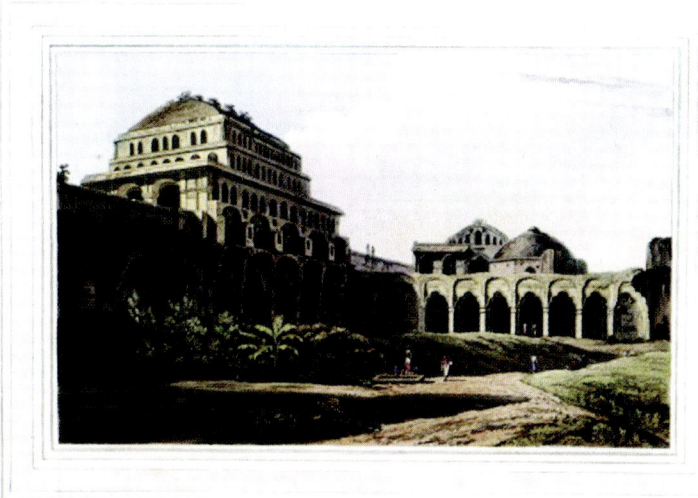

மதுரை நாயக்கர் அரண்மனை, 1792இல் டேனியல்ஸ் வரைந்த வண்ணஓவியம்.

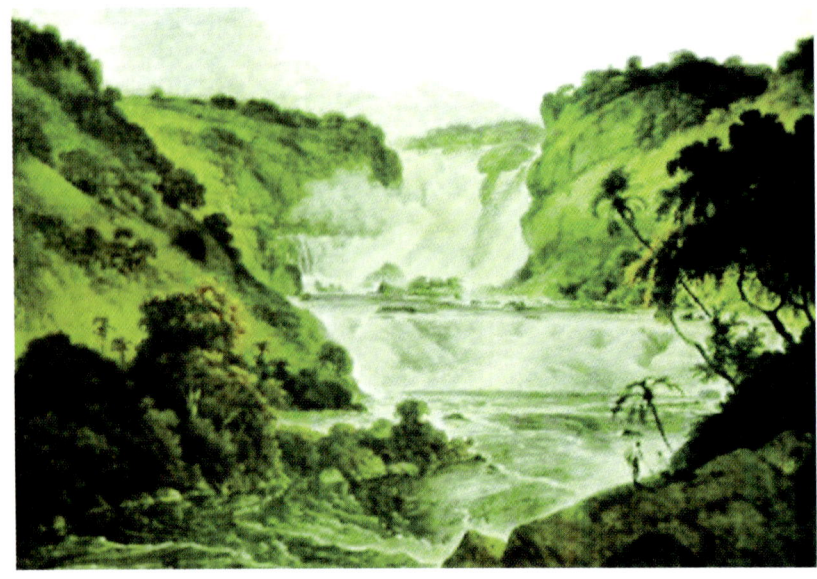

பாபநாசம் நீர்வீழ்ச்சி,
1804இல் டேனியல்ஸ் வரைந்த வண்ணஓவியம்.

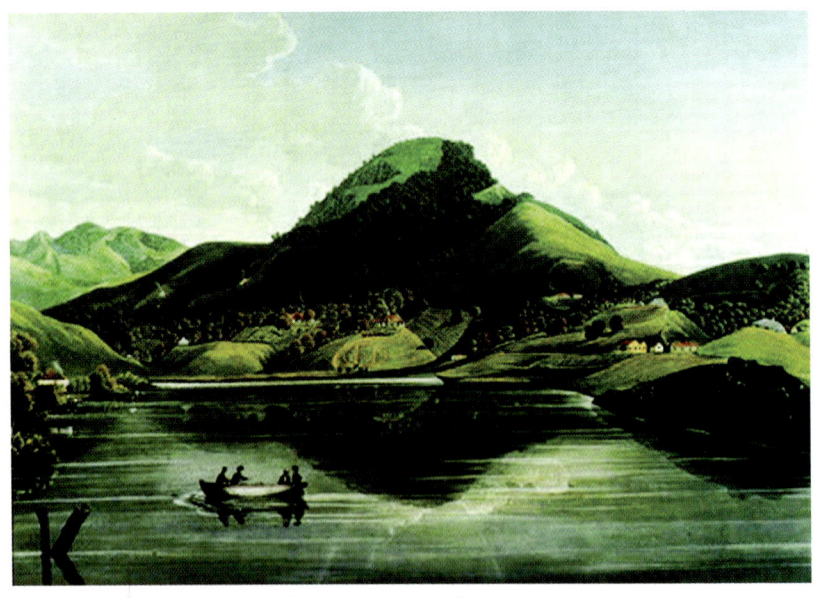

ரிச்சர்டு பாரோனால் 1835இல் வரையப்பட்ட
உதகமண்டலத்தில் உள்ள ஏரியின் காட்சி.

ஆசிரியர் குறிப்பு

எஸ். ஜெயசீல ஸ்டீபன் இந்திய - ஐரோப்பியவியல் ஆராய்ச்சி நிறுவனத்தின் தற்போதைய இயக்குநர். இவர் தூரக்கிழக்கு நாடுகளுக்கான பிரெஞ்சு ஆய்வு நிறுவனத்தின் மேனாள் ஆராய்ச்சியாளர் (1994-1999). டாட்டா நடுவண் ஆவணக்காப்பகத்தின் மூத்த ஆலோசகர் (1999-2000). விசுவபாரதி பல்கலைக்கழகத்தின் கடல்சார் வரலாற்றுத் துறைப் பேராசிரியர் மற்றும் துறைத்தலைவர் (2001-2013). அமெரிக்காவில் உள்ள நெபுராஸ்கா மற்றும் கனெக்டிகட் பல்கலைக் கழகங்களில் (1996, 2004) பணியாற்றியுள்ளார். இவர் பல நூல்களின் ஆசிரியர். இவரது படைப்புக்கள் டேனிஷ், ஜெர்மன், சீன மொழி மற்றும் தமிழில் மொழிபெயர்க்கப்பட்டுள்ளது. பல ஆராய்ச்சி விருதுகளைப் பெற்றவர். இவரது நூல் 1999ஆம் ஆண்டு தமிழக அரசின் பரிசு பெற்றது.